வினயா

20.5.1967இல் பிறந்தார்.

அம்மா: என். ஏ. லட்சுமிக்குட்டியம்மா.

அப்பா: இ.கே. ராகவன் நாயர்.

1991இல் காவல்துறைப்பணியில் சேர்ந்தார். 2003 ஜூன் 13ஆம் தேதி வேலையிலிருந்து பணி நீக்கம் செய்யப்பட்டு 2004 ஜூன் மாதம் திரும்பவும் சேர்த்துக் கொள்ளப்பட்டார்.

கணவர்: கே.ஏ. மோகன்தாஸ்.

குழந்தைகள்: ஆதிரா வி. எம்., விசால் எம். வினயா

முகவரி: கேதாரம், நென்மேனி அஞ்சல், பத்தேரி (வழி).

குளச்சல் மு. யூசுப்

குமரி மாவட்டத்தின் கடற்கரை நகரான குளச்சலில் பிறந்தவர். வைக்கம் முகம்மது பஷீரைப் படிப்பதற்காகவே மலையாளத்தைக் கற்றுக் கொண்டார். விளிம்பு நிலை மக்களின் வாழ்க்கைகளைப் பதிவு செய்வதில் ஆர்வங்கொண்ட இவர் மனைவி மக்களுடன் நாகர்கோவிலில் வசிக்கிறார்.

நக்ஸலைட் அஜிதாவின் நினைவுக்குறிப்புகள், மீஸான் கற்கள், ஒரு தந்தையின் நினைவுக் குறிப்புகள், மஹ்ஷர் பெருவெளி, நான் வாழ்ந்தேன் என்பதற்கான சாட்சி, நளினி ஜமீலா, அழியா முத்திரை, அமரகதை, திருடன் மணியன் பிள்ளை போன்ற மொழிபெயர்ப்புகளும் கட்டுரைகளும் எழுதியிருக்கிறார்.

வினயா

ஒரு பெண்காவலரின் வாழ்க்கைக் கதை

மலையாளத்திலிருந்து தமிழில்

குளச்சல் மு. யூசுப்

எதிர்
வெளியீடு

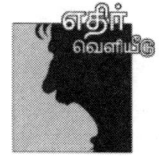

வினயா
ஒரு பெண்காவலரின் வாழ்க்கைக் கதை
வினயா
தமிழில்: குளச்சல் மு. யூசுப்

முதல் பதிப்பு: டிசம்பர் 2007
இரண்டாம் பதிப்பு: செப்டம்பர் 2021

எதிர் வெளியீடு,
96, நியூ ஸ்கீம் ரோடு, பொள்ளாச்சி – 642 002
தொலைபேசி: 04259 226012, 99425 11302

விலை: ரூ. 250

Vinaya
Oru PenKavalarin vazhkkai Kathai
Vinaya

Copyright © Vinaya
Translated by Kulachal Mu. Yusuf

First Edition: December 2007
Second Edition: September 2021

Published by
Ethir Veliyeedu, 96, New Scheme Road, Pollachi - 2.
email: ethirveliyedu@gmail.com
www.ethirveliyedu.in

ISBN: 978-93-90811-48-9
Cover Design: Harisankar
Printed at Jothy Enterprises, Chennai.

All rights reserved. No part of this book may be reprinted or reproduced or utilised in any form or by any electronic, mechanical or other means, now known or hereafter invented, including Photocopying and recording, or in any information storage or retrieval system, without permission in writing from the Publisher.

சமர்ப்பணம்

அம்மாவுக்கும் எல்லாப் பெண்களுக்கும்

மொழிபெயர்ப்பாளர் முன்னுரை

சுயசரிதை சார்ந்த இதுவரையிலான பொதுவாசிப்பனுபவத்திலிருந்து முற்றிலும் மாறுபட்டு, முடிவுக்குப் பிந்தைய நிகழ்வுகள் பற்றிய சிந்தனையோட்டங்களையும் பதற்றங்களையும் வாசக மனங்களில் ஏற்படுத்தும் ஒரு பதிவு இந்நூல். களத்தில் நின்று கொண்டிருக்கும் இளம் வயது போராளியால் மட்டுமே உருவாக்க முடிந்த வாசக அனுபவம் இது.

தனக்கான ஏதாவதொரு கண்ணியில் சமூக விழுமியங்களை, உன்னதங்களைப் பிணைத்து விட்டதாகவோ, சித்தாந்த துலாக்கோல் சாயாமல் அனுபவங்கள் பதிவு செய்யப்பட்டிருப்பதாகவோ இதில் பெருமிதம் கொள்ள இடமில்லை. போராட்டக் குணம் கொண்ட எளிய மனிதனின், ஒரு பெண்ணின் யதார்த்த வாழ்க்கைப் பதிவு என்பது போன்ற எந்தக் கல்யாணக் குணங்களும் கொண்டதல்ல.

இத்தகைய ஒரு கடைக்கோடி மனிதனின் வாழ்க்கையில் இதுவரைத் தீர்மானிக்கப்பட்ட பொதுவிதி எதுவோ அதுவே நூலின் முடிவாக இருக்கிறது. போராளி மரண தண்டனைக்கு நிகரான மன்னிப்புக் கேட்கும் சூழல்களால் தள்ளப்பட்டு தோற்று, அதற்கான வாய்ப்புக்கூட மறுக்கப்பட்ட நிலையில் மறுபடியும் தோற்று, அவரது எல்லா நியாயங்களும் தோற்று... ஒரு போராளி எனும் நிலையில் அவரிடம் எது மிச்சமிருக்கப் போகிறது?

சடங்கியல் விதிகளின், சாரமற்ற ஆச்சாரங்களின், பழம் மரபுகளின் கலாசாரக் காவலர்களால் சமூகப் புனரமைப்பின் விதி கர்த்தாக்களாகிய அடித்தட்டு மக்கள் வரை முறையற்றவர்களாகக் கருதப்பட்டு பலிகடாக்களாக்கப்படுகிறார்கள். ஜனநாயக அமைப்பினுள், மாறிக்கொண்டிருக்கும் சமூகச் சூழலில் மீறல்களைப் பரிசீலனைக்குட்படுத்த வேண்டிய நிர்ப்பந்தமும் தவிர்க்கவியலாமல் நிகழ்ந்து போகிறது.

இதன் முடிவுகளில் மீறல்கள் அங்கீகரிக்கப்பட்டாலும் துவக்கப்புள்ளியில் குற்றத்தின் கறை படிந்திருப்பதாகவே கணக்கில் கொள்ளப்படுகிறது. இவ்வகை முரண், விபரீத நியாயங்கள், அரசு நிறுவனங்கள் சார்ந்ததாகவோ அறநிறுவனங்கள் சார்ந்ததாகவோ மட்டுமல்லாமல் சமூகத்தின் ஒவ்வொரு கூறுகளினுள்ளும் தொழில் படுகின்றன.

போராளி, போராட்டத்தின் பலனைப் பெறவும் தனது குற்றத்தின் கறையைப் போக்கிக் கொள்ளவும் மீண்டுமொரு போராட்டத்திற்கு தன்னைத் தயார்ப்படுத்திக் கொள்ள இயலாது. இது, சுயலாபத்துடன் தொடர்புபடுத்தும் அபாயமும் கொண்டது. பலிகடாக்களுக்கென ஒரு சுயமிருப்பதை சமூக மனம் ஒப்புக்கொள்வதில்லை. சுயத்தை வதைப்படுத்துவதனூடே தான் ஒரு எளிய மனிதன் வெற்றிகரமான பலிகடாவாக வாழவோ சாகவோ முடியும்.

பிறந்த வீடுகளே புகுந்த வீட்டிற்கான பயிற்சி நிறுவனமாக மாறுவதிலிருந்து ஒரு பெண்ணின் இந்த சுயவதைப்படலம் துவக்கம் பெறுகிறது. சமூக அமைப்பின் எல்லா அம்சங்களுமே புகுந்த வீடுகளின் தன்மைகளுடன்தான் வினயாக்களிடம் நடந்து கொள்கின்றன.

தளையத் தளைய உடுத்தும் பன்னிரெண்டு முழ சேலையையும் நிலம் பதியும் நீள் கூந்தலையும் வினயா காலாசாரக் கருதுகோளாகப் பார்க்க மறுக்கிறார். உளவியல் ரீதியாக, சிந்தனையைத் தனக்குள் தளைத்துப்போடும் அடிமைத் தனத்தின் துணைக்கருவியாகவே பார்க்கிறார். கோபம் வரும்போது கணவனுக்குப் பற்றிப் பிடிக்கத் தோதுவான கார்குழலையும் இழுத்துப் போர்த்துவதன் மூலம் ஆண்களுக்குத் தரும் குறைந்தபட்ச அங்கீகாரமான சேலையையும் பெண்மையின் அடையாளங்களாகச் சுமந்துத் திரிய அவர் மறுக்கிறார்.

சட்ட ஒழுங்குகளின், அதிகாரத்தின் உச்சபட்ச அமைப்பிற்குள் தனது பெண்ணுரிமை வாதங்களைத் தனியொரு பெண்ணாக நின்று அமுல்படுத்தப் போராடியிருக்கிறார் வினயா. இதற்கானக் காலம் கனிந்திருப்பது போன்ற தோற்றங்கள் எல்லாம் வெறும் புறச்சூழல்கள்தான் என்பதை அனுபவங்கள் மூலம் அவர் புரிந்து கொள்வதுதான் இந்த சுயசரிதை நூல்.

உயிர்வாழ்தலுக்கான உத்வேகத்தைத் தந்து கொண்டிருக்கும் தமிழுக்கும் இந்நூலை மொழிபெயர்க்கும்படி பரிந்துரை செய்த எழுத்தாளர் ஜெயமோகனுக்கும் ‘காலச்சுவடு’ கண்ணனுக்கும் தமிழ்நாடு கலை இலக்கியப் பெருமன்றத்திற்கும் உடன்பட்டும் முரண்பட்டும் நான் உறவு கொண்டிருக்கும் சொக்கலிங்கம் அண்ணன், நண்பர்கள்: கவிஞர். எச்.ஜி.ரசூல், தலித் சிந்தனையாளர் சிவராமன், விஜயகுமார், நாவலாசிரியர் மீரான் மைதீன் மற்றும் தோழர்களுக்கும் இந்நூலை வெளியிடும் ‘எதிர் வெளியீடு’ அனுஷ்கானுக்கும் மனமுவந்த நன்றிகளுடன்

குளச்சல் மு. யூசுப்

பொருளடக்கம்

	வினயாவின் வாழ்க்கைப்பதிவுகள்: ஸக்கரியா	11
1.	என்னுடையவும் எல்லாருடையவும் அம்மாக்களின் வாழ்க்கை	13
2.	சிறுவயதும் கல்வியும்	17
3.	பெண்மையைப் புரிதல்	34
4.	கணவனே தெய்வம்	45
5.	சமூகப்பணி	52
6.	காவல்துறையின் பயிற்சிக்களத்தில்	64
7.	ஒரு பெண்காவலரின் தினப்படி வாழ்க்கை	73
8.	திருமணம்	79
9.	உரிமையின் பன்முகங்கள்	93
10.	பத்தேரி சிலுவையில்	103
11.	முதல் தற்காலப் பணிநீக்கம்	111
12.	அமைப்பிற்குள் பிரச்சனைகள்	124
13.	தலைநகரில் சிலகாலம்	135
14.	அம்மாவின் தேவை	149
15.	அந்தஸ்து – அதிகாரம் – அவமானம்	152
10.	உருமாற்றம்	160
17.	சின்னச்சின்ன மகிழ்ச்சிகள்	168
18.	முதல் ரிட் மனு	175
19.	பெண்களுக்கு எங்குதான் இடமில்லை?	180
20.	திருப்புமுனையாக அமைந்த கண்ணூர் விளையாட்டரங்கம்	186
21.	பணிநீக்கமெனும் மரண தண்டனை	207
22.	இழப்பின் ஆழம்	211

முன்னுரை
வினயாவின் வாழ்க்கைப்பதிவுகள்

மலையாளத்தில் எழுதப்பட்டவைகளில் மிகவும் அசாதாரணமான ஒரு சுய சரிதையாகவே நான் வினயாவின் இந்த நூலைப் பார்க்கிறேன். சுய சரிதைகள், பொதுவாகவே முதியோர்களின் வேள்விப் பணியாக இருக்கும் நிலையில் இதை எழுதியவர் முப்பதுகளில் வாழ்ந்து கொண்டிருக்கும் ஒரு இளம் வயதுப் பெண் என்பதுவும் அந்த அசாதாரணத் தன்மைகளில் முக்கியமானது. வினயாவின் இந்தப் புத்தகத்தின் மையப்புள்ளியான மற்றொரு விசேஷ அம்சம்: ஒரு மலையாளிப் பெண், பெண்ணிய தரிசனங்களோடு வெளிப்படையாக எழுதும் முதல் ஆன்மவிசாரணைப் புத்தகம் என்பது.

மலையாளி ஆண்மகனிடமிருந்து இதுபோன்ற ஒரு சுதந்திர வேட்கை வெளிப்படுமென்று எதிர்பார்க்கவே இயலாது. ஏனென்றால் அவன் எதிர்பாலின பாகுபாடுகளை அனுபவித்திருக்கமாட்டான். மட்டுமல்ல, பெண்கள் அனுபவிக்கும் பாலின பாகுபாடுகளுக்கான மூளையே அவன்தானே? தொலைக்காட்சித் தொடர்களில் ஆண் ஜென்மம் என்றொரு அழுகுணித்தொடரை ஒருபோதும் நாம் பார்க்க முடியாது. நவீன இலக்கியங்கள்கூட ஆண்களின் பிரச்சனைகளாக முன்வைப்பது கருத்தியல் சார்ந்த கோளாறுகளை மட்டும்தான். அல்லது அவனது அதிகாரத்தை நோக்கிய பயணத்தின்போது ஏற்படும் பிரியங்களின்மீதான தொய்வுகள். மலையாளி ஆண்களின் மன சஞ்சலங்களில் பெருமளவும் அதிகார அக உணர்வுகளின் காரணமாக உருவாக்கியெடுக்கப்பட்ட செயற்கை வேதனைகள்தான்.

வினயா ஒரு போலீஸ் கான்ஸ்டபிளாக இருக்கிறாரென்பதை (இருந்தார் என்று குறிப்பிடுவதுதான் சரி, ஏனென்றால், அவர் பெண்ணிய சமத்துவச் சிந்தனைகளில் தீவிரமாக ஈடுபட்டதற்காக இப்போது பணி நீக்கம் செய்யப்பட்டிருக்கிறார்.) நான், நிகழ்வின் ஒரு தற்செயல்கூறாகவே காண்கிறேன். குழந்தையாக இருந்தாலும் சிறுமியாக இருந்தாலும் மகளாக, மாணவியாக, பணிபுரிபவராக, குடும்பப் பெண்ணாக, யாராக இருந்தாலும் தாங்கள் மேற்கொள்ளும் இப்பயணத்தின்போது ஏதாவதொரு வடிவத்தில் எதிர்கொண்டே தீரவேண்டிய பிரச்சனைகள்தான் இது என்பதை பெண்ணாகப் பிறந்த யாரும் உணர்ந்து கொள்ளவே செய்வார்கள்.

மலையாளிப் பெண்களில் பெருமளவிலானவர்களும் யதார்த்த வாழ்க்கையில் ஆணாதிக்கத்தையும் அதன் ஊன்றுகோலாகிய ஒழுக்கவியல்புகளையும் ஊட்டி வளர்ப்பதற்கான காரணங்கள்: அடிமைத்தனத்தின் கூடவே பிறந்த அனுசரணைக் குணமும் பாரம்பரியத் தன்மையுடனான மாதர்குல முன்னோடிகளுக்கென ஸ்தாபிக்கப்பட்ட ஜீரணித்துக் கொள்ளவியலாத உன்னதங்களும்தான். அவர்களது அக சிந்தனைகளை ஆபரண சிந்தனைகள் காவு வாங்கிவிட்டன, சுய உணர்வுகள் அனுஷ்டான விதிகளால் புறந்தள்ளப் பட்டிருக்கின்றன. நமது தொலைக்காட்சித் தொடர்களின் பிரசித்திப்பெற்ற ஆயத்தக்கண்ணீர் உற்பத்தியாளர்களும் ஆணாதிக்க ஏவலாட்களும் ஒழுக்கவியல் பூசாரிகளும் எந்திர வகைப்பட்ட பெண்பாத்திரங்களில் பிரதான சித்திரிப்பாகச் சொல்லி வருவது அவர்களது சுய சிந்தனையின்மையைப் பற்றிய விஷயங்கள்தான். இந்தத் தீர்மானங்களின் சிருஷ்டி கர்த்தாக்கள் ஆண்கள் எனும் உண்மையை நாம் மறந்து விடவும் செய்கிறோம். ‘எங்களின் கதையையும் நாங்கள் பேசவேண்டிய வசனங்களையும் ஆண்களே சொல்லித் தருகிறார்கள். நாங்கள் இதற்கேற்ப அபிநயம் புரிவது தொலைக்காட்சித் தொடர்களிலும் திரைப்படங்களிலும் மட்டுமல்ல, யதார்த்த வாழ்க்கையிலும்தான்’ என்ற உண்மையை சராசரி மலையாளிப் பெண்கள் வசதியாக மறந்து போய்விட்டனர்.

ஆண், பெண் பாகுபாடுகளில்லாத மலையாளி மனோபாவ இரட்டைத் தாழ்ப்பாளின் உள்ளிருந்துதான் வினயா வெளிப்படையாக தனது வாழ்க்கைப் பயணத்தை எழுதுகிறார். சட்டம் அமைதியைப் பரிபாலனை செய்வதை விடவும் பலமடங்கு ஆபத்தான வேலை இது. விரும்பத்தகாத, காலாசாரத் தலையீடுகளுக்கானத் தண்டனையாகக் கிடைப்பது, ஊடகக் கோடாரிகளை உபயோகித்து தாட்சண்யமற்றதும் சனாதனமானதுமாகிய சீர்ப்படுத்தல்கள் தான். பெண்களுக்குக் கருணை காட்டுவதைப்பற்றி பிறகு யோசிப்போம். முதலில் சந்தேகத்தின் பலன்கூட அவர்களுக்கு சாதகமாக்கப்படுவதில்லை. ஆனால், வினயா தனது பிரஜா உரிமை சார்ந்தும் தனிமனித உரிமை சார்ந்தும் வலுவாக நின்று வீரத்துடனும் தனித்துவத்துடனும் தன் வாழ்க்கைக் கதையின் வழியாக மலையாளிப் பெண்ணை அவளுக்கே சுட்டிக்காட்டுகிறார். மிகுந்த மகிழ்ச்சியுடன் நான் இந்தப் பெண் வரலாற்றை வாசகர்களின் முன் வைக்கிறேன்.

ஸக்கரியா
திருவனந்தபுரம்

1. என்னுடையவும் எல்லாருடையவும் அம்மாக்களின் வாழ்க்கை

பால்ய காலத்தைப்பற்றி நினைவுகூரும்போது எனக்கு என் அம்மாவின் துயரம் நிரம்பிய வாழ்க்கைமுறைதான் முதலில் ஞாபகம் வரும். சுயமரியாதையென்றால் என்னவென்றே தெரியாமல் ஒரு அடிமையைப்போல் வாழ்ந்து வந்த என் அம்மாவை அந்தக் காலகட்டத்தின் ஒரு குறியீடாகவே நான் பிற்காலங்களில் அடையாளப்படுத்திக் கொண்டேன்.

எனது அப்பாவும் அவரது குடும்பத்தைச் சார்ந்த ஆண்களும், என் அம்மா உட்பட குடும்பத்திற்கு வந்து சேர்ந்த ஒவ்வொரு பெண்களுடனும் நடந்துகொண்ட முறை அந்த அளவுக்கு மோசமானதாக இருந்தது.

ஒரு சாண் வயிற்றுக்காகவும் உடலை மறைப்பதற்காகவும் தலை சாய்ப்பதற்காகவும் இரவு பகலாக, வெட்கமிழந்துபோய் வாழ்ந்து தீர்த்த வாழ்க்கையினிடையில் வீட்டு வேலைகள், சிறுபிள்ளைகளான எங்களது குறும்புத் தனங்கள், வீம்புகள் போன்ற அனைத்தையும் சமாளித்து வாழ்ந்தார்.

என் மூன்று வயதிற்குப்பிறகு நிகழ்ந்த பல சம்பவங்களும் என் மனதிலிருந்து இன்னும் நீங்காமலிருக்கின்றன. எனது தங்கைக்கு அப்போது ஒன்றரை வயதிருக்கும். நாங்கள் புல்கூரை வேய்ந்த ஒரு வீட்டில் வாழ்ந்து வந்தோம். மழை பெய்யவோ, காற்றடிக்கவோ செய்தால் உடனே அம்மா குரல் கொடுப்பாள். மக்களே... அடுப்படி வாசல் பக்கத்திலிருந்து விலகி நில்லுங்க... காற்றடித்தாலே விழுந்து விடுவது போன்ற ஒரு வாசல் அது. காற்றடிப்பது போன்ற அறிகுறிகள் தென்பட்டாலே போதும், நாங்கள் வாசலின் பக்கத்திலிருந்து விலகி ஓடிவிடுவோம். கொஞ்ச நேரத்தில் அது பெரும் சத்தத்துடன் சாய்ந்து கீழே விழுந்து விடவும் செய்யும். மழை ஒழுகாத இடம்பார்த்து அம்மா அப்போது கட்டிலை நீக்கிப்

போட்டுக்கொண்டிருப்பாள். மூன்றாம் வகுப்பில் படிக்கும்போது ஓடுவேய்ந்த இரண்டு நிலைக் கட்டடத்திற்கு மாறினோம்.

அந்தக் காலகட்டங்களில் அப்பா வழக்கமாக இரவில்தான் வருவார். அவர், மர வியாபாரமும் விவசாயமும் செய்து வந்தார். பெரும்பாலான நாட்களிலும் நாங்கள் தூங்கிய பிறகுதான் வருவார். என்றாவதொருநாள் சீக்கிரமாக வந்தார் என்றால் அந்த நினைவு சிறிது காலம் மனதிற்குள் நீங்காமலிருக்கும். கஞ்சியில் உப்பில்லை; குழம்பு நல்லாயில்லை; சாயாவுக்குக் கடுப்பம் போதாது; படிக்கத்தை★ அலசி வைக்கவில்லை இப்படி ஏதாவது காரணத்தைக் கண்டுபிடித்து துப்புரவு கெட்ட ஜென்மம்' 'அசிங்கம் பிடித்தது' போன்ற வார்த்தைகளால் கோபம் தீரும்வரை இடைவிடாமல் அம்மாவைத் திட்டுவார். அப்போது நானும் என் தங்கையும் பயந்துபோய் மூச்சடக்கி நின்றுகொண்டிருப்போம். அக்கா, அப்பாவின் காதுகளில் விழாமல் ஏதாவது முணுமுணுப்பாள்.

ஒரு நாள், வயலில் நிறைய ஆட்கள் வேலை செய்துகொண்டிருந்தார்கள். அவர்களுக்கு சாப்பாடு கொடுத்தனுப்புவதற்குக் கொஞ்சம் தாமதமாகி விட்டது. பெருங்கோபத்துடன் அப்பா வீட்டிற்கு வந்தார். வந்த உடனே, "எங்கே போய்த் தொலைஞ்சே..." என்று அலறினார். அப்பா அம்மாவை ஒரு போதுமே பெயர் சொல்லியழைப்பதில்லை. இன்றுவரை அப்படித்தான். அது ஒரு விடுமுறை நாள். நானும், கீதாவும், விஜிமோளும் முன்னால் வந்தோம். நாங்கள் பயத்தால் உறைந்துபோயிருந்தோம். அப்பாவுக்குக் கால் அலம்புவதற்கு ஒரு கெண்டியில் தண்ணீருடனும் இருளடைந்த முகத்துடனும் அம்மாவும் வந்தாள்.

பயங்கரமான அந்தக் கோபத்துடனேயே அம்மாவிடமிருந்து கெண்டி நீரை வாங்கி கால்களை கழுவிக்கொண்டிருக்கும் போதே, "லட்சணம் கெட்டவளே. வயல்லே கிடந்து உங்க அப்பனா வேலை செய்வான்? நாத்து நடுற கஷ்டம் வீட்டுலே உட்கார்ந்து சோறும் கறியும் வெக்கிற உனக்கென்ன தெரியும்?... இவ்வளவு நேரமா இங்கே என்ன செய்துட்டிருந்தே?" அம்மா எதுவுமே பேசவில்லை. நாங்கள் மூன்று பேரும் அம்மாவைச் சுற்றி நின்று கொண்டிருந்தோம். அப்பா வீட்டிற்கு வருவதற்குக் கொஞ்ச நேரத்திற்கு முன் வேலைக்காரர்களுக்கான சாப்பாடு அனுப்பப்பட்டிருந்தது.

★ எச்சில் துப்பும் பாத்திரம்.

அப்பா, கூடத்தில் கிடந்த செயரில் அமர்ந்தார். அம்மா டீப்பாயை எடுத்து அவரது எதிரில் கொண்டுபோய் வைத்து விட்டுப் பணிவோடு கேட்டாள்:

“சோறு வெக்கட்டுமா?”

‘என்ன குழம்பு வெச்சுருக்கிறே?” அப்பா குரலில் ஏளனம் தொனிக்கக் கேட்டார்.

“சக்கைக் குழம்பு.” அம்மா சொன்னாள்.

அம்மா, சோறு கொண்டு வருவதற்காக உள்ளே போனாள். நாங்களும் அம்மாவுடன் சென்றோம். அப்பாவுக்கென்றே பிரத்தியேகமாக சமைத்து வைத்திருந்தக் குழம்பின் மூடியைத் திறந்தாள். வாயில் எச்சிலூற வைக்கும் வாசம். சிறுவெங்காயமும் சீரகமும் சேர்த்து விசேஷமாக காய்ச்சியக் குழம்பு. நாங்கள் மூன்று பேரும் அப்போது எதுவும் சாப்பிட்டிருக்கவில்லை. ஒரு சிறு டபராவில் அது வைக்கப்பட்டிருந்தது. கல் இல்லாமல் பானையின் மேற்பாகத்திலிருந்து சோற்றை நீவியெடுத்து ஒரு தட்டில் வைத்து ஸ்பூனின் பிடிப்பகுதியை சோற்றில் அமிழ்த்தி அங்குமிங்குமாகக் கிளறி, முடி கிடக்கிறதா என்று சோதனை செய்தாள் அம்மா. பாத்திரத்தின் அடிப்பாகத்தை, உடுத்தியிருந்த வேட்டித் தலைப்பால் துடைத்துவிட்டு குழம்புப் பாத்திரத்தையும் சோற்றையும் கூடத்திற்குக்கொண்டு போய் டீப்பாயின் மீது பரப்பிவிட்டு, அப்பளம், உப்பு, உப்பேரி, கருவாடு போன்றவைகளை எடுத்து வருவதற்காக அடுப்படிக்குச் சென்றாள். நாங்கள் கதவின் நிலைப்படியிலேயே நின்றிருந்தோம். அப்பா, குவித்து வைத்திருந்தச் சோற்றின் நடுப்பகுதியிலிருந்து ஒரு கவளம் உருட்டியெடுத்தார். நாங்கள் ஆசையோடு பார்த்துக்கொண்டு நின்றிருந்த அந்தக் குழம்பில் கவளத்தை முக்கியெடுத்து அப்படியே வாயிலிட்டார்.

‘சை... இதென்ன குழம்பு இது. உப்புமில்லே, உறைப்புமில்லே, குழம்பா இது, குழம்பு’ என்றவாறே அதை பாத்திரத்துடன் எடுத்து முற்றத்தில் வீசினார். நான் ஓடிப்போய், கொட்டியதுபோக பாத்திரத்தில் மிச்சமிருந்த குழம்பின்மீதான என் உரிமையை நிறுவிக் கொண்டேன். அப்போது அம்மா மற்றக்கூட்டுக் கறிகளுடன் அங்கே வந்தாள். “இது ஒரு குழம்பு ...” அப்பா அம்மாவைப் பார்த்துக் கோணலாகப் பழித்துக்காட்டினார், “கொஞ்சம் சீரகமிளகு அரை.” அம்மா, தோட்டத்திற்கு ஓடினாள். சீரகமிளகு பறித்து உப்பு சேர்த்துத் துவையல் அரைத்தாள். துவையலும் தேங்காய் எண்ணெய்க் குப்பியுமாக திரும்பி வந்தாள். ஆவேசம்பூண்டு

ஆடிக்கொண்டிருந்த அப்பா அந்த மிளகுத் துவையலைத் தொட்டுச் சாப்பிட்டார். "வாய்க்கு ருசியா ஏதாவது சாப்பிடணும்னா பேசாம ஓட்டலுக்குப் போயிட வேண்டியதுதான்" என்று தனக்குத் தானே சொல்லிக் கொண்டு எழுந்து கை அலம்பினார்.

அப்பாவுக்கான இரவு ஆகாரங்களை அம்மா, ஏணிப்படிக்குக் கீழே கொண்டுவந்து வைத்து விடுவாள். இரவு வெகுநேரத்திற்குப் பிறகுதான் அப்பா வருவார். பெரும்பாலும் மூக்குமுட்டக் குடித்திருப்பார். ரொம்ப மகிழ்ச்சியோடு எங்களை எல்லாம் கூப்பிட்டுப் பக்கத்தில் உட்காரவைத்துப் பேசுவார். குடித்து விட்டால் சொன்னதையே திரும்பத் திரும்பச் சொல்லிக்கொண்டிருப்பது அப்பாவின் வழக்கம். ரோட்டோரத்தில் பசுவைக் கட்டிப்போட்டிருந்த கயிறு இடறிக் கீழே விழுந்ததையும் பாய்ந்து வந்த லாரி திடீர் பிரேக்கிட்டு நின்றதையும் அப்பா அடிக்கடிச் சொல்வார். ஒரு தடவை இதைச் சொல்லி முடித்துவிட்டு சாப்பிடக் கையை அலம்புவதற்காக அப்பா வெளியே சென்றபோது "அப்படியும் சாகவில்லையே" என்று அம்மா குறைபட்டுக்கொண்டதும் எனக்கு நினைவிருக்கிறது.

அப்பா, கோபத்தையும் சந்தோஷத்தையும் வெளிப்படுத்த இப்படியான சில வினோத வழக்கங்களையும் வைத்திருந்தார். அப்பா ஒரு திறமையான கைப்பந்து விளையாட்டு வீரராகவுமிருந்தார். விளையாட்டுப் போட்டியில் கலந்து கொள்ள அப்பா சென்றது எனக்கு நன்றாக நினைவிருக்கிறது. சீட்டு விளையாட்டுப் பழக்கமும் அப்பாவிடமிருந்தது. ஓணம், விசு போன்ற பண்டிகைத் தினங்களில் விருந்துண்பதற்கென அப்பா சில நண்பர்களையும் அழைத்து வருவார். அவருக்கு நிறைய நண்பர்களுமிருந்தார்கள். என் சிறு வயதில், அப்பா எல்லா அர்த்தங்களிலுமே வாழ்க்கையை அனுபவித்து வாழ்ந்த ஒரு மனிதராகவே இருந்தார். அப்போதையே அவரது நண்பர்களில் யாருமே இன்று உடல்நிலை சரியில்லாமலிருக்கும் அவரைப் பார்க்கவும்கூட வருவதில்லை.

நட்புறவுகளோ, சமூகஉறவுகளோ எதுவுமே இல்லாமல் அடுப்படியில் மட்டுமே ஒதுங்கி, வீட்டிற்கு வெளியிலுள்ள உலகம் எப்படியிருக்கும் என்று தெரியாமல், எல்லா மன உணர்வுகளையும், சிந்தனைகளையும் தனக்குள் புதைத்து 'நல்ல குடும்பப் பெண்'ணாக அம்மா வாழ்ந்தாள். இப்படி ஏராளமான பெண்கள்... தங்களுக்கென தனிப்பட்ட எந்தவித ஆர்வங்களுமின்றி, யாருடையவோ மகிழ்ச்சிக்காகவும் இன்பத்திற்காகவும் திருப்திக்காகவும் தங்களையே வேள்வித் தீயாக்கி...

2. சிறுவயதும் கல்வியும்

என்னைப் பள்ளிக்கூடத்தில் சேர்த்த அன்று, அம்மா பிரசவத்திற்காக தாய்வீட்டிற்கு அழைத்துச் செல்லப்பட்டாள். என்னையும் தங்கையையும் அம்மா கூடவே கூட்டிச் சென்றாள். ஊரில் நன்மண்டாவிலுள்ள மாப்பிளா பள்ளிக்கூடத்தில் நான் ஒன்றாம் வகுப்பில் சேர்க்கப்பட்டேன். நான் நன்றாகப் படித்தேனா என்பதெல்லாம் எனக்கு ஞாபகமில்லை. ஆனால், விஜயன் சாரை மட்டும் எனக்கு நன்றாக நினைவிருக்கிறது. சாருக்கு என்மீது அதிகப் பிரியமிருந்தது.

கொஞ்ச நாள் அப்படியாக பள்ளிக் கூடத்திற்குப் போனபிறகு ஒரு ஓணப் பண்டிகைக் காலத்தில் அம்மா ஐந்தாவது பெண் குழந்தையைப் பெற்றெடுத்தாள். நல்ல வெளுப்பாக, சுருண்ட முடியுடன் அழகான குழந்தை. மூன்று மாதமானபோது என் படிப்பு தடைபட்டது. டிசம்பர் மாதத்தில் திரும்பவும் நாங்கள் பழைய வீட்டிற்கு வந்தோம்.

அடுத்த வருடம் என்னையும் தங்கை கீதாவையும் சேர்த்து ஒன்றாம் வகுப்பில் சேர்த்தார்கள். கோளியாடி பள்ளிக்கூடத்தில்தான் நான் துவக்கக் கல்வி பயின்றேன். மூத்த அக்காவான வசந்தி, எனக்கு நினைவு தெரிந்த நாளிலிருந்தே அம்மாவின் வீட்டில்தான் தங்கிப் படித்து வந்தாள். இரண்டாவது அக்கா வனஜா, ஆறாம் வகுப்பில் படிக்கும்போது நாங்கள் ஒன்றாம் வகுப்பில் சேர்க்கப்பட்டோம். அக்காதான் எங்களையும் பள்ளிக்குக் கூட்டிச் செல்வாள். மத்தியானம், வட்டமாக அமர்ந்து சாப்பிடுவோம். சாப்பிட்டபிறகு வயதில் பெரிய மாணவிகள் அந்த இடங்களை சுத்தம் செய்வார்கள். ஒவ்வொரு நாளும் வகுப்புகளை சுத்தம் செய்வது அந்தந்த வகுப்புகளிலுள்ள மாணவிகள்தான். மாணவர்களுக்கு பெஞ்சுகளை நீக்கி வைக்கும் வேலை மட்டும்.

மத்தியானச் சாப்பாட்டிற்குப் பிறகு பெண்கள் சுட்டி விளையாடவும் ஆண்கள் கோலி விளையாடவும்

செல்வார்கள். இவர்கள் விளையாடிக் கொண்டிருக்கும் கற்களையும் கோலிகளையும் கலைத்துப்போட்டு விடுவதும் எடுத்துக்கொண்டு போய்விடுவதும் சில மாணவர்களின் வினோதம். இவர்களைக் கண்காணிப்பதற்கென்று இரண்டு பேரைக் காவலுக்கு நிறுத்திவிட்டு மற்றவர்கள் விளையாடுவார்கள். அப்படிக் காவல் நிற்பவர்கள் பெரும்பாலும் எங்களைப் போன்ற சிறுமிகளாகவே இருப்பார்கள். மாணவிகள் ஒருபோதுமே இப்படி, விளையாடுபவர்களுக்கு இடைஞ்சல் செய்வதில்லை.

ஒரு சர்க்கஸ் வித்தை

பள்ளிக்கூட விடுமுறைக் காலம் நெருங்கும்போது வழக்கமாக நாடோடிகளான சர்க்கஸ் வித்தைக்காரர்கள் எங்கள் ஊரான மாடக்கரைக்கு வருவார்கள். கூடாரம் அமைத்து ஒருசில மாதங்கள்வரை சர்க்கசும் தெரு நாடகங்களும் பிற கலை நிகழ்ச்சிகளும் நடத்துவார்கள். நாங்கள் இந்த நிகழ்ச்சிகளைப் பார்க்க தினமும் போவோம். வீட்டிற்கு வந்த பிறகு அதுபோலவே செய்து எல்லாரையும் சிரிக்க வைப்பதையும் பயமுறுத்துவதையும் நானும் கீதாவும் வழக்கமாக வைத்திருந்தோம்.

ஒருநாள் நடந்த சர்க்கஸ் வித்தையின் கடைசி நிகழ்ச்சி சற்றுப் பயங்கரமாக இருந்தது. ஒரு பெரிய குழிதோண்டி அதில் ஒரு ஆளைப்போட்டு மூடினார்கள். பிறகு அதன் மீது புற்களை அள்ளிப்போட்டு தீ வைத்தார்கள். சிறிது நேரத்திற்குப் பிறகு மண்ணை நீக்கியதும் மண்ணுக்குள் புதைக்கப்பட்ட அந்த ஆள் சிரித்தபடியே மேலே ஏறி வந்தார். மறுநாள் காலையில் நான் அடுப்படியிலிருந்து ஒரு தீப்பட்டியை எடுத்து கீதாவையும் அழைத்துக் கொண்டு வீட்டின் புழக்கடைப் பக்கம் போனேன். அங்கே சேனைக்கிழங்கு பிடுங்கி எடுத்த ஒரு பள்ளமிருந்தது. பெரிய கிழங்கு என்பதால் பள்ளமும் பெரிதாகவே இருந்தது. கீதாவிடம் நான் மெதுவாக சொன்னேன்:

"நாம இன்னைக்கு சர்க்கஸ் காட்டுவோமா?" கீதா சம்மதித்தாள். அவளுக்கு மகிழ்ச்சி, ஒரு சிறு மண்வெட்டியை எடுத்து குழியை மேலும் கொஞ்சம் ஆழமாகத் தோண்டினேன். கீதாவை அதில் கால்களை மடித்து குப்புறப் படுக்க வைத்தேன். மண்வெட்டியால் மண்ணைத் தோண்டிப் போட்டு அவசர அவசரமாக அவளை நன்றாக மூடினேன். உச்சந்தலையில்

முடியை மூடும்போது அது மேலே மேலே எழும்பிக் கொண்டிருந்தது. நான் தலையை அழுத்திப் பிடித்து மண்ணைப் போடும்போது அம்மா எங்கிருந்தோ ஓடி வந்தாள். "அய்யய்யோ..." என்றலறியபடியே என்னைத் தள்ளிவிட்டு குழியிலிருந்து கீதாவைத் தூக்கினாள். அவள் உயிர்போகும் அவஸ்தையுடன் நின்று தலையை உயர்த்திப் பிடித்து கண்கள் பிதுங்க மூச்சு வாங்கினாள். அந்த நேரத்தில் அம்மா அன்று அங்கே வந்ததால்தான் கீதா இப்போது வாழ்ந்து கொண்டிருக்கிறாள்.

பிரியமுள்ள தோழன்

ஒன்றாம் வகுப்பில் எனக்கு மிகவும் பிடித்த ஒரு நண்பன் இருந்தான். அவனது பெயர் மாதவன். அவனுடைய குடும்பத்தினர் கல்வியறிவில்லாதவர்கள். வீட்டில் அவனை மாதன் என்று அழைப்பார்கள். ஆகவே, அவன் எல்லா இடத்திலும் மாதன்தான். மாதவன் மூப்பன் (ஆதிவாசி) சமூகத்தைச் சேர்ந்தவன். பொருளாதாரரீதியிலும் பின்தங்கிய நிலையிலிருந்த குடும்பம் அது. எனவே, சிலேட்டும் புத்தகமும் பென்சிலுமெல்லாம் அவன் தேவைக்குக் கொண்டு வந்திருக்க மாட்டான். நான் என்னிடமிருப்பதை அவனுக்குக் கொடுப்பேன். 'நேற்றைக்கு வாங்கித் தந்த சிலேட் எங்கே, பென்சில் எங்கே' என்று வீட்டில் கேட்டால் உடனே 'மாதனுக்குக் கொடுத்து விட்டேன்' என்று சொல்லி விடுவேன். சிலேட்டையும் புத்தகங்களையும் திருப்பி வாங்கி விடுவேன். பென்சிலைத் திரும்பக் கேட்க மாட்டேன். ஒவ்வொரு நாளும் ஒவ்வொரு துண்டு பென்சில் மாதனுக்குக் கொடுப்பேன். இப்படிக் கையில் கிடைப்பதை எல்லாம் மாதனுக்குக் கொடுப்பதால் அக்காவும் கீதாவும் என்னை மாதன் மாதன் என்று கேலி செய்வார்கள், நான் பெருங்குரலில் அழுவேன். எனது பிரியமுள்ளத் தோழன் ஒன்றாம் வகுப்பிலேயே படிப்பை நிறுத்திக்கொண்டான். பிறகு, அவனது வீட்டிலுள்ள மாட்டை மேய்க்கத் துவங்கினான். பல வருடங்களுக்குப் பிறகு மாதன் ஒரு முழுக்குடிகாரனாக மாறி, மாடக்கரை கடை வீதியில் சண்டித்தனங்கள் செய்ய ஆரம்பித்தான். பிறகு அவன் என்னிடம் பேசுவதில்லை. ஆனால் திருமணத்திற்குப் பிறகு ஆள் அடியோடு மாறிவிட்டான். இப்போதெல்லாம் இப்படிக் கூத்தடிப்பதில்லை, குடிப்பதையும் நிறுத்தி விட்டான் என்றுதான் ஊரிலுள்ளவர்கள் சொல்கிறார்கள். இப்போதும் மாதனை மாடக்கரையில் வைத்துக் காணும் போது

வேதனையோடு கவனிப்பேன். அவன் என்னைக் கண்டது போலவே பாவிக்க மாட்டான்.

பயந்தோடினேன்

நாங்கள் நான்காம் வகுப்பில் படித்துக்கொண்டிருக்கும் போது ஒரு நாள் நானும், கீதாவும், உஷாவும், ஷீபாவுமாக (சித்தப்பாவின் மகள்) நடந்து வந்து கொண்டிருந்தோம். எப்போதுமே கீதா முன்னால் ஓடுவது வழக்கம். வயதில் குறைந்தவர்களைக் கவனித்துக் கொள்ளும் பொறுப்பு எனக்கும் உஷாவுக்கும். ஆறாம் வகுப்பில் படிக்கும் சோசாம்மா, கீதா ஓடியதும் என்னைப் பின்புறமிருந்து தள்ளிவிட்டாள். அவள் விளையாட்டுக்குத் தான் தள்ளினாள் என்றாலும் விழப்போனதால் எனக்குக் கோபம் வந்துவிட்டது. கையில் வைத்திருந்த குடையால் நான் அவளது தலையில் ஓங்கி அடித்தேன். அடி, பலமாகப் பட்டு இரத்தம் வந்தது. அவள் வீட்டுக்கு ஓடினாள். அவளுடைய வீட்டின் கீழ்ப்புறமிருக்கும் பாதை வழியாகத்தான் எங்கள் வீட்டுக்குப் போக வேண்டும். அந்த வீட்டையடுத்து வயல், நாங்கள் வயலின் கீழ்ப்புறமிருக்கும் ரோட்டுக்கு வரும்போது சோசாம்மாவின் தாத்தா கையில் ஒரு கம்புடன், "அங்கே நில்லு... அங்கே நில்லு..." என்று சத்தமிட்டவாறே எங்களைப் பார்த்து ஓடிவந்து கொண்டிருந்தார். இந்தக் காட்சி கண்ணில்பட்டதுதான் தாமதம், கீதா, பிடித்தாள் ஒரு ஓட்டம், பின்னால் விஜிமோளின் கையைப் பிடித்தபடி நானும் ஷீபாவின் கையைப் பிடித்தபடி உஷாவும் ஓடினோம். அவர் ரோட்டுக்கு வந்து சேருவதற்குமுன் நாங்கள் கொஞ்ச தூரம் ஓடிவிட்டிருந்தோம். திரும்பவும் ஓடி தொலைவில் போய் நின்று திரும்பிப் பார்த்தோம். பாதையில் ஒரு சிறு வளைவு இருந்ததால் அவரைப் பார்க்க முடியவில்லை, உடனே நாங்கள் ஒரு குறுக்கு வழியாக ஓடினோம். அப்போது தங்கைகள் இரண்டுபேரும் தளர்ந்துபோய் விட்டார்கள். உஷாவின் கையிலிருந்து விடுவித்துக் கொண்டு எதிரே வந்த ஒரு ஆளைக் கட்டிப் பிடித்து மூச்சு வாங்கிய ஷீபா, ஓடமுடியலே ஓடமுடியலே என்று சொல்லி அழுதாள். நாங்களும் பயந்துபோய் அவரது பக்கத்திலேயே நின்றோம். எதுக்கு இப்படி ஓடணும், மெதுவா நடங்க என்று மட்டும் சொல்லிவிட்டு அவர் பாட்டுக்கு ஷீபாவின் கையை விலக்கி விட்டு நடந்துவிட்டார். அதன்பிறகு நாங்கள் ஓடவில்லை. வீட்டின் பக்கத்தில் வந்ததும் நான் குடையை விரித்து அதன்

கம்பிகளை எல்லாம் வளைத்தேன். நாளை, பள்ளிக்கூடத்திற்குச் சென்ற பிறகு சோசாம்மாவை எதற்காக அடித்தாய் என்று சார் கேட்கும்போது என் குடையில் கம்பிகளை அவள் வளைத்ததால் அடித்தேன் என்று சொல்லிவிடலாமே. அவள் பிடித்துத் தள்ளியதை என்னால் நிரூபிக்க முடியாவிட்டால் என்ன செய்வது? அதிர்ஷ்டவசமாக மறுநாள் ஆசிரியர்களோ, சோசாம்மாவின் தாத்தாவோ யாருமே எங்களிடம் இதைப் பற்றி கேட்கவில்லை. தலையில் பிளாஸ்திரியுடனும் வீங்கிய முகத்துடனும் சோசாம்மா என்னைக் கொஞ்ச நாட்கள் முறைத்துப் பார்த்தாள். சோசாம்மாவின் வீட்டின் முன்புறப் பாதை வழியாக நடக்கும் போதெல்லாம் கொஞ்ச நாட்களாக ஒரு சிறுபயம் எங்களுக்கு இருந்து கொண்டிருந்தது.

உண்ணி வாறான்... உண்ணி வாறான்...

எங்கள் பள்ளிக்கூடத்தின் கீழ்ப்பகுதியில் ஒரு கிணறு இருந்தது. அந்தக் கிணற்றில் எப்போதுமே நீர் நிரம்பி வெளியேறிக்கொண்டிருக்கும். உண்ணி என்பவருக்குச் சொந்தமானது அந்தக் கிணறு. காலையில் வேலைக்குப் போய் விடும் அவர், எங்களைப்போன்ற வாண்டுகளின் தொந்தரவின் காரணமாக எப்போதும் கிணற்றின் பக்கத்திலுள்ள வழிப்பாதையை வேலி போட்டு மறைத்திருப்பார். பள்ளிக்கூடத்தில் தண்ணீர் வசதியில்லை என்பதால் எங்களில் யாராவது வேலி போட்ட அன்றே அதை உடைத்தும் விடுவார்கள். கிணற்றிலிருந்து தண்ணீர் வெளியேறும் ஒரு நீர்ச்சால் இருந்தது. அந்தச் சாலில் வைத்துப் பாத்திரங்களைக் கழுவி விட்டு கிணற்றிலிருந்து பாத்திரங்களில் தண்ணீர் மொண்டு குடிப்போம். சிலர் எச்சில் கையோடு பாத்திரத்தைக் கிணற்றிலிட்டு தண்ணீர் எடுப்பார்கள்.

அந்த வீட்டில் ஒரு பெரியம்மா இருந்தார். அவர் எங்களை எதுவுமே சொல்லமாட்டார். அவருக்கு எங்கள் மீது கோபமும் கிடையாது. பிரியமும் கிடையாது. அவரது முகம் எப்போதுமே உணர்வற்றத் தன்மையுடனிருக்கும். அவர் தன் மகனின் தலையைக் கண்டதுமே சொல்வார். “மக்களே... உண்ணி வாறான்.” இதைக் கேட்டதுமே நாங்கள் ஏதோ புலி வருது என்று சொல்வதைப்போல் பயந்துபோய் உயிரைக் கையில் பிடித்துக்கொண்டு ஓடிவிடுவோம். ஆனால், உண்ணி ஒருபோதுமே எங்களைத் திட்டியதாக எனக்கு நினைவில்லை, என்றாலும் எங்களுக்கெல்லாம் உண்ணியைப்

பார்த்தாலே பயமாக இருக்கும். பள்ளிக்கூடத்தையடுத்து ஒரு புளிய மரமிருந்தது. அதிலிருந்து ஒரு புளிகூட அவருக்குக் கிடைக்காது. நேரம் கிடைக்கும்போதெல்லாம் நாங்கள் கம்பால் அடித்துக் கீழே விழுவதைப் பொறுக்கி விடுவோம். அந்தத் தோட்டத்திலிருந்து காப்பியும் மிளகும் மற்ற விளைபொருட்களும் சேதாரமில்லாமல் அவருக்குக் கிடைக்கத் துவங்கியது சமீப காலத்தில்தான். பள்ளிக் கூடத்தை புதிய நிர்வாகம் ஏற்றபிறகு பள்ளிக்கட்டடத்தை மேற்பக்கமாக உயர்த்திக் கட்டியதுடன் சொந்தமாக ஒரு கிணறும் தோண்டியிருக்கிறார்கள்.

அதுதான் ரிலே... அதுபோல ஓடணும்

ஒவ்வொரு ஆண்டும் பள்ளிக்கூடத்திலிருந்து எங்களை விளையாட்டுப் போட்டிகளில் கலந்துகொள்வதற்கு அழைத்துச் செல்வார்கள். நாங்கள் கலந்து கொள்ளும் சில போட்டிகளை அந்த விளையாட்டு மைதானத்தில் வைத்து அப்போதுதான் முதன் முதலாகப் பார்ப்போம். ஓடுவதிலும் குதிப்பதிலுமெல்லாம் நாங்கள் திறமையானவர்கள்தான். ஆனால், பயிற்சி என்ற ஒரு விஷயத்தைப் பற்றி நாங்கள் அதுவரை கேள்விப்பட்டதே இல்லை. நான் ஏழாம் வகுப்பில் படித்துக் கொண்டிருக்கும் போதுதான் முதன் முதலாக, சீனியர் பிரிவு மாணவிகளான நான் உட்பட்ட எங்கள் டீம் தொடர் ஓட்டத்தில் பங்கெடுத்தது. ஜூனியர் பிரிவு மாணவிகளுக்கானப் போட்டி ஒலிபெருக்கியில் அறிவிக்கப்பட்டதும் எங்கள் பள்ளியின் அரபி வாத்தியார் எங்களையெல்லாம் அழைத்துக்கொண்டு மைதானத்தின் பக்கத்தில் சென்று மாணவிகள் குச்சிகளுடன் ஓடுவதைக் காட்டிச் சொன்னார். "பாத்துக்கிடுங்க. அதுதான் ரிலே... அதுபோல ஓடணும்."

அடுத்தது, சீனியர் பிரிவு மாணவிகளின் தொடர் ஓட்டம். நாங்கள் குச்சிகளுடன் போட்டிக்குத் தயாரானோம். நான் முன்னால் ஓடினேன். இரண்டாவதாகவோ மூன்றாவதாகவோ வந்து இரண்டாவது மாணவியிடம் பாட்டனை ஒப்படைத்தேன். இறுதி லாப்பில் ஓடவேண்டியது லதா என்ற மாணவி. அவளுடைய கையில் பாட்டன் கிடைத்தபோது முன்னால் ஓடிக்கொண்டிருந்த எதிர் டீமின் மாணவி சுமார் இருபது மீட்டர் முன்னால் போயிருந்தாள். அந்த மாணவியின் கையிலிருந்த பாட்டன் எப்படியோ தெறித்து கீழே விழுந்து விட்டது. அவள் அதை எடுப்பதற்காகத் திரும்பி வந்தாள். இதைப் பார்த்ததும்

லதா ஓடுவதை நிறுத்திவிட்டு அவள் வருவதை எதிர்பார்த்து நின்று விட்டாள். மற்ற இரண்டு மாணவிகளும் லதாவை விட மிகவும் பின் தங்கியிருந்தார்கள். நாங்கள் எல்லாரும் கை தட்டி ஆர்வத்துடன் அப் அப் என்று சொல்லி உற்சாகப் படுத்திக்கொண்டிருந்தோம். லதா நின்றதும் நாங்கள் அப் சொல்வதையும் நிறுத்திவிட்டோம். உடனே சார் சத்தமாகச் சொன்னார். "லதா ஓடு... காத்து நிக்காதே... ஓடு." இதைக் கேட்டதும் லதா திரும்பவும் ஓடினாள். அப்படியாக நாங்கள் தொடர் ஓட்டப்பந்தயத்தில் வெற்றி பெற்றோம்.

விளையாட்டுப் போட்டிகளில் பெண்கள் பின்தங்கியிருப்பதற்கானக் காரணங்களுக்கு இதை ஒரு உதாரணமாகச் சொல்ல முடியும். ஓய்வு நேரங்களில் ஆண்கள் வழக்கமாக விளையாட்டுகளில் ஈடுபடுவதுண்டு. விடுமுறை நாட்களிலெல்லாம் அவர்கள் மைதானங்களிலும் வயல்வெளிகளிலும் சாலையோரங்களிலும் பல்வேறு விளையாட்டுகளில் ஈடுபடுவார்கள். ஆகவே, இது சம்பந்தமான விதிமுறைகளையும் அவர்கள் தெரிந்திருப்பார்கள். விளையாட்டுப் போட்டிகளுக்குத் தேவையான முக்கியத்துவமளிப்பதற்கு இன்றும்கூட பெரும்பாலான கல்வி நிறுவனங்கள் முன்வருவதில்லை. கல்விக்கூடங்களில் உடற்பயிற்சி ஆசியர்கள் கூட கிடையாது. ஆகவேதான் திறமைசாலிகளை இனம் கண்டு கொள்ளவும் அவர்களை உற்சாகப்படுத்தவும் நம்மால் இயலாமல் போய்விடுகிறது.

முன்னூறு பக்க புத்தகம்

நானும் கீதாவும் உயர்வகுப்பில் சேர்ந்தோம். ஒரே வகுப்பு, ஒரே பெஞ்சு. ஒன்றாம் வகுப்பு முதல் பத்தாம் வகுப்புவரை க்ளாஸ் லீடராக அல்லது டெபுடி லீடராக நான் இருந்தேன். கீதாவிடம் எல்லாவற்றிலும் எனக்கு முன்னால் வந்துவிடவேண்டுமென்ற பிடிவாதம் மட்டுமிருந்தது. ஒருநாள், அப்பா மர வியாபாரம் முடிந்து வீட்டுக்கு வந்தபோது சில நோட்டுப் புத்தகங்கள் வாங்கிக் கொண்டு வந்தார். ஒவ்வொன்றிலும் இரண்டு வீதமிருந்தது. அட்டைப் படத்திலும்கூட வித்தியாசமிருக்கவில்லை. கணக்குப் புத்தகம் மட்டும் அப்படிக் கிடைக்காததால் ஒன்று இருநூறு பக்கமும் மற்றொன்று முன்னூறு பக்கமுமாக இருந்தது. அப்பா வரும்போது கீதா வீட்டிலில்லை. எனக்கானதை நான் முதலில் எடுத்துக்கொண்டேன். கூடவே, முன்னூறு பக்க

நோட்டுப் புத்தகத்தையும். கீதா வந்ததும் அவளுடைய புத்தகங்களையும் என்னுடைய புத்தகங்களையும் பார்த்தாள். அவளிடமில்லாததும் என்னிடம் மட்டுமிருந்ததுமான முன்னூறு பக்க நோட்டுப் புத்தகத்தில் அவளது பார்வை பதிந்தது. திடீரென என்னிடமிருந்து அதைப் பறித்து வாங்கி விட முயற்சி செய்தாள். நான் விலகிக் கொண்டேன். திரும்பவும் என்னிடம் மல்லுக்கு வந்தாள். நான் புத்தகங்களை நெஞ்சோடு அணைத்துப் பிடித்துக்கொண்டேன். எந்த முன்னறிவிப்புமில்லாமல் உடனே தரையில் படுத்து உருண்டபடி கதறி அழத் துவங்கி விட்டாள். 'அய்யோ அப்போ.... அய்யோ அப்போ... எம் பொஸ்தவத்தைத் தா... எம் பொஸ்தவத்தைத் தா...' அவள் எதையுமே வீம்புப் பிடித்து சாதித்து விடும் சுபாவமுள்ளவள். அம்மாவும் அப்பாவும் வனஜாக்காவும் ஓடி வந்தார்கள். அம்மா வந்ததுமே கீழே கிடந்து உருண்டுகொண்டிருந்தவளுக்கு இரண்டு அடி வைத்தாள். அவளுக்குப் பிடிவாதம் அதிகரித்தது. 'வாயை மூடுடி', அப்பாவும் அவளை அடிப்பதற்காக ஒரு கம்பை ஒடித்தெடுத்தார். அப்போது அழுகைக்கு வீரியம் கூடியது. காலையில் துவங்கிய அழுகையை மதியம் வரைத் தொடர்ந்துகொண்டிருந்தாள். கடைசியில் வனஜாக்கா வந்து சொன்னாள்: 'வினயா, எந்தங்கம் அந்தப் பொஸ்தவத்தை அவளுட்டே குடுத்துரு. அவ எப்படியும் போவட்டு. அவளைவிட நீதானே நல்லாப் படிக்கிறவ. அத அவளுட்டேயே குடுத்துரு. அவளோட வீம்புக் கொறையட்டும்'. நான் சம்மதித்து புத்தகத்தை வனஜாக்காவிடம் கொடுத்தேன். வனஜாக்கா அதை அவளது பக்கத்தில் போட்டுக் கொடுத்தாள். புத்தகம் கிடைத்த உடனே சுவிட்ச் அழுத்தியது போல் கீதாவின் அழுகை நின்றுவிட்டது. அதற்குப் பதிலாக அந்த இருநூறு பக்கம் கோடில்லாத புத்தகத்தை நான் எடுத்துக்கொண்டேன்.

தனிப்பட்டவகையில் பெரிய அளவிலான பிடிவாதங்கள் எதுவுமில்லாமல் இருந்த என்னை, சமூகம் சார்ந்த பல பிடிவாதக்குணங்கள் விடாமல் வேட்டையாடிக் கொண்டிருந்ததென்பது பிறகு நிகழ்ந்த விஷயம்.

சித்தப்பா பட்டாளத்திலிருந்து வந்தார்

நாங்கள் மூன்றாம் வகுப்பில் சேர்ந்தபோது சித்தப்பாவின் மூத்த மகள் - உஷாவை நாங்கள் படிக்கும் பள்ளிக்கூடத்தில் இரண்டாம் வகுப்பில் சேர்த்தார்கள். உஷா மிகவும் அழகாக இருப்பாள். அவளது நெற்றிப் பகுதியிலுள்ள தலைமுடி சீராக

வெட்டி அழகாக சீவியொதுக்கப்பட்டிருக்கும். சித்தி, அவளது கன்னத்தில் கண் மையால் ஒரு திருஷ்டிப் பொட்டு வைத்து விடுவாள். யாரும் காணாமல் நானும் அதுபோல் வைத்து கண்ணாடியில் பார்ப்பேன்.

அவளது அப்பா ராணுவத்திலிருந்தார். அம்மாவும் அப்பாவுடன் தானிருந்தாள். உஷாவை வயநாட்டில் சேர்த்தபிறகு சித்தியும் குழந்தைகளும் எங்கள் வீட்டின் பக்கத்திலிருந்த மற்றொரு புற்கூரை வேய்ந்த வீட்டில் வந்து தங்கினார்கள். முன்பு, எங்கள் வீட்டைப் புதிதாகக் கட்டிய போது பாத்திரப் பண்டங்களுடன் நாங்கள் தங்கியிருந்த வீடு அது. அப்பாவுக்கு எங்களை விடவும் சித்தப்பாவின் பிள்ளைகளிடம்தான் அதிகமான பிரியம். எங்களை விளையாட்டுக்காட்டுவதற்கு நேரமில்லாத அப்பாவுக்கும், பெரியப்பாவுக்கும், அப்பாவின் மருமகனான கங்காதரன் அத்தானுக்கும் சித்தாப்பாவின் பிள்ளைகளுடன் விளையாடுவதற்கு மட்டும் நிறைய நேரமிருந்தது. பட்டாளத்திலிருந்து சித்தப்பா வருகிற நாளும் திரும்பிப் போவதற்கு முந்திய நாளும் சித்தப்பாவின் வீடு திருவிழாக் கொண்டாட்டத்துடனிருக்கும். சித்தப்பா வரும்போது எங்களுக்கும் மகிழ்ச்சியாக இருக்கும். ஊரில் கிடைக்காத நிறைய திண்பண்ட வகைகளை சித்தப்பா எங்களுக்கும் வாங்கி வருவார்.

சித்தப்பா திரும்பிப் போவதற்கு முந்திய நாள் அம்மாவும் நாங்களும் சித்தப்பாவின் வீட்டுக்குச் செல்வோம். சித்தப்பாவும், சித்தியும், பாட்டியும், அப்பாவுமெல்லாம் சித்தப்பாவின் குழந்தைகளுடன் கொஞ்சி விளையாடிக் கொண்டிருக்கும்போது யாருடனும் எந்தப் பராதியுமில்லாமல் அம்மா நீர் நிறைந்தக் கண்களுடன் சித்தப்பாவுக்குக் கொண்டு போவதற்கான பலாப்பழ சிப்ஸ் தயாரிக்கவோ, மாவிடித்துக்கொண்டோ நிற்பாள். அம்மா எதற்காக அழுகிறாள் என்று நான் பலமுறை யோசித்துப் பார்த்ததுண்டு. பிள்ளைகளான எங்களைத் தவிர அம்மாவுடன் வேறு யாரும் அதிகமாக பேசிக் கொள்வதெல்லாம் கிடையாது. எங்கள் வீட்டிலும் சரி, அப்பாவின் உறவினர்களது வீட்டிலும் சரி, அம்மா ஒரு வேலைக்காரியைப்போல்தான் வாழ்ந்து கொண்டிருந்தாள். சத்தம் வெளியே வராமல் அம்மா அழுவதை நான் பல தடவை பார்த்ததுண்டு.

முரவனும் முரத்தியும்

வீட்டில் ஒரு வேலைக்காரனும் வேலைக்காரியுமிருந்தார்கள். அவர்களுக்குக் குழந்தைகள் இல்லை. வயதில் பெரியவர்கள் என்பதால் நாங்கள் அவர்களை முரவன் என்றும் முரத்தி என்றும் சொல்வோம். அவர்களுக்கென்று சொந்த வீடில்லை. எங்கள் வீட்டின் பின்புறமுள்ள வராந்தாவில் அவர்கள் வசித்து வந்தார்கள். வெயில் காலங்களில் முற்றத்திலும், மழைக் காலங்களில் சமையலறையிலும் அடுப்புக் கூட்டுவார்கள். பகலில் எங்கள் வீட்டிலும் இரவில் தனியாக சமைத்தும் சாப்பிடுவார்கள். வீட்டில் முற்றத்தை சுத்தம் செய்வதும் தண்ணீர் எடுத்துக்கொண்டு வருவதும் முரத்தியின் வேலை.

ஐந்து ஏக்கர் விஸ்தீரணமுள்ள தோட்டத்தை தனியாளாக நின்று கொத்தவும் கிளைக்கவும் செய்வது முரவனின் வேலை. ஒரு முனையிலிருந்துத் துவங்கி மறுமுனைக்கு வந்துசேரும்போது திரும்பவும் துவங்கிய இடத்திலிருந்து கிளைக்க வேண்டியதாகி விடும். தோட்டத்தைக் கிளைப்பதற்கு முரவனைத் தவிர வேறு யாரையும் கூப்பிடுவது கிடையாது.

சாயங்காலம்வரை வீட்டில் வேலை செய்து விட்டு இரண்டு பேருமாகச் சேர்ந்து மாடக்கரைக்குச் செல்வார்கள். இரவு எட்டு மணிக்குதான் திரும்பி வருவார்கள். இரண்டுபேரும் அதிகாலையிலும் சாயுங்காலமும் சாயாக் கடையில் போய் சாயா குடிக்கவும் இரவில் சாராயம் குடிக்கவும் செய்வார்கள். முரத்தி, மார்க்கச்சைக் கட்டி, கால்மூட்டுவரை ஒரு அரைத்துண்டும் உடுத்தியிருப்பாள். இடுப்பில் கச்சைபோல் ஒரு சிவப்புத் துண்டையும் கட்டியிருப்பாள். அதை, உருமால் என்று சொல்வார்கள். பொதுவாக இந்த உருமால்கள் இரண்டு நிறங்களில்தானிருக்கும். சிவப்பு அல்லது கறுப்பு. உருமாலின் மேற்பகுதியில் மார்க்கச்சையின் கீழ் வயிற்றுப்பகுதியில் இடுப்புத் துண்டின் முந்தியில் எப்போதுமே ஒரு பொட்டலக் கட்டு இருக்கும். இந்தப் பொட்டலத்தில்தான் வெற்றிலைப் பையும் மற்றப் பொருட்களுமிருக்கும். முரத்தி, ஜாக்கெட் அணிய மாட்டாள்.

முரத்திக்கு என்னை ரொம்பப் பிடிக்கும். தினமும் மாடக்கரைக்குப் போய்விட்டு இரவு திரும்பி வரும்போது நாங்கள் மூன்று பேரும் முரத்தியின் பொட்டலக் கட்டைத் துழாவுவோம். அதில் எங்களுக்கு பருப்புவடையோ வெங்காய

பஜ்ஜியோ பன்னோ மடக்குஸ்தானோ* ஏதாவது ஆளுக்கொன்று வாங்கி வைத்திருப்பாள். நாங்கள் துழாவத் துவங்குவதற்குள் அவளாகவே ஆளுக்கொன்றாகத் தந்தும் விடுவாள். கீதாவும் விஜிமோளும் போனதும் ‘நின்னுக்கோ’ என்று சொல்லி எனக்குத் தனியாக வாங்கி வைத்திருப்பதைத் தருவாள். பெரும்பாலும் அது முரத்தி சாப்பிடுவதிலிருந்து எனக்கென்று எடுத்து வைத்ததாகவே இருக்கும். அப்படியாக எப்போதுமே எனக்கு இரண்டு பங்குகள் இருக்கும்.

எங்கள் வீட்டில் கிணறு இல்லையென்பதால் சற்றுத் தொலைவிலுள்ள ஆலைக்கல் எனும் வீட்டிலிருந்துதான் தண்ணீர் எடுத்துவர வேண்டும். நானும் கீதாவும் முரத்தியுடன் தண்ணீரெடுக்கச் செல்வோம். ஆலைக்கல் வீட்டின் முன்புறம் வழியாகத்தான் தண்ணீருக்குப் போகவேண்டும். முற்றத்தில் மண் கலயங்களைக் கவிழ்த்துக் காயவைத்திருப்பார்கள். அப்படிப்போகும்போது வீட்டில் யாருமே இல்லையென்று உறுதியாகத் தெரிந்தால் நானும் கீதாவும் கலயங்களின்மீது பாலன்சில் வேக வேகமாக நடப்போம். ‘கலயம் ஒடெஞ்சிரும் புள்ளெ ... கலயம் ஒடெஞ்சிரும் புள்ளெ’ என்று தலையில் கை வைத்தபடியே முரத்தி மெதுவாகச் சொல்வாள்.

முரத்திக்கும் முரவனுக்கும் அம்மாவிடமோ அப்பாவிடமோ பெரிய அளவில் மரியாதையோ பயமோ கிடையாது. அப்பாவை தம்புரான் என்றும் அம்மாவை பாப்பாத்தி என்றும் சொல்வார்கள், அவர்கள் சொல்வதைக் கேட்டு ஊர்க்காரர்களும் அப்படியே கூப்பிடத் துவங்கினார்கள். ஏதாவது சிறு தர்க்கம் வந்தால் போதும், தங்கியிருப்பது எங்களது வீட்டில் என்ற எண்ணம்கூட இல்லாமல் மல்லுக்கு நிற்பார்கள். இருந்தாலும், அவர்களுக்கு தம்புரானையும் பாப்பாத்தியையும் ரொம்பப் பிடிக்கும்.

அவ்வப்போது தகராறு ஏற்பட்டு அவர்கள் வீட்டிலிருந்து போய் விடுவதும் நடக்கும். கள்ளுக் குடித்து பூஸ்டானால் முரவன் அப்பாவைக் கெட்ட வார்த்தைகளால் திட்டுவார். அப்பாவின் காதில் விழுந்தால் அவர் முரவனை அடிப்பார். இப்படி நடக்கவேண்டுமென்றால் அப்பாவும் கொஞ்சம் பூஸ்டிலிருக்க வேண்டும். ‘போடா எறங்கி’ என்று சில சந்தர்ப்பங்களில்

★ பரோட்டாவை மடித்து எண்ணெயில் பொரித்தெடுத்து சர்க்கரைப்பாகில் அமிழ்த்தியெடுக்கும் ஒரு வகைப் பலகாரம்.

முரவனையும் சில சந்தர்ப்பங்களில் இரண்டு பேரையும் சேர்த்து வீட்டை விட்டுப் போகச் சொல்லி விடுவார். அன்றிரவு அவர்கள் மாடக்கரைக் கடைத் திண்ணைகளில் படுத்துத் தூங்குவார்கள். மறுநாள் காலையில் அப்பாவுக்கு குற்றவுணர்வு தோன்றிவிடும். மாடக்கரைக்குப் போய் முரவனிடமும் முரத்தியிடமும் மன்னிப்புக் கேட்டு அழைத்துக் கொண்டு வருவார். எங்களுக்கு இது புதிய ஒரு விஷயமாகத் தோன்றுவதே இல்லை.

அவர்கள் சமையல் செய்வதும் சுவாரஸ்யமாக இருக்கும். இரண்டு பேருமாகச் சேர்ந்து போய் சுள்ளிப் பொறுக்குவார்கள். அடுப்பில் தீயைப் பற்ற வைப்பார்கள். அப்போது ஊர்ச் சமாச்சாரங்களைப் பேசுவார்கள். சில வேளைகளில் சண்டையும் போடுவார்கள். முரவன், முரத்தியைக் கையால் ஒன்று கொடுத்து விட்டுத் திரும்புவதுதான் தாமதம், முரத்தி கையில் கிட்டும் எதையாவது எடுத்து முரவனின் முதுகில் ஒன்று போடுவாள். சில நேரங்களில் இவர்களின் தகராறு எங்கள் அமைதியைக் கெடுத்துவிடுவதுமுண்டு. ஒரு நாள் அடுப்பூதிக் கொண்டிருந்த முரத்தியின் பிருஷ்டத்தைக் குறிபார்த்து ஓங்கி ஒரு உதை விட்டார் முரவன். தடுமாறி விழப்போன முரத்தி பேசாமல் எழுந்து விலகிப்போய் விட்டாள், முரவன் உட்கார்ந்து குளிர் காய்ந்துக் கொண்டிருந்தார். திடீரென்று முரத்தி அம்மிக் குழவியை எடுத்து முரவனின் முதுகில் ஓங்கி ஒரு இடி இடித்து விட்டாள். அந்த இடியில் உள் காயமேற்ற முரவன் கொஞ்ச நாட்கள் இரத்த இரத்தமாகத் துப்பிக்கொண்டு நடந்தது எனக்கு நினைவிருக்கிறது.

ஒருநாள் அவர்களுக்குத் தெரிந்த ஒரு விருந்தினன் அங்கே வந்தான். அவர்களைத் தேடி இப்படி நிறைய விருந்தினர்கள் வருவார்கள். இப்போது வந்தவன் வாலிப வயதுள்ள ஒரு கூலிக்காரன். முரத்தி, சோறு பரிமாறிக் கொண்டிருந்தபோது நானும் அங்கே சென்றேன். வந்த நபருக்கு சோறு வைப்பதற்கான தட்டை அம்மாவிடமிருந்து வாங்கியிருந்தாள் முரத்தி. அம்மா கொடுத்த குழம்புடன் துவையலும் அரைத்து மிளகு சுட்டுவைத்திருந்தாள். முரத்தி மூன்று பாத்திரங்களை அருகருகே வைத்து சோறு பரிமாறினாள். முதல் பாத்திரத்தில் சோறு வைக்கும்போது நான் கேட்டேன்: "இது யாருக்கு?" "இது எனக்கு". முரத்தி சொன்னாள். அடுத்ததாக வைக்கும்போது கேட்டேன்; "இது முரவனுக்கு" என்றாள். மூன்றாவதாக,

கலயத்திலிருந்த சோற்றை அகப்பையால் வழித்துப் போட்டாள். இது யாருக்கென்று எனக்குத் தெரியும். இருந்தாலும் கேட்டேன்: "இது யாருக்கு?" "இது விருந்தாளிக்கு." முரத்தி சொன்னாள். பாத்திரங்களை வராந்தாவில் கொண்டுவந்து வைத்து மூன்று பேரும் சாப்பிட அமர்ந்தார்கள். நான் பக்கத்திலேயே நின்றிருந்தேன். விருந்தாளி வாயில் கடிபடும் கற்களை எடுத்து தனியாக வைத்துக்கொண்டிருந்தான். அவன் சாப்பிட்டு முடித்ததும் முரத்தி கேட்டாள். "சோறு வைக்கவா?" விருந்துக்காரன் பதற்றத்துடன் சொன்னான்: "வேண்டாம், வேண்டாம்... கிடைச்சதெல்லாமே தாராளமா போதும்." அவன் எழுந்து தட்டை அலம்பினான். இதைப் பார்த்த நான் வாயைப் பொத்திக் கொண்டு சிரித்ததும் ஞாபகத்திலிருக்கிறது.

முரத்திக்குக் கோபம் வந்தால் யாரை என்ன செய்வாள் என்றே தெரியாது. கோபம் அடங்குவதற்காக எதை வேண்டுமானாலும் செய்து விடுவாள். ஒரு நாள் தண்ணீர் எடுத்துக் கொண்டு வரும்போது ஒரு புதிய அலுமினியக் குடம் (இதை பானி என்று சொல்வோம்) என் தலையிலிருந்து கீழே விழுந்து ஒரு பக்கமாகச் சப்பிவிட்டது, மிச்சமிருந்தத் தண்ணீருடன் நான் வீட்டிற்கு வந்தேன். முற்றத்தில் வந்து சேர்ந்ததும் அம்மா என் தலையிலிருந்த பானியை வாங்கி பானியை எப்பிடிடீச் சப்பினே?' என்று கேட்டு என் கன்னங்களில் அறைந்தாள். மிளகு இலைகளைப் பொறுக்கிக் கூட்டி அதிலிருக்கும் மிளகு மணிகளை சேகரித்துக் காயவைத்து விற்று அம்மா அந்த பானியை வாங்கியிருந்தாள். அம்மா என்னை அடித்ததும் முரத்தி தனது தலையிலிருந்தத் தண்ணீர்க் குடத்தை இறக்கிக் கீழே வைத்துவிட்டு அம்மாவின் கையிலிருந்த பானியைப் பறித்து வாங்கி தண்ணீருடன் சிமெண்ட் தளத்தில் வைத்து இரண்டு முறை ஊக்கமாகக் குத்தினாள். அதன் சப்பாத பாகமும் சப்பியது. 'பெரீ...ய பாத்திரம்' என்று அம்மாவை முறைத்துப் பார்த்துச் சொல்லிவிட்டு பானியை அதிலேயே போட்டுவிட்டுப் போய்விட்டாள். பிறகு, வீட்டுக்கு வந்த பழைய பாத்திரக்காரனிடம் கொடுத்து அம்மா அதை மிகுந்த சிரமப்பட்டு சரி செய்து வாங்கினாள்.

நாங்கள் ஆறாம் வகுப்பில் படித்துக் கொண்டிருக்கும்போது முரத்தி இறந்து போனாள். முரத்தியின் இல்லத்தில் வைத்துதான் மரணம் நிகழ்ந்தது. முரவன், பிறகு கொஞ்சகாலம் வாழ்ந்திருந்தார். கீதாவின் திருமணத்திற்குப் பிறகுதான்

முரவன் இறந்து போனார். நோயில் கிடந்த முரவனை நானும் விஜிமோளும்தான் கவனித்துக்கொண்டோம். நோய்வாய்ப் பட்டிருக்கும்போது முரவனுக்கு அதிகமாகக் கோபம் வரும். ஒருநாள் என்னிடம் கஞ்சி வேண்டுமென்று தெளிவில்லாத குரலில் கேட்டார். நான் கஞ்சி கொண்டுவந்துக் கொடுத்தேன். அதில் போதுமான அளவில் தண்ணீர் இல்லையென்று அதை கோபத்துடன் நீக்கி வைத்தார். எனக்கும் கோபம் வந்து விட்டது. முரவனால் கோபப்பட மட்டும்தான் இயலும். தெளிவாகப் பேச முடியாது. நான் கோபப்பட்டதும் முரவன் என்னைப் பார்த்து பரிதாபமாக அழுதார். அது என்னை ரொம்பவும் பாதித்துவிட்டது. இது நடந்த மூன்றாவது நாள் முரவன் என் மடியில் கிடந்தே இறந்து போனார். இறந்ததை சொந்த பந்தங்களுக்குச் சொல்லியனுப்பிவிட்டு எங்கள் தோட்டத்தின் ஒரு மூலையில் முரவனை அடக்கவும் அப்பா ஏற்பாடு செய்தார். முரவனின் சடலத்தைக் கொண்டுபோக இருக்கும்போது கோபப்பட்டுப் பேசியதை நினைத்து நான் முரவனின் காலைப் பிடித்துக் கொண்டு அழுதேன்.

கதீஸா தாத்தா★

எங்களது தோட்டத்தில் காப்பி பறிப்பது, சண்டு களைவது போன்ற வேலைகளை ஒரு முஸ்லிம் குடும்பம் செய்து வந்தது. அந்த உம்மாவுக்கு ஆறு பிள்ளைகள், முதலில் ஒரு ஆணும் மற்றவர்கள் பெண் மக்களும். உம்மாவும் அவர்களுடன் வேலைக்கு வருவாள். எங்களது கூடப் பிறந்தவர்கள் போலவே அவர்களுமிருந்தார்கள். பெருநாள் வரும்போது அதிகாலையில் ஒரு பாத்திரம் நிறைய பலவகையான இனிப்புப் பதார்த்தங்களை எங்களுக்குக் கொண்டுவந்துத் தருவார்கள்.

தோட்டத்தில் ஆட்கள் அதிகமாக வேலை செய்யும் நாட்களில் என் அம்மாவுக்கு உதவியாக இருப்பவள் உம்மாவின் நாலாவது மகளாகிய ஸெய்னபா தாத்தாதான். வனஜாக்காவும் ஸெய்னபா தாத்தாவும் தோழிகள், உம்மாவின் பிள்ளைகளில் யாருமே மதரசாவிற்கோ பள்ளிக்கூடத்திற்கோ போனதே கிடையாது. இருந்தாலும் அவர்கள் குர்ஆனும் மலையாளமும் ஆங்கிலமுமெல்லாம் வாசிப்பார்கள். வனஜாக்காவும் ஸெய்னபா தாத்தாவும் அப்போது வாசிக்காத புத்தகங்களே இருக்க முடியாது. பொது விஷயங்களைப் பற்றியும் காப்பித்

★ கதீஸா அக்கா

தோட்டத்தில் வைத்து அவர்கள் சர்ச்சை நடத்துவார்கள். வலுவான ஆதாரங்களுடன் அரசியல் பேசுவதில் ஸெய்னபா தாத்தா கெட்டிக்காரி. ஆண்கள் யாரும் இல்லையென்றால் அம்மாவுக்குக் கூட்டுக்கறி வைப்பதற்காக பலா மரத்திலேறி தாத்தாதான் பலாக்காய் பறித்துக்கொடுப்பாள். ஸெய்னபா தாத்தாவும் அவளது தங்கையான நெபீசா தாத்தாவும் மலையாளத்தை தலைகீழாக வேகமாகவும் 'ஸ, ற, நா.' சேர்த்துமெல்லாம் பேசுவார்கள். எனக்கு அவர்கள் பேசுவது புரியாது. என்றாலும் பேசுவதைக் கேட்டுக் கொண்டிருப்பது ரொம்பப் பிடிக்கும்.

உம்மாவின் மூன்றாவது மகள்தான் கதீஸா தாத்தா. நன்றாகப் படிப்பாள். அவள் தலைகீழாகப் பேசுவதையும் 'ஸ' சேர்த்துப் பேசுவதையுமெல்லாம் நான் கேட்டதில்லை. வேலையில்லாத நாட்களில் தாத்தா சினிமாவுக்குப் போவாள். அல்லது ஆஸ்பத்திரிக்குப் போவாள். எதற்காகவாவது அவள் வீட்டிலிருந்து வெளியே கிளம்பி விடுவாள். பல நாட்களாகத் தொடர்ந்து வேலை செய்வதெல்லாம் அவளுக்குப் பிடிக்காது. அப்படி வேலையிருக்கும் நாட்களில் எதையாவது சொல்லி விட்டு அவள் வராமலிருந்து விடுவாள்.

தாத்தா, அடிக்கடி ஆஸ்பத்திரிக்குப் போவதும் எதையாவது சொல்லி மருந்து வாங்குவதும் வழக்கம். டவுணுக்குப் போவதில் அவளுக்கு அலாதியான விருப்பம், அதற்கான வாய்ப்பாகத்தான் அவள் ஆஸ்பத்திரிக்குப் போய்க் கொண்டிருந்தாள் என்று எனக்கு இப்போது தோன்றுகிறது. வந்த நோய்க்கும் வராத நோய்க்குமென்று அவள் நிறைய மருந்துகளையும் மாத்திரைகளையும் தின்றிருக்கிறாள். ஆஸ்பத்திரிக்குப் போவதை அதிகமாக யாரும் தடுப்பதில்லை என்பதால் இதை சுலபமான ஒரு காரணமாக வைத்திருந்தாள்.

அவ்வப்போது சினிமா பார்க்கவும் போய்விடுவதுண்டு. அவளுக்குத் தனியாகச் செல்வதில்தான் அதிக விருப்பம். அப்போதைய பல திரைப்படங்களையும் அவள் தனியாகவே போய் பார்த்திருக்கிறாள். வீட்டில் அவளுக்கு நிறைய எதிர்ப்புகளிருந்தன. வீட்டிலுள்ளவர்களுடன் அதிகமான வாக்கு வாதங்கள் நடத்தாமலேயே அவர்களை அடக்கி விடுவதில் தாத்தா பெரிய சாமர்த்தியக்காரி. மனதிலிருப்பதை வெளிப்படுத்துவதிலும் செய்து காட்டுவதிலும் அவள் மிகுந்த தன்திடமுள்ளவள்.

கதீஸா தாத்தா கண் மை தீட்டி புருவங்களிலும் மையிட்டுக் கொள்வாள். பசு, கன்றை நாவால் சுழற்றி வருடுவதுபோல் கொஞ்சம் முடியை தட்டத்திற்கு* வெளியில், நெற்றியில் தெரியும்படியாக, ஒரு விசித்திரமான வடிவத்தில் சீவியொதுக்கி, காதுகளுக்கிடையில் சொருகிவைத்திருப்பாள். இப்படியான அலங்காரத்திற்கு நீண்ட நேரத்தைச் செலவிட்டிருப்பாள் என்பது பார்க்கும்போதே தெரிந்து விடும். எப்போதுமே மகிழ்ச்சி நிரம்பியவளாகத் தோன்றும் தாத்தா நிறைய வெற்றிலை போடுவதுடன் இடுப்பில் எப்போதுமே வெற்றிலைப் பையுடன்தான் திரிவாள்.

தாத்தா ஒரு பெண்ணியவாதியும்கூட. ஒரு முறை நாங்கள் அனைவரும் காப்பி பறித்துக் கொண்டிருந்தபோது ஊரிலிருந்து வந்திருந்த எனது மூத்தம்மாவின் மகன் சத்யன் அண்ணன், பெண்களை இழிவாகச் சித்திரிப்பதுபோன்ற ஒரு பாடலைப் பாடினான். தாத்தாவுக்குக் கோபம் வந்தது. அவள் உடனே ஆண்களை இழிவாகச் சித்திரிப்பதுபோல் ஒரு எதிர்ப் பாடலைப் பாடினாள். ஆனால் அங்கிருந்த யாருமே தாத்தாவுக்கு ஆதரவாக இல்லை. அவள் ஏதோ தவறு செய்துவிட்டதைப்போலவே மற்றவர்கள் கருதி அவளைப் பரிகாசம் செய்தது எனக்கு ஞாபகமிருக்கிறது. தாத்தா, நிறைய பாடல்களை சொந்தமாக புனைந்தும் பாடுவாள்.

தாத்தா, எனது அம்மாவின் நெருக்கமான சினேகிதியாகவுமிருந்தாள். நேரம் கிடைக்கும் போதெல்லாம் எங்கள் வீட்டிற்கு வந்து அம்மாவுடன் நீண்ட நேரம் பேசிக் கொண்டிருப்பாள். தமாஷான விஷயங்களைப் பேசி சத்தமாகச் சிரித்துக் கொண்டிருப்பார்கள். தாத்தா சிரிக்கும்போது ஒலியலைகள் படர்ந்து கொண்டிருப்பதுபோல் தோன்றும். சில நபர்களைப் பற்றி பேசும்போது அவர்களது நடை, உடை, பாவனைகளை தாத்தா அப்படியே செய்து காட்டுவாள். அவர்களது வீட்டு சமையல் வேலைகளிலொன்றும் அவளுக்கு எந்தப் பொறுப்பும் கிடையாது. தாத்தாவுடன் பிறந்தவர்களுக்கு இதில் நிறைய பராதிகளுமிருந்தன.

அந்தக் கால கதீஸா தாத்தாவின் மனதில் சுதந்திரமாக வாழுவது குறித்த ஒரு ஆர்வம் இருந்து கொண்டிருந்ததென்பதுதான் மறுக்க

★ உச்சந்தலையை மட்டும் மறைக்கும் ஒரு வித முக்காடு.

முடியாத உண்மை. இன்று, தாத்தா திருமணமாகி, முன்போல் ஆஸ்பத்திரிக்குப் போவதையும் சினிமாவுக்குப் போவதையும் தினுசாகத் தலைமுடி அலங்கரிப்பதையும் மை தீட்டுவதையும் அம்மாவுடனான சிநேகிதத்தையுமெல்லாம் விட்டு கணவருடனும் ஒரே மகளுடனும் 'நல்ல மனையாட்டி'யாக வாழ்ந்துகொண்டிருக்கிறாள். தாம்பூலம் தரித்தல் மட்டும்தான் இன்றும் அவள் கடைபிடித்தொழுகும் பழைய வழக்கம்.

மேக்காட்டு ஏலம்மாவும் சோலாட்டு இந்திராவும்

எங்கள் வீட்டின் அக்கம்பக்கங்களிலிருந்த இரண்டு வீடுகள்தான் மேக்காட்டும் சோலாட்டும். இரண்டும் கிறிஸ்தவக் குடும்பங்கள். என்னுடன் படித்துக் கொண்டிருந்த இந்திராவின் அம்மாதான் ஏலம்மா. இந்திராவின் அப்பாவின் வீட்டுப் பெயர் சோலாட்டு. என் சிறு வயதிலேயே இவர்களது வீட்டுப் பெயர்களைப் பற்றி நான் யோசித்திருக்கிறேன். இந்திராவின், அவளது சகோதரர்களின் பெயர்களின் முதல் எழுத்து சி. வி என்றுதானிருக்கும். இதன் முழுப்பொருள், சோலாட்டு வர்க்கீஸ் என்பது.

எல்லோருக்குமே அப்பாவின் வீட்டுப்பெயரும் அப்பாவின் பெயரின் முதல் எழுத்தும்தான் இனிசியல். இந்த இடத்தில் அம்மாவின் பங்கென்ன? மேகக்காட்டு வீட்டிலிருந்து சோலாட்டு வீட்டுக்கு வந்து சேர்ந்ததோடு ஏலம்மா குழந்தை பெறும் ஒரு இயந்திரமாக மாறிவிட்டாளா? தான் பெற்ற ஒரு குழந்தைக்குக்கூட தனது குடும்பப்பெயரையோ தனது பெயரையோ சேர்த்துக் கொள்ளும் உரிமையில்லாதவளாக, நொந்துப் பிரசவித்த தாயை வெறுமொரு பிரசவ உபகரணமாக மாறச்செய்த அந்த சக்தி எது? நிச்சயமாக இப்படியான ஒரு கொடுமையை தெய்வம் இழைத்திருக்க முடியாது. வெளிப்படையான ஒரு உண்மையை கேவலம், வெறும் பொய்யாக மாற்றிவிட தெய்வத்தாலாகாது. நான் யோசிக்கத் துவங்கினேன்.

3. பெண்மையைப் புரிதல்

ஐந்தாம் வகுப்பில் படித்துக் கொண்டிருக்கும்போது தான் நான் முதல் முதலாக ஒரு கோழியைக் கொன்றேன். கோழியடித்துக் குழம்பு வைப்பதென்பது மிகவும் அபூர்வமாகச் செய்யப்படுகிற ஒரு விஷயமாக இருந்த காலம் அது. யாராவது விருந்தினர்கள் வந்தால், கோழியை விரட்டிப் பிடித்துக் கொலை செய்வது வழக்கம். இப்படியாக கோழியடிக்கும் வேலையைச் செய்பவர்கள் மூப்பக் காலனியிலுள்ள பையன்கள் அல்லது பெரியவர்கள் தான். கோழியைக் கொன்று அதை சரிப்படுத்திய பிறகு அதன் கழிவுகள், தலை, கால்கள், குடல் போன்ற உள்ளுறுப்புகளை அவர்கள் எடுத்துக்கொண்டு போவார்கள். கோவிந்தண்ணன் என்பவர்தான் பெரும்பாலும் இந்த வேலையைச் செய்து வந்தார்.

ஒரு நாள் வீட்டிற்கு ஏதோ விருந்தினர்கள் வந்தபோது நானும் கீதாவும் காலனிக்குச் சென்றோம். கோவிந்தண்ணன் அங்கில்லை. ஆண் என்று அவரது மகன் ராஜன் மட்டும்தான் அங்கிருந்தான். நாங்கள் அவனிடம் விஷயத்தைச் சொன்னோம். வீட்டிலுள்ளவர்களுடன் எதற்காகவோ அவன் சண்டை போட்டுக்கொண்டு நிற்கும்போதுதான் நாங்கள் அங்கே போய்ச் சேர்ந்தோம். விவரத்தைச் சொன்னதும் நான் வரமாட்டேன் என்று சொல்லி விட்டு அவன் ஓடி விட்டான்.

வீட்டிற்குத் திரும்பி வந்து அம்மாவிடம் விஷயத்தை ரகசியமாகச் சொன்னோம். வீட்டில் என்ன செய்வதென்று பதற்றம் தொற்றிக் கொண்டது. சூழ்நிலையைக் கண்டதும் நான் யோசித்தேன். அது ஏன், கோழியைக் கொல்வதற்கு ஒரு ஆண்தான் வேண்டுமென்ற நிர்ப்பந்தம்? அப்போது சாயுங்காலநேரம் கடந்திருந்தது. கோழிகள் எல்லாம் கூண்டில் வந்து அடைபட்டிருந்தன. நான் கூண்டின் பக்கத்தில் சென்றேன். கூண்டைத் திறந்து ஒரு கோழியைப் பிடித்து சமையல்கட்டுப் பக்கம் கொண்டுசென்றேன். கோழியின்

கால்களைச் சேர்த்து காலால் மிதித்துப் பிடித்து அதன் கழுத்தைப் பிடித்துத் திருகினேன். அது செத்துப்போன பிறகும் கூட திருகுவதை நிறுத்தவில்லை. காலால் மிதித்துப் பிடித்தபடியும், பிடியை விட்டு விடாமலும் குனிந்து நின்று பலமாகத் திருகிக் கொண்டிருந்தேன். அதன் சலனம் முழுவதுமாக அடங்கிப்போயிருந்தது.

பொதுவாகவே, கோழியின் கழுத்தைப் பிடித்துத் திருகி முற்றத்திலிட்டு விடுவதுதான் வழக்கம். அதில் கிடந்து அது துள்ளியவாறே படிப்படியாக சலனமற்று விடும். உம்மச்சன், ஒரு தடவை கோழியின் கழுத்தைத் திருகி முற்றத்தில் போட்டுவிட அது எழுந்து ஓடி விட்டதும் எனக்கு ஞாபகம் வந்தது. நானும் அப்படி முற்றத்தில் போட, அது ஓடிப் போய் விட்டால் என்ன செய்வது என்றுதான் பிடியை விடாமலிருந்தேன். கோழி செத்தபிறகு வீட்டிலுள்ளவர்கள் அதன் இறகுகளைப் பிடுங்கியெடுத்தார்கள். அப்பா, அதைத் துண்டுகளாக நறுக்கினார்.

விருந்தினர்கள் கோழிக்கறியுடன் சாப்பிடும்போது கோழியைக் கொன்று விட்டோமே என்ற வருத்தமெதுவும் எனக்கு இருக்கவில்லை. மாறாக, நான் கொன்ற கோழியிறைச்சியை அல்லவா எல்லோரும் சாப்பிடுகிறார்கள் என்ற பெருமித உணர்வுதான் இருந்தது.

ஆணாதிக்கக் கரங்களின் அசிங்கம்பிடித்த விரல்கள்

ஞாபகங்களில் புழு நெளிவதுபோன்ற ஒருவகை அருவருப்பும் தனிமையின்போது வேட்டையாடும் பயம் நிறைந்த இளவயது அனுபவங்கள் எனக்கும் ஏற்பட்டதுண்டு. இப்படியான ஒரு மோசமான நிலையைப் பெண்ணாகப் பிறந்த யாருமே அனுபவிக்காமல் கடந்துவிட இயலாது. பாலியலைப் பற்றியோ பெண் ஆண் உறவுகளைப் பற்றியோ அடிப்படைப் புரிதல்கள் உருவாவதற்கு முன்பே சமூக வியாதியான ஆணாதிக்கத்தின் அசிங்கம்பிடித்த விரல்கள் ஏதாவதொரு கட்டத்தில் அவளது தனித்தன்மையின் மீது புழுபோல் நெளிந்தேறிவிடும். வாழ்க்கை முழுவதிலுமே நினைவுகளில் பதிந்து நிற்கும் வடுவாக, சீழ்ப் பிடித்துப்போன பாலியல் அத்துமீறல் பெரும்பாலான எல்லாப் பெண்களின் வாழ்க்கையிலும் இருக்கும்.

என் வாழ்க்கையிலும் இதுபோல் பல சம்பவங்கள் நிகழ்ந்ததுண்டு. எதிர் வினையாற்ற அறியாத வயதில்

நடந்த இரண்டு அனுபவங்கள் என்னை இப்போதும்கூட வேதனைப்படுத்துவதுண்டு. முதல் அனுபவம். நான் ஒன்றாம் வகுப்பிலோ இரண்டாம் வகுப்பிலோ படிக்கும்போது நடந்தது. நான் ஏற்கனவே சொன்ன எங்கள் வீட்டில் கோழியடிக்க வரும் கோவிந்தன் அதிலொருவர். அவர், எங்கள் வீட்டில் நம்பிக்கைக்குரிய பணியாளர். தோட்டத்தில் எப்போதுமே அந்தந்தப் பருவ காலத்திற்கேற்ப வேலைகள் இருந்து கொண்டிருக்கும். களை பிடுங்குவது, கிளைப்பது, மிளகுக் கொய்வது இப்படியாக ஏதாவது வேலைகள். நிறைய பேர்கள் வேலை செய்வதால் இடைநேரங்களில் சாப்பிட ஏதாவது கொண்டு போகவென்று கோவிந்தண்ணன்தான் வருவார். பாத்திரங்களைத் திருப்பிக் கொண்டு வரவேண்டும் என்பதற்காக என்னையும் கூடவே அழைத்துப் போவார். வேலை செய்பவர்கள் பலகாரங்கள் சாப்பிட்டு முடித்த பிறகு பாத்திரங்களையெல்லாம் வாங்கித் தந்துவிட்டு அங்கேயே அமர்ந்து என்னை மடியிலிருத்திக் கொஞ்சி விளையாடுவார். மற்ற வேலைக்காரர்கள் அவர்களது பணிகளில் கருத்தாக இருப்பார்கள். அவருடைய அந்தப் பரிவு அன்பைப் பிரகடனம் செய்வதாக அமைந்திருக்கவில்லை என்பதை நான் ரொம்பக் காலத்திற்குப் பிறகுதான் புரிந்து கொண்டேன். பல வருடங்களுக்குப் பிறகு குடும்பத் தகராறில் சொந்தத் தம்பியே தடியால் அடித்ததில் மிகப் பரிதாபமான முறையில் அவர் செத்துப் போனார்.

இரண்டாவது அனுபவம், நான் எட்டாம் வகுப்பில் படிக்கும்போது நடந்தது. மாவட்ட அளவிலான விளையாட்டுப் போட்டியில் கலந்து கொள்வதற்காக ஆசிரியர்களுடன் நான் நடவயல் பள்ளிக்கூடத்திற்குச் சென்றிருந்தேன். எங்கள் பள்ளியிலிருந்து அதற்குத் தேர்வு செய்யப்பட்ட ஒரே மாணவி நான் மட்டும்தான். ஆண்களுக்கான பிரிவுகளெல்லாம் முதல்நாள் முடிந்து விட்டதால் ஒரேயொரு ஆசிரியரைத் தவிர மற்றவர்கள் அனைவரும் போய்விட்டார்கள். நான் கலந்து கொள்ள வேண்டிய போட்டி மறுநாள்தான். எனது பொறுப்பை ஏற்றிருந்த ஆசிரியர், மற்றொரு பள்ளி ஆசிரியரிடம் என்னை ஒப்படைத்துவிட்டு வீட்டிற்குச் சென்றார். அறிமுகமில்லாத அந்த ஆசிரியருடன் நான் பேருந்தில் செல்வதற்காகப் புறப்பட்டேன். பஸ்ஸில் ஏறும்போது கூட்டம் அதிகமாக இருந்தது. என்னை ஏற விடாமல் அவர் பின்னால் இழுத்துப் பிடித்துக்கொண்டு

கடைசியாக ஏறுவதற்காக நின்றார். நான் ஏறும்போது அவரும் என் பின்னாலேயே ஏறிக் கொண்டார், நெரிசலினூடே என் மிடிக்குள் கையை நுழைத்து என்னைக் கிள்ளினார். பிறகு, அவர் நடந்து கொண்ட விதங்கள் எனக்குள் அருவருப்பை ஏற்படுத்தியது. அன்றிரவு அவர் என்னை ஒரு விடுதிக்கு அழைத்துச் சென்றார். அந்தத் தங்கும் விடுதியில் மற்றும் பல ஆசிரியர்களிருந்தார்கள். விளையாட்டுப் போட்டிக்கு மாணவர்களுடன் வரும் ஆசிரியர்கள் வழக்கமாகத் தங்கும் விடுதி அதுதான் என்பதையும் நான் புரிந்து கொண்டேன். அவர்கள் பல்வேறு விஷயங்களைப் பற்றியெல்லாம் பேசிக் கொண்டிருந்தார்கள். அங்கிருந்த ஒரு ஆசிரியர் என்னைச் சுட்டிக்காட்டி "இவ, எந்த ஸ்கூலிலிருந்து?" என்று கேட்டார். "சீராலு ஸ்கூலிலிருந்து, போட்டி, நாளைக்கு. ஹை ஜம்ப்" என்னுடனிருந்த ஆசிரியர் விவரித்தார். எல்லோரும் போவதற்காக எழுந்தார்கள். எனக்குப் பதற்றமாகி விட்டது. என்னுடைய முகபாவனையைக் கண்டதாலோ என்னமோ என்னைப் பற்றி விசாரித்த அந்த ஆசிரியர், பக்கத்தில் வந்து என்னிடம் கேட்டார்: "நீ எங்கூட வீட்டுக்கு வா... என்ன நான் கூட்டிட்டு போகட்டுமா?" என்னை அழைத்துக் கொண்டு வந்திருந்த ஆசிரியரிடம் அனுமதி கேட்டார். இதைக் கேட்டதுதான் தாமதம், நான் உடனே "நான் வாறேன் சார்" என்றபடியே எனது பையைத் தூக்கி விட்டேன். என்னை அழைத்துக் கொண்டு வந்தவரின் முகத்தை ஏறிட்டும் பார்க்காமல் என்னை வீட்டிற்கு அழைத்த ஆசிரியருடன் கிளம்பி விட்டேன். கோளேறி பள்ளிக் கூடத்தில் பணியாற்றும் அசோகன் எனும் ஆசிரியர் அவர். அன்று நான் அசோகன் சாரின் வீட்டில் அவரது குடும்பத்தினருடன் நிம்மதியாகத் தங்கினேன். அந்த அசோகன் சாரின் மீதான எனது நன்றி இந்த நிமிடம் வரை என் மனதிலிருக்கிறது.

ஓடையில் நீராடி....

மழைக்காலம் வந்து விட்டால் வீட்டினருகிலுள்ள ஓடையில் நீர் கரைததும்பியோடும். மழை சற்றுக் குறைந்துவிட்டால் உடனேயே வடிந்து விடவும் செய்யும். சிற்றோடை போலில்லாமல் அது அதிகமான அகலத்துடனிருக்கும். நாங்கள் அதை ஆறு என்றுதான் சொல்வோம். விடுமுறை நாட்களில் ஆற்றில் போய் குளிப்பதென்பது எங்களுக்கு மிகவும் மகிழ்ச்சி தரும் ஒன்றாக இருந்தது. அப்படிக் குளிக்கச் செல்வதற்கு

வயது வித்தியாசமில்லாத ஒரு கோஷ்டியும் இருந்தது. சின்ன வயதிலிருந்தே இப்படிக் குளிக்கப் போய்க்கொண்டிருந்தாலும் ப்ரீ டிகிரி படிக்கும்போதுதான் நான் நீந்தக் கற்றுக் கொண்டேன். பிறகு விடுமுறை நாட்களில் இதுபோன்ற முழு நீளக்குளியல்களை வழக்கமாக்கிக் கொண்டிருந்தேன்.

நானும், கீதாவும், பக்கத்து வீட்டிலிருந்து எங்கள் வயதிலுள்ள இந்திராவும், ஷைலாவும் இவர்களது தங்கையான தூஷிப் பெண்ணும், வயல் வீட்டிலிருந்து கோமளாக்காவும், பத்மினியக்காவும், லில்லியக்காவுமெல்லாம் இந்தக் கோஷ்டியிலுள்ளவர்கள்தான். காலையில் சுமார் பதினொரு மணிக்கு பரஸ்பரம் முன்னறிவிப்புக் கொடுத்துவிட்டு துவைப்பதற்கானத் துணிகளுடன் நாங்கள் கூட்டமாக, வயல் வழியாக ஆற்றை நோக்கி நடப்போம். போய்ச்சேர்ந்ததும் போட்டி போட்டுத் துவைக்கத் துவங்குவோம். சீக்கிரமாக வேலையை முடிப்பவர்கள் முதலில் ஆற்றில் குதித்துவிடலாம். அதான் வழக்கம்.

கோமளாக்காவின் அண்ணனுடைய மனைவிதான் பத்மினியக்கா. கணவனின் வீட்டிலிருந்து எங்களுடன் வந்து ஆற்றில் நீண்டநேரமாக மகிழ்ச்சியுடன் நீந்திக் குளிக்கும் அப்போதைய அவரது வாழ்க்கைமுறையைப் பற்றி பிறகு நான் நினைத்துப் பார்த்து ஆச்சரியப்படுவதுண்டு. இரண்டு குழந்தைகளுக்குத் தாயாகிய பத்மினியக்கா எங்களில் ஒருவராக எல்லாவிதமான கேலிப்பேச்சுகளிலும் கலந்துகொள்வார். பிறகு, பெண்களைப் பற்றி புரிந்து கொள்ளத் துவங்கியபோதுதான் பத்மினியக்காவின் வேறுபட்ட குணாதிசயம் பற்றியும் தெரிந்து கொண்டேன். பதினேழு வயதான ஒரு ஆணும், நாற்பது வயதான ஒரு ஆணும் ஒரே மனோநிலையிலிருந்து பேசவும் தனிப்பட்ட வகையிலான தங்களது ரகசிய அனுபவங்களையும் கூட எந்தத் தடையுமில்லாமல் பகிர்ந்து கொள்ளும் நிலையில், பெண்கள் மட்டும் வயது வித்தியாசங்களுக்கேற்ப பேசுவதுட்பட ஏராளமான வரைமுறைகளைக் கொண்டிருக்கிறார்கள். பத்மினியக்கா, இந்த பொதுவரையறைகளிலிருந்து வித்தியாசமாக இருந்தாள்.

துவைத்து முடித்த பிறகு நாங்கள் டவலும் பிரேசியருமணிந்தும் அடிப்பாவாடையும் பிரேசியருமணிந்தும் டிரவுசரும் பிரேசியருமணிந்துமெல்லாம் ஒவ்வொருவராக ஆற்றில் குதிப்போம். நீரோட்டத்திற்கு எதிர்த்திசையில் நீந்துவோம்,

குழுவாகப் பிரிந்து தொட்டு விளையாடுவோம். சவால் விட்டு முக்குளிப்போம், மல்லாந்து நீந்துவோம். இப்படியாக பல சாகசங்கள் செய்வோம். முன்னால் நீந்திச் செல்பவர்களின் காலைப் பிடித்துக் கொள்வதும் நடக்கும். எங்களின் இந்த விளையாட்டுக்களினிடையில் புதர்க்காடுகளின் மறைவில் எங்காவது ஆண்கள் ஒளிந்துநின்று பார்ப்பது எங்களில் யாருடைய கண்களிலாவது பட்டு விட்டால் உடனே நாங்கள் ஒருவர் பின் ஒருவராக மெதுவாகக் கரையேறி ஒன்றாகச் சேர்ந்துபோய் அவனைத் திட்டி ஓட வைத்து விடுவோம்.

ஒளிந்து நின்று பார்ப்பவர்களை இப்படியாகத் திட்டி ஓட வைப்பதற்காக நாங்கள் கரையேறும்போது யாரும் கைகளை உடலின்மீது பிணைத்துக் கொள்ளவோ மூடிக்கொள்ளவோ செய்வதில்லை. எங்களில் யாரும் அப்போது நாணத்தை உணர்ந்து கொண்டதாக எனக்குத் தோன்றியதே இல்லை. எல்லோருக்குமே ஒருவிதக் கோபமும் ஏளன உணர்வும் ஏதோ இரை கிடைத்தது போன்ற மகிழ்ச்சியும்தான் இருக்கும்.

அந்த ஆற்றில் இன்று இதுபோன்ற ஒரு குளியல் கோஷ்டி கிடையாது. ஒரு சில பெண்கள் வந்து குளிப்பதாக இருந்தாலும் மார்க்கச்சையெல்லாம் கட்டிதான் நீரில் இறங்குவார்கள். குளிப்பதை மகிழ்ச்சியான ஒரு கொண்டாட்டமாகக் கொண்டிருந்த எங்களது பால்ய பருவத்தை ஒரு இழப்புணர்வுடன் இன்றும் நான் நினைத்துப் பார்ப்பதுண்டு. அப்போதெல்லாம் நாங்கள் யாரும் பரஸ்பரம் உடல்களைக் கவனித்துப் பார்ப்பதில்லை. இன்று, தங்கும் விடுதிகளிலும் மற்ற இடங்களிலும் மறைவாக நின்று உடைகளை மாற்றும் போதுகூட பரஸ்பரம் மற்றவர்களின் உடல்களை ஓரக் கண்ணிட்டுப் பார்ப்பதை நான் கவனித்திருக்கிறேன்.

திருவனந்தபுரத்தில் பணியாற்றும்போது நான் ஒருமுறை வேளி கடற்கரைக்குச் சென்றிருந்தேன். அங்கே நிறைய சிறுவர்களும் பெரியவர்களும் சேர்ந்து சிரித்துக் கும்மாளமிட்டு கடலில் குளித்துக் கொண்டிருந்தார்கள். கடலிலிறங்கி குளிப்பதற்கான ஆவலை மனதிற்குள் பூட்டி வைத்து குளிப்பவர்களை ஆர்வத்துடன் வெறுமனே பார்த்துக் கொண்டு நிற்கும் நிறைய இளம் வயதுப் பெண்களையும் கண்டேன். தங்களது நனைந்து ஒட்டிப் பிடித்திருக்கும் உடலையோ, நனைந்த உடைகளை மாற்றும்போது இலேசாக விலகித் தெரியும் உடலையோ பார்க்கும் அந்த நொடிப் பொழுதில் ஆண்களுக்குக் கிடைக்கும்

சிறு மகிழ்ச்சியைத் தவிர்த்து விடுவதற்காக தங்களது மிகப் பெரிய மகிழ்ச்சியையே வேண்டாமென்று வைத்து விட்ட அந்தப் பெண்களைப் பார்த்து எனக்குப் பரிதாபம் தோன்றியது.

மிதிவண்டியின் ஆரம்பக் கல்வி

பள்ளியில் படிக்கும்போதே எனக்கு சைக்கிள் விடப் படிக்க வேண்டுமென்ற ஆசை இருந்து வந்தது. மாடக்கரையிலிருந்த சைக்கிள் கடையில் ஒரு மணிநேரத்திற்கு இரண்டு ரூபாய் வாடகையில் சைக்கிள் கிடைக்கும். ஆனால், கடையிலிருக்கும் சைக்கிள்கள் எல்லாமே பையன்களின் கட்டுப்பாட்டின் கீழ்தானிருக்கும். சிறுமிகள் சைக்கிள் கடைக்குப் போகவே மாட்டார்கள். சைக்கிள் விடக் கற்றுக் கொள்வது பற்றி சிறுமிகள் யோசித்துக்கூட பார்ப்பதில்லை.

வீட்டின் அருகிலுள்ள சாலையில் பையன்கள் சைக்கிள் ஓட்டிக்கொண்டு போவதும் சைக்கிள் ஓட்டச் சொல்லிக் கொடுப்பதும் வழக்கமானக் காட்சிகள். எங்களின் பக்கத்து வீட்டிலுள்ள ஒரு பையனின் பெயர் சுவர்ணோஸ். என்னை விட ஐந்து வயது இளையவன். அவன் உட்பட நிறைய பையன்கள் சைக்கிள் ஓட்டிக்கொண்டு போவதை நான் ஆர்வத்துடன் பார்த்துக்கொண்டு நிற்பதுண்டு.

ஒருநாள் மாடக்கரைக்குப்போய் ஒரு சைக்கிள் எடுத்துக்கொண்டு வரும்படி நான் சுவர்ணோசிடம் சொன்னேன். அவன் போய் ஒரு சைக்கிள் எடுத்துக்கொண்டு வந்தான். அன்று முதல் நானும் கீதாவும் பரஸ்பர உதவியுடன் எங்களது வீட்டின் பெரிய முற்றத்தில் வைத்து முதலில் சைக்கிளில் ஏறி அமருவதற்கு முயற்சி செய்தோம். பெரிய சைக்கிள் என்பதாலும் முழுப்பாவாடை உடுத்தியிருந்ததாலும் அது சிரமம் மிகுந்த ஒரு பயிற்சியாகவே இருந்தது. மூன்றாவது நாள் சைக்கிள் எடுத்துக்கொண்டு வரச்சொன்ன போது சுவர்ணோஸ் மறுத்துவிட்டான். அவனது நண்பர்களும் கடையிலிருப்பவர்களும் அவனைக் கேலி செய்வதாகவும், பெண் பிள்ளைகள் அப்படி சைக்கிள் விடப் பழகக் கூடாதென்றும் சொல்லி விட்டான். எனக்கு ரொம்ப வருத்தமாகி விட்டது. அதைவிட பிடிவாதம் அதிகமாகியது. நானே கடைக்குப்போய் இரண்டு ரூபாய் கொடுத்து சைக்கிள் எடுத்து வந்தேன். சுமார் ஒரு வார காலம்தான் இந்த சாகச வித்தையை எங்களால் கற்க முடிந்தது. பரஸ்பரம் ஒருவரை ஒருவர் தாங்கிப்

பிடித்துக் கொள்ளும் சக்தி எங்கள் இரண்டு பேரிடமுமே இல்லையென்பதால் வித்தை கற்பதை வருத்தத்துடன் நிறுத்திக் கொண்டோம்.

பிரீ டிகிரி முடித்ததும் உடற்கல்வி ஆசிரியர் பயிற்சிக்கு விண்ணப்பித்தேன். அடிப்படைத் தகுதிக்காக பத்தேரி உயர்நிலைப்பள்ளியில் நடந்த பயிற்சி முகாமிலும் கலந்து கொண்டேன். அம்முகாமில், பயிற்சியின் ஒரு பகுதியாக சைக்கிள் விடும் பயிற்சியுமிருந்தது. அது சிறு வயதினர்களுக்கான பயிற்சியென்பதால் சின்ன சைக்கிள்தானிருந்தது. அவர்களுக்கு சைக்கிள் ஓட்டச் சொல்லித்தரவேண்டிய பொறுப்பு பெரியவளாக இருந்த எனக்கு. அவர்களுக்கு சொல்லித் தந்து விட்டு பயிற்சியாளருக்குத் தெரியாமல் அந்தச் சிறு சைக்கிளில் உடலைக் குறுக்கிக்கொண்டமர்ந்தபடி நான் ஓட்டுவேன். இரண்டு கால் மூட்டுகளும் சைக்கிளின் கைப்பிடியில் தட்டி வலித்துக் கொண்டே இருக்கும். தரையில் கால் பதித்துவிட முடியுமென்பதால் விழுந்து விடுவோமென்ற பயமில்லை. சில நாட்கள் அப்படியே ஓட்டிப் பார்த்ததில் சைக்கிள் விட முழுமையாகக் கற்றுக் கொண்டேன். உடற்கல்வி ஆசிரியர் பரீட்சையிலும் கலந்து கொண்டேன். ஆனால், வெற்றி பெறவில்லை.

பயிற்சி முகாம் முடிந்து வீட்டிற்கு வந்தது முதல் வழக்கமாக மாடக்கரை டவுனுக்குப் போய் வாடகை சைக்கிளில் வீட்டிற்கு வருவேன். வீட்டினருகிலுள்ள ரோட்டில் வைத்து கீதாவுக்கும் சைக்கிள் விடச் சொல்லிக் கொடுத்தேன். வீட்டின் பக்கத்திலுள்ள பஞ்சாயத்து ரோட்டில் மட்டும் முதலில் சைக்கிள் ஓட்டிக்கொண்டிருந்த நாங்கள் படிப்படியாக மெயின்ரோட்டிலும் ஓட்டத் துவங்கினோம்.

மெயின்ரோட்டில் சைக்கிள் விடத் துவங்கிய அன்று மாடக்கரை டவுணிலிருந்து மெயின் ரோட்டுக்குத் திரும்பியபோது பையன்கள் கும்பலாகச் சேர்ந்து என் சைக்கிளின் பின்னால் கூக்குரலிட்டபடியே ஓடி வந்தார்கள். நான் கோபத்துடன் திரும்பிப் பார்த்தபோது அவர்களது கூக்குரல் அதிகரித்தது. நான் கண்டுகொள்ளாமல் வந்து கொண்டிருந்தேன். தொடர்ந்து சில நாட்கள் அவர்கள் இப்படியே கூவியபடியே ஓடிவந்தாலும் படிப்படியாக இது குறைந்து கொண்டிருந்தது. பிறகு யாருமே இப்படி கூவுவதில்லை. ரோட்டில் சைக்கிள் விடும்

பையன்களுடன் சேர்ந்து நானும் எதையேனும் பேசிக்கொண்டே வந்து கொண்டிருப்பேன்.

வீட்டிலிருந்து கோளியாடிக்கு ஒரு கிலோ மீட்டர் தூரமிருக்கிறது. பஞ்சாயத்து அலுவலகம் அங்குதானிருந்தது. டிகிரி முடித்த பிறகு அவ்வப்போது சைக்கிளில் பஞ்சாயத்து அலுவலகத்திற்குப்போய் அங்கிருக்கும் கெஸட்டை கேட்டு வாங்கி வாசித்துப் பார்ப்பேன். அப்படியான ஒரு தேடுதலின் போதுதான் காவல்துறையில் சேருவதற்கான பி.எஸ்.சியின் ஒரு அறிவிப்பைப் பார்த்து விண்ணப்பம் செய்தேன்.

சைக்கிள் ஓட்டும்போது ஒருநாள் மாடக்கரை டவுணில் ஒரு கல்லின்மீது சைக்கிள் ஏறியதால் விழுந்துவிட்டேன், உடுத்தியிருந்த முழுப்பாவாடை மூட்டு வரை உயர்ந்து கால்கள் வெளியே தெரிந்தன. நான் பதற்றத்துடன் பாவாடையைத் தாழ்த்தி விட்டுக் கொண்டு எழும்பி விட முயற்சி செய்தேன். முன்பு கூவியபடியே பின்னால் வந்து என்னைக் கேலி செய்தவர்களும் மற்றவர்களும் ஓடி வந்தார்கள். அவர்களில் யாருமே இப்போது என்னைக் கேலி செய்யவில்லை என்பது மட்டுமல்ல, உள்ளன்புடன் விசாரிக்கவும் செய்தார்கள். நான் அமைதியாக ‘அடி ஒண்ணும் படலே’ என்று சொல்லிவிட்டு எழ முயற்சி செய்தேன். அவர்களில் யாரோதான் என்னைத் தூக்கி விடவும் செய்தார். எழுந்ததும் சைக்கிளிலிருந்து விழுந்து விட்டதால் ஒட்டிக்கொண்ட அதே சிரிப்புடன் ஓட்டிக் கொண்டு சென்றேன்.

ஆபரணங்களுக்கு விடை

எனக்கும் கீதாவுக்கும் தங்கச் செயின் கிடையாது. திருமணங்களுக்கோ பிற வைபவங்களுக்கோ போகும்போது பெண் பிள்ளைகள் தங்கச் செயினோ அல்லது தங்கமுலாம் பூசப்பட்ட ஆபரணங்களோ அணிந்துகொள்ள வேண்டுமென்பது எழுதப்படாத விதியாகவே இருக்கிறது. பிரீ டிகிரி முடித்தபிறகுதான் இந்த விதி எங்களைப் பொறுத்தவரை அமுலுக்கு வருகிறது.

இதுபோன்ற விசேஷங்களுக்குப் போகும்போது பக்கத்து வீட்டுச் சிறுமியின் தங்கச் செயினையும் அவளது அம்மாவின் தங்கச் செயினையும்தான் நாங்கள் இரவல் வாங்குவோம். இப்படி இரவல் கேட்பதில் எங்களுக்கோ, தருவதில் அவர்களுக்கோ எந்த விதமான மனத்தடையும் இருந்ததில்லை. கீதாவின் திருமணம்

முடிந்த பிறகு வந்த மாற்றம். இரண்டு செயின் வாங்குவதற்குப் பதிலாக ஒரு செயின் மட்டும் வாங்கினோம். அவ்வளவுதான்.

திருமண விசேஷங்களுக்கு தங்க ஆபரணம் அணிந்துகொண்டு போகும்போது அம்மா தனியாக நினைவுப்படுத்துவாள், "மாலையைக் கவனிச்சுக்கிடணும்... பிளவுசோட சேத்து பின் குத்திக்க... கண்டவங்களோட உருப்படியாக்கும்", என்பாள். மற்றவர்களுடன் பேசும்போதும், பேருந்தில் ஏறும்போதும் பயணங்களின்போதும் திருமண சந்தடிகளின்போதும் மிகுந்த பய உணர்வுடன் கை தானாகவே கழுத்து ஆபரணத்தைத் தேடிப்போகும்.

ஒரு நாள், செயினை அம்மா இரவல் வாங்கச் சொன்னபோது நான் மறுத்துவிட்டேன். 'தேவையில்லாமெ அப்பாவை ஏதாவது சொல்ல வெக்காதே' என்று அம்மா எச்சரித்தாள். நான் என் கையிலிருந்த வெறும் பாசிமணி மாலையை எடுத்து கழுத்தில் போட்டுக் கொண்டேன். 'இது போதும். ஒரு பிரச்சினையும் இல்லை, நல்லாவே இருக்கு.' நான் அன்று அந்த மாலையுடன்தான் திருமண வீட்டிற்குச் சென்றேன். போகும் வழியில் நான் தங்க ஆபரணத்திற்கும் அப்பாவின் சுய கௌரவத்திற்குமிடையிலான உறவைப் பற்றி யோசித்தேன். பெண் என்றால் கம்மலும் தங்கச் செயினும் மிக முக்கியம், தங்கச் செயினை விரும்பாவிட்டாலும் பாசிமாலையாவது போட்டுக்கொள்ள வேண்டுமென்று நினைக்கும் எனது மனோபாவத்தைப் பற்றியும் யோசனை செய்தேன். ஒரு மனிதன் என்ற நிலையில் இதற்கான தேவைகள் என்ன? இதுவெல்லாம் மனிதனின் பொருளியல் தன்மைகளைக் குறித்து மற்றவர்களிடம் ஒரு அளவுகோலை உருவாக்க உதவுகிறது என்பதைத்தவிர இதில் வேறென்ன இருக்கிறது? மனைவியும் மக்களும் தங்க ஆபரணங்களை சுமந்துத் திரிவதன் முழுப் பெருமையும் ஆபரணங்கள் அணியாத கணவனையும் தகப்பனையும் சென்றடைகிறது.

அன்று சாயுங்காலமே நான் என் கம்மலைக் கழற்றி வைத்துவிட்டேன். கம்மலை அணிந்தபிறகு இதுவரை ஒன்றோ இரண்டோ தடவைகள் மட்டும்தான் கழற்றியதாக எனக்கு ஞாபகம். டிகிரி படிக்கும்போது ஏதோ ஒரு சேலைக்கு இணக்கமான கல் வைத்த கம்மல் அணிந்துகொள்வதற்காக. கம்மல் அணிந்திருக்காத ஒரு நாள் கூட என் ஞாபகத்தில் கிடையாது. கழற்றி வைத்த இந்தக் கம்மலை பிறகு

நான் ஒருபோதுமே அணிந்து கொண்டது கிடையாது. அதுபோலவேதான் கழுத்துச் செயினும் கை வளையல்களும்.

எனது அப்பாவின் காதும் துளையிடப்பட்டிருக்கிறது. அப்பா, கடுக்கன் அணிந்து நான் பார்த்ததே இல்லை. 'காதில் கடுக்கன் அணிந்தவன் மிடுக்கன்' என்ற பழமொழியை அர்த்தமிழக்கச் செய்வதுபோல் அப்பாவின் தலைமுறை கடுக்கனை புறக்கணித்திருந்தது.

ஆபரணங்கள், பெண்களின் தன்னம்பிக்கையை இழக்கச்செய்வதற்கு மட்டுமே பயன்படுகின்றன என்பதை நான் புரிந்துகொண்டேன். ஆபரணங்களின் பொலிவும் கை வளைகளின் கிலுகிலுக்கமும் அவளது சிந்தனைகளை அவளுக்குள் கொண்டு செலுத்தவே உதவுகின்றன என்பதை மற்றப் பெண்களின் அசைவுகளிலிருந்து நான் இப்போதும் உறுதிப்படுத்திக்கொண்டே இருக்கிறேன்.

4. கணவனே தெய்வம்

நான் எட்டாம் வகுப்பில் படிக்கும்போதுதான் வசந்தியக்காவின் திருமணம் நடந்தது. திருமணம் முடிந்து முதன் முதலாக வீட்டிற்கு வந்த அன்று சாயுங்காலம் வசந்தியக்கா என்னிடம் சொன்னாள்: - “வினயா, குத்துவிளக்கிலே இன்னைக்கு அஞ்சு திரி பற்ற வை... அத்தான் வந்திருக்கிறாங்க. வழக்கமாக அப்போது வீட்டில் விளக்கேற்றி வைப்பது நான்தான். ஓணம், விசுபோன்ற பண்டிகை தினங்களில்தான் ஐந்து திரி போட்டு விளக்கேற்றி வைப்பது வழக்கம். அன்று வசந்தியக்கா சொன்னபடியே நான் செய்தேன் என்றாலும் ‘இப்ப எதுக்காக அஞ்சுதிரி? அத்தான் என்ன ஆண்டவனா?’ என்று மனதிற்குள் கேட்டுக் கொள்ளவும் செய்தேன்.

தனது ஒரு மகளின் வாழ்க்கைத் துணைவன் என்பதற்கும் மேலான மதிப்பை அம்மா அத்தானுக்குக் கொடுப்பதை பலமுறை நான் கவனித்திருக்கிறேன். அம்மா, அத்தானை கிடாவு என்றுதான் சொல்வார். வாசுதேவன் கிடாவு என்பதுதான் அத்தானின் முழுப் பெயர். இந்த அம்மாவுக்கு அத்தானின் பெயரைச் சொல்லிக் கூப்பிட்டால் என்ன என்று நான் பல தடவை நினைத்திருக்கிறேன். அத்தான் வீட்டிற்கு வந்ததும் பான்டையும் சர்ட்டையும் கழற்றி விட்டு, வேட்டியுடுத்தி தோளிலொரு டவலையும் போட்டுக் கொண்டு தாயரங்கினுள்ளிருக்கும் செயரில்போய் அமர்ந்து கொள்வார். குளிப்பதற்கும் சாப்பிடுவதற்கும் வேறு ஏதாவது தேவைகளுக்கும் மட்டும்தான் அதிலிருந்து எழுந்தருளுவார்.

அத்தானிடம் ஏதாவது கேட்க வேண்டுமென்றால் அங்கே போய்தான் கேட்கவேண்டும். அப்பாவைத் தவிர மற்றவர்கள் அனைவருமே குரலைத் தாழ்த்திதான் அவரிடம் பேசுவோம். எங்களுக்கு ஆர்ப்பாட்டம் காட்டுவதிலும் அப்போது கணிசமான அளவில் கட்டுப்பாடுகளிருந்தன. ஆகவே, அத்தான் போகும் வரை எங்கள் எல்லோருக்குமே வீட்டில் சுவாசத்

தடைதான். அத்தானுக்கு யாரைப் பற்றியாவது தெரிந்துகொள்ள வேண்டுமென்றால் “இங்க வா” என்று மெதுவான குரலில் அக்காவைக் கூப்பிடுவார். ஒவ்வொரு நொடிப் பொழுதும் இந்தக் குரல் எழுவதை எதிர்பார்த்துக் கொண்டிருப்பதாலோ என்னமோ பெரும்பாலும் முதல் அழைப்பிலேயே வீட்டின் எந்தப் பகுதியிலிருந்தாலும் அழைப்புக்கு செவிமடுத்து அம்பு போல் பாய்ந்து வந்து பணிவன்புடன் ஆஜராகிவிடுவாள் வசந்தியக்கா.

வீட்டின் சமையலறைக்குள் ஒன்றும் அத்தான் வரவே மாட்டார். அத்தான் வீட்டுக்கு வந்து விட்டால் போதும், அம்மாவும் வசந்தியக்காவும் ஓணப் பண்டிகைபோல் பரபரப்பாகி விடுவார்கள். என்னையும் கீதாவையும் அமைதியாக இருக்கவே விடமாட்டார்கள். எதையாவது வாங்கி வரச்சொல்லி ஏவிக் கொண்டே இருப்பார்கள். வசந்தியக்கா துணிகளைத் துவைத்து கொடியில் உலரப்போடும்போதுதான் நான் லங்கோடு எனும் ஒரு புதிய வஸ்திரத்தை முதன் முதலாகப் பார்க்கிறேன். பிறகு, அதன் உபயோகத்தைப் பற்றி அறிந்தபோது வசந்தியக்காவின் கதிகேட்டைப் பற்றி சிந்தித்துப் பார்த்தேன்.

நான் பத்தாம் வகுப்புப் படிக்கும்போது வனஜாக்காவின் திருமணம் நடந்தது. வனஜாக்காவின் கணவரையும் அம்மா பெயர் சொல்லி அழைப்பதில்லை, அம்மா, இவரை நம்பியார் என்று சொல்வாள், வாசுதேவன் நம்பியார் என்பதுதான் முழுப்பெயர். இந்த அத்தான் சமையல்கட்டுக்குள் எல்லாம் வருவார். பொரித்து வைத்த அப்பளத்தையெடுத்துத் தின்பார். வயது வித்தியாசமில்லாமல் எல்லோரிடமும் பேசிக்கொள்வார். இவர் வீட்டிலிருக்கும்போது எங்களுக்கு சீராக சுவாசம் விடுவதில் தடையெதுவுமிருக்காது. அத்தானுக்கு மீன்கறி நிர்ப்பந்தமென்பதால் அம்மாவும் வனஜாக்காவும் சிரமப்படுவதையும் நான் பார்த்திருக்கிறேன். வசந்தியக்காவின் கணவனிடமிருந்து வனஜாக்காவின் கணவருக்கு வந்தபோது புருஷபதவியென்பது தெய்வீகத்தன்மையிலிருந்து மானுடப்பதவிக்கு இறங்கியது. என்ன இருந்தாலும் புருஷபதவியை அடைந்த ஆண்கள் சாதாரணமான மனிதர்களில்லை என்றும் ஆகவே அவர்களது திருவாய் அருளும் எல்லா வசனங்களிலும் கேலிகளிலும் விருப்பமில்லாமலிருந்தாலும் பங்கு கொள்ளவேண்டுமென்றுதான் நான் நினைத்திருந்தேன்.

கீதாவின் திருமணம் நடந்த பிறகுதான் கணவர்களும் வெறும் ஆண்கள் மட்டும்தான் என்ற உணர்வு எனக்குள் உருவானது. அம்மா வீட்டில் இல்லாத ஒரு மத்தியான நேரத்தில் கீதாவும் விஜயன் அத்தானும் வீட்டிற்கு வந்தார்கள். நான் அன்று பூசணிக்காயை அவித்து மிளகாய் சேர்த்துக் கலக்கிய ஒரு குழம்பு வைத்திருந்தேன். வழக்கமாக கணவர்கள் வந்தால் அம்மா பதற்றமடைவதையும் ஏதாவது விசேஷ பதார்த்தங்கள் அவர்களுக்கென தயார் செய்வதையும் நான் பார்த்திருக்கிறேன். அப்படி விசேஷமாக வைப்பதற்கு வீட்டில் அன்று அப்பளத்தைத் தவிர வேறெதுவும் இல்லை. என்ன செய்வது என்று தெரியாமல் திகைத்து நின்றுவிட்ட நான் கீதாவிடம் சொன்னேன்: "குழம்பொண்ணுமில்லியே, என்ன செய்ய?" "அதுக்கு நீ ஏன் இப்பிடி பதர்றே?" கீதா கேட்டாள். நான் சோறும் குழம்பும் பரிமாற, கீதாவே அதை தாயரங்குக்கு எடுத்துக் கொண்டுபோனாள். நிலவரத்தைப்பற்றி தெரிந்து கொள்வதற்காக நான் தாயரங்குக் கதவின் பின்புறம் அத்தானின் பார்வையில் படாமல் ஒளிந்து நின்று கவனித்தேன். சோற்றில் குழம்பை ஊற்றியதும் அவர் கேட்டார். "தண்ணீலே பீர்க்கங்காயைப் போட்டுக் கொதிக்க வெச்சதையும் குழம்புன்னு சொல்லலாம் இல்லியா?" இதைக் கேட்டதும் நானே சிரித்து விட்டேன். அந்தக் குழம்பை ஊற்றியே விஜயன் அத்தான் சாப்பிட்டார். எந்தப் பிரச்சனையுமில்லாதது போல் கீதா பாத்திரத்தை எடுத்துக்கொண்டு வந்து கழுவி வைத்தாள். இதைப் பற்றி நாங்கள் சாப்பிட்டுக் கொண்டிருக்கும்போதும்கூட கீதா எதுவுமே பேசவில்லை. அவளது இந்த எதிர்வினையில்லாத பாவம் என்னை மிகவும் குழப்பத்திலாழ்த்தியது.

தங்கைக்குத் திருமணம் நடந்தால்...

நான் டிகிரி முடித்ததும் தங்கை கீதாவுக்கு திருமண யோசனைகள் வரத் துவங்கின. பத்தாம் வகுப்பில் அவள் தோற்றதன் காரணமாக நாங்கள் சேர்ந்து படிப்பது தடைபட்டு விட்டது. இரண்டாவது முறை எஸ்.எஸ்.எல்.சியில் வெற்றிபெற்றாலும் அவள் பிரீ டிகிரியில் தோற்றுப்போனாள். அதோடு படிப்பு நின்று வீட்டில் இருந்தாள். திருமண யோசனைகள் கீதாவுக்குதான் வருகிறதென்று தெரிந்தபோது எனக்கு ஏனோ வருத்தமாக இருந்தது. என்னைப் படிக்க வைக்கவேண்டுமென்றும் ஏதாவது வேலையில் சேர்க்கவேண்டுமென்றும் அப்பா ஆசைப்பட்டார். கல்வியில்

பெரிய திறமையொன்றும் எனக்கு இருக்கவில்லை, என்ன வேலை கிடைத்து விடப்போகிறது? எனக்குள் இந்த வருத்தமுமிருந்துகொண்டே இருந்தது. ஒவ்வொரு பொதுத் தேர்வுகளின் மதிப்பெண் பட்டியல் வரும்போதும் அப்பா சொல்வதுண்டு: "இழுத்திழுத்து அப்பிடியே போயிட்டிரு" என்று. டிகிரி வரையிலான எல்லாத் தேர்வுகளிலும் 40 சதவீதத்திற்கும் குறைவாகவே எனக்கு மதிப்பெண் கிடைத்துக்கொண்டிருந்தது. பி. காம். முடித்த கையோடு நான் கூட்டுறவுப் பயிற்சிக்குச் சேர்ந்தேன். அப்போதுதான் கீதாவின் திருமணம் நடந்தது.

கீதாவுக்குத் திருமணம் நடந்த பிறகு நான் நிறைய கேலிகளுக்குள்ளானேன். ஒரு நாள் ஏதோ சந்தேகம் கேட்பதற்காக கூட்டுறவுப் பயிற்சிக் கல்லூரிக்குப்போகும் போது என்னுடன் படித்த நாராயணன் என்ற நண்பன் மிகுந்த அக்கறையுடன் என்னிடம் கேட்கிறான்:

'ஏன் வினயா, உந் தங்கச்சிக்கு முதல்லெ கல்யாணம் நடந்திருக்கு?" அவனது முகத்தில் ஆச்சரிய பாவமும் கேலியும் நிறைந்திருந்தன.

"முதல்லெ அவளுக்குதான் மாப்பிள்ளைத் தரம் வந்தது. அதனாலதான்."

"நீ ஏன் வினயா இதுக்கு ஒத்துக்கிட்டே?"

"நான் ஏன் ஒத்துக்கிடாம இருக்கணும்?"

"வினயா, தங்கச்சிக்குக் கல்யாணம் முடிந்தபிறகு அக்காவுக்கு எந்த டிமான்டும் வராது." நாராயணன் ஒரு உபதேசியார்போல் பேசினான்.

"நாராயணா, நான் ஒண்ணு சொல்லட்டுமா? இந்த ரோட்டுலே எவ்வளவு நாய்க திரியுது. எந்த ஒரு நாயும் மற்றொரு ஆண் நாய் கிடைக்காமெ சிரமப் படுறதில்லை. என்ன? பெண் நாய் கொஞ்சம் முயற்சி செய்யணும் அவ்வளவுதான்."

எனது பதில் அவனை மிகவும் ரோசப்படுத்திவிட்டது.

"இங்கே திரியற நாய்களுக்கான ஒரு மதிப்பைதான் நீ ஆண்களுக்குக் கொடுத்திருக்கே இல்லியா? அனுபவிப்பே, ஒரு நாலு வருஷம் கழியட்டும். அப்ப நான் இதுக்கான பதிலை உன்னைச் சொல்ல வைப்பேன். அவன் சிக்கலான ஒரு மன

உணர்வுடன் அங்கிருந்து போய்விட்டான். இது நடந்து மூன்று வருடங்கள் கூட ஆகவில்லை. என் திருமணம் நடந்தது. ஆனால், பத்து வருடங்களான பிறகும் நாராயணன் இப்போதும் திருமணமாகாமலேயே இருக்கிறான்.

தங்கையின் திருமணம் நடந்துவிட்ட பிறகு ஒரு அக்கா எப்படி நடந்து கொள்ள வேண்டும், எந்தவிதமான ஆடைகளை அணிந்து கொள்ள வேண்டும் என்பதைப் பற்றியெல்லாம் விசேஷமான நிபந்தனைகளை இந்த சமூகம் வைத்திருக்கிறதென்பதை ஒரு திருமண நிகழ்ச்சியின்போது நான் புரிந்து கொண்டேன்.

நான் முதன் முதலாக சுரிதார் அணிந்து கொண்டது சித்தப்பாவின் மகள் உஷாவின் திருமணத்தின் போதுதான். சுரிதார் என்ற உடைக்கு பெண்ணின் சுதந்திர உணர்வை தூக்கலாகக் காட்டும் ஒரு குணமிருக்கிறது என்பது எனக்கு அப்போதெல்லாம் தெரியாது. சேலையும் அடிப்பாவாடையும் உடுத்தி எடுத்துவைக்கும் அரை மீட்டர் அகலக் காலடியிலிருந்து எல்லையற்ற அகலக் காலடிவைக்கும் சுதந்திரத்தை சுரிதாரும் பான்ட்சுமெல்லாம் தருகிறதென்பதை பிறகுதான் நான் புரிந்துகொண்டேன்.

உஷாவுக்கு நான் அலங்காரம் செய்துகொண்டிருந்தேன். அப்போது அந்த இடத்திற்கு ஒரு நடுத்தர வயதுப் பெண் வந்தாள். நீண்ட காலமாக அவள் எங்களது குடும்பத்துடன் நெருக்கமாகப் பழகிக்கொண்டிருப்பவள். வந்ததுமே அவள் நேரடியாக, எந்தத் தயக்கமுமில்லாமல் சொன்னாள்: “நீ என்னடீ, இப்பிடி சுரிதாரெல்லாம் உடுத்திட்டு... தங்கச்சிக்காரி ஒரு குழந்தையும் பெத்தாச்சு. அக்கா இப்பவும் சுரிதாரெல்லாம் உடுத்திட்டு...” அவள் சொல்லி முடிக்கவில்லை, எனக்குக் கலி முற்றியது. அலங்காரம் நடந்துகொண்டிருந்த அந்த அறையில் சரியாக நிற்கவும்கூட இடமில்லாமல் பெண்களும் புகைப்படமெடுப்பவர்களும் நிறைந்து நின்றிருந்தார்கள். எனது கோபத்தை முழுவதும் அப்படியே கொட்டுவதுபோல் சொன்னேன்: “எங்க ஊர்லே தங்கச்சிய கல்யாணம் பண்ணுனா தங்கச்சிதான் புள்ளெ பெறுவா. தங்கச்சியக் கெட்டுனா அக்கா புள்ளெ பெர்றது ஒங்க ஊர்லே...” இது அவளது தலைக்கு சரியாக ஏறி விட்டது. “அது சரி” என்று சொல்லிவிட்டு முகத்தைக் கறுவியபடியே கூட்டத்தினூடே வெளியே போய்விட்டாள்.

பரிகாச அம்புகளை பிறகு நான் கண்டு கொள்ளாமலிருக்கத் துவங்கினேன். எனக்கு முன்பே கீதாவின் திருமணத்தை முடித்துவிட்ட அப்பாவையும் அம்மாவையும் நான் பலமுறைக் குற்றப்படுத்தியிருக்கிறேன். முடிந்த வரை மற்றவர்களுடன் முகம் கொடுக்காமலிருக்கவே நான் முயற்சி செய்தேன். ஆகாயத்தில் நட்சத்திரங்களைக் கவனித்தபடியே சாயுங்காலத்திற்குப் பிறகு முற்றத்தில் அப்படியே மல்லாந்துப் படுத்திருப்பேன். மனம் திறந்து ஒருமுறை சிரிக்கவும்கூட முடியாமல் நாட்கள் பல கடந்து போயின. விசேஷமாக எதிலுமே ஈடுபாடில்லாமல் வெறும் பரிகாச வார்த்தைகளை மட்டுமே கேட்டு யாருக்கும் உதவாத ஒரு வாழ்க்கையாக நமது வாழ்க்கை போய்விடக்கூடாது என்று அப்போதுதான் முடிவு செய்தேன்.

ஆசிரியையின் அறிவுரை

நான் டிகிரி இறுதியாண்டில் கூட்டுறவுப்பயிற்சிக் கல்லூரியில் படிக்கும் காலம், முதலாண்டு மாணவிகளை இலேசாகக் கொஞ்சம் மிரட்டி வைத்து மூப்பை உறுதிப்படுத்திக் கொள்வதற்காக நானுட்பட்ட இறுதியாண்டு மாணவியரின் ஒரு கோஷ்டி வகுப்பறைக்குள் சென்று அவர்களுடன் அறிமுகம் செய்து கொள்வதுபோன்ற சாக்கில் சற்றுக் கலாட்டாவாக நடந்துகொண்டோம். சில மாணவிகள் இதை பிரின்சிபாலிடம் சென்று நாங்கள் ராக்கிங் செய்ததாகப் புகார் சொல்லி விட்டார்கள். சொன்னவர்கள் என் பெயரை மட்டும்தான் சொல்லியுமிருக்கிறார்கள்.

அன்று, முதல் பீரியடு வகுப்பெடுக்க வந்த ஜோனி எனும் ஆசிரியர் என்னிடம் வகுப்பறையிலிருந்து வெளியே போகும்படி சொன்னார். நான் காரணம் கேட்டேன். ராக் செய்வதற்கான அதிகாரத்தை உனக்குத் தந்தது யார்? என்று கேட்டார். நான் யாரையும் ராக் செய்யவில்லையென்றும் ஆகவே வகுப்பறையை விட்டு வெளியே போகமாட்டேன் என்றும் பிடிவாதமாக நின்றேன். திரும்பவும் என்னிடம் கெட் அவுட் என்றார். நான் அசையவே இல்லை. கடைசியில் கெட்அவுட் சொன்ன ஆசிரியரே வகுப்பறையிலிருந்து வெளியே போனார்.

அடுத்த பீரியடில் வகுப்பெடுக்க வந்தவர் சுபைதா டீச்சர். ஏன் ஜோனி சார் சொன்னதை நீ அனுசரிக்கவில்லை என்று கேட்டார். பல பேர்களாக சேர்ந்துச் செய்த ஒரு காரியத்திற்கு என்னை

மட்டும் வெளியே போகச் சொன்னதால் மட்டுமல்ல, நாங்கள் யாரையுமே ராக்கிங் செய்யவில்லை என்று நான் உறுதிபடத் தெரிவித்துக்கொண்டேன். அப்போது அந்த ஆசிரியை என்னைப் பார்த்துச் சொன்னது இதுதான்; "வினயா, வி ஆர் லேடீஸ், ஸோ வி ஆர் ஆல்வேஸ் டிபென்ட் அபன் ஜென்ட்ஸ்." ஆசிரியை சொன்ன இந்த வார்த்தைகள் என்னை காலம் முழுவதும் சிந்திக்க வைத்தன. - ஜோனி என்ற ஆசிரியர் சொன்னதைக் கேட்கவில்லை என்பதை விடவும், ஜோனி எனும் ஆணாகப் பிறந்த ஒருவர் சொன்னதை நான் கேட்கவில்லை என்பதைத்தான் என்னிடமுள்ள பெரிய குறைபாடாகப் பார்க்கிறார். சுபைதா டீச்சர் பெண்கள் எதற்காக ஆண்களைச் சார்ந்திருக்க வேண்டும்? அவர்களுக்குக் கீழ்ப்படிந்து ஒழுகவேண்டும்? இப்படியான ஒரு மாற்று வாழ்க்கை முறையைப் பற்றி சிந்திப்பதற்கான உரிமை கூடவுமா பெண்களுக்குக் கிடையாது? சுபைதா டீச்சரின் சொற்கள் பல வருடங்களாக என் அமைதியைக் குலைக்கும் விஷயமாகவே என்னுள் முழங்கிக்கொண்டிருந்தன. ஆசிரியையின் சொற்களை அப்படியே சரிவைக்கும் ஒரு சமூகத்தைதான் என்னால் எங்கேயுமே காண முடிந்தது.

தேவையோ தேவையில்லையோ, எதற்குமே ஆணைச் சார்ந்து வாழுவதை ஒரு மரபாகவும் பெருமையாகவும் நினைத்துக்கொண்டிருக்கும் பெண்களை மட்டும்தான் நான் பார்த்திருக்கிறேன். இந்த சார்பு மனோபாவத்தை விட்டு விலகி நிற்கவும் அருகதையற்ற அங்கீகாரத்தை ஒரு ஆணுக்குத் தராமலிருக்கவும் நான் என் வாழ்க்கையில் இயன்றவரை முயற்சி செய்தேன்.

5. சமூகப்பணி

கீதாவின் திருமணம் நடந்த பிறகுள்ள எனது வாழ்க்கை மிகுந்த மனச்சோர்வுடனும் யாருக்கும் பயன்படாததாகவுமிருந்தது. இந்தக் காலகட்டத்தில் தான் நான் ஒரு மகளிர் சங்கம் அமைப்பது குறித்து சிந்தனை செய்தேன். இப்படியான ஒரு சங்கத்தை எப்படி உருவாக்குவது என்பதைப் பற்றியெல்லாம் எதுவுமே தெரியாது. ஒருநாள் காகிதத்தையும் பேனாவையும் எடுத்து இப்படிக் குறித்து வைத்தேன். 'மாடக்கரையில் பெண்களின் முன்னேற்றத்திற்காக ஒரு மகளிர் சங்கம் அமைப்பதற்கானத் தேவையிருக்கிறது. இதற்காக கீழே பெயரெழுதி கையொப்பமிட்ட நாங்கள் சேர்ந்து செயல்படவிருக்கிறோம்.' ஒவ்வொரு வீடாகச் சென்று இந்தக் காகிதத்தைக் காண்பித்துப் பேசினேன். மாடு வாங்கக் கடன், ஆட்டுப் பண்ணை வைக்க, கோழிப் பண்ணை வைக்கக் கடன் என்றெல்லாம் வாக்குறுதிகளை அள்ளி விட்டேன். நீண்ட வசனச் சவடால்கள் எல்லாம் நடத்திய பிறகு ஒவ்வொரு பெண்களாக அதில் கையொப்பமிட்டார்கள்.

இந்தக் காகிதத்துடன் நான் நேராக பத்தேரியை தலைமையிடமாகக் கொண்டு செயல்படும் 'ஸ்ரேயஸ்' எனும் அரசு சாரா அமைப்பிற்குச் சென்றேன். அங்கே மகளிர் சங்கங்களுக்கானப் பொறுப்பை வகிக்கும் மரியாவிடம் காகிதத்தைக் காட்டிப்பேசினேன். அன்றே அதைப் பதிவு செய்வதற்கான வழிமுறைகளை அவர் சொல்லித்தந்தார். மறுநாள், கையொப்பமிட்ட பெண்களை எல்லாம் கூட்டி மாடக்கரையில் காலியாகக் கிடந்த சித்தப்பாவின் சாயாக் கடையில் வைத்து முதல் கூட்டம் நடத்தினோம். அந்தக் கூட்டத்தில் நான், தலைவராகவும் நிர்மலா செயலாளராகவும் தேர்ந்தெடுக்கப்பட்டோம். கிட்டத்தட்ட முப்பது பெண்கள் அந்தக் கூட்டத்தில் கலந்து கொண்டார்கள். இந்த மகளிர் சங்கத்திற்கு நாங்கள் 'அஜயா' என்று பெயரிட்டோம்.

ஸ்ரேயசில் பதிவு செய்து ஒரு மாதம் சென்றதும் எங்களது அக்கரை மிகுந்த செயல்பாடுகளை அறிந்ததாலோ என்னமோ, உமன் கோ ஆர்டினேட்டர் மரியா எங்களுக்குக் கடன் வழங்குவதற்கு முன் வந்தார். சங்கத்திலுள்ள நான்கு உறுப்பினர்களுக்கு மாடு வாங்கக் கடன் கிடைத்தது. பிறகு, ஆடு, கோழி, மற்றும் பல உதவிகள் என்று சில வருடங்கள் இது செயல்பட்டது.

கூட்டம் போட்டு அவ்வப்போதைய பல பிரச்சனைகளைப் பற்றியும் விவாதிப்பதுண்டு. இப்படித்தான் மாடக்கரையில் ஒரு பேருந்து நிறுத்த நிழல் கூடம் தேவையென்ற கோரிக்கை முன் வைக்கப்பட்டது. அப்போது, கட்சிக் கூட்டமொன்றிற்காக பாராளுமன்ற உறுப்பினர் முரளீதரன் மாடக்கரைக்கு வந்தார். சங்கத்தின் உறுப்பினர்களாகிய நாங்கள் நிழல்கூடம் அமைக்கக்கோரும் ஒரு மனுவை எம்.பியிடம் சமர்ப்பித்தோம். அந்த மனுவின்மீது சங்கத்தின் தலைவருக்கும் பஞ்சாயத்துத் தலைவருக்கும் பதில் கடிதம் அனுப்பி வைக்கப்பட்டது. நாங்கள் பஞ்சாயத்துத் தலைவரைப் போய்ப் பார்த்து கோரிக்கையைச் சொல்லி இடத்தையும் குறிப்பிட்டுச் சொன்னோம். நாங்கள் பரிந்துரை செய்த இடம் மாடக்கரை டவுணின் மையப்பகுதியில் அமைந்திருந்தது. இந்த இடத்தின் பின்புறமாக குட்டிச்சேட்டன் என்பவருடைய ஒரு கடை இருந்தது. அந்த இடத்தில் நிழல் கூடம் அமைத்தால் கடையை மறைத்து விடும் என்றும் ஆகவே இந்த இடத்தில்தான் நிழல்கூடம் வேண்டுமென்று வற்புறுத்த வேண்டாமென்றும் அவர் என்னிடம் ஒரு வேண்டுகோளை முன் வைத்தார். முதன்முதலாக ஒரு ஆண் என்னைப் பொருட்படுத்தி ஒரு வேண்டுகோள் வைத்திருக்கிறார். இது, யாருக்கும் தனிப்பட்ட இழப்புக்கள் எதுவுமில்லாத ஒரு விஷயமென்பதால் நான் ஒப்புக்கொண்டேன். சில மாதங்களுக்குள் ரோட்டின் இடதுபுறமாக, மாடக்கரையில் இன்றிருக்கும் பேருந்து நிறுத்த நிழல்கூடம் உருவானது.

ஸ்ரேயசில் இப்போது மரியா இல்லை. அன்று துவங்கிய உறவு, அதே புரிதல்களுடன் இன்றும் தொடர்கிறது. மரியா இப்போது எல்.எல்.பி படித்து வழக்கறிஞராகப் பணியாற்றுகிறார். இன்று மகளிர் சங்கம் மாடக்கரையில் கிடையாது. பிறகு வந்த சங்க உறுப்பினர்கள் சிலரின் தனிப்பட்ட விருப்பங்களின் காரணமாக நாங்கள் பரிந்துரை செய்த இடத்தில்

கட்டடத்தை அமைக்காமல் சங்கத்திற்கு அனுமதியளிக்கப்பட்ட தொகையில், மாடக்கரையிலிருந்து மிகத் தொலைவில் கட்டடம் அமைத்திருக்கிறார்கள். சங்கத்திற்காக உழைத்த பெண்களுக்கு எந்த விதத்திலும் பயன்படாமல் அது இன்று வெறுமனே காலியாகக் கிடக்கிறது. அன்று என்னுடன் இணைந்து தீவிரமாகச் செயலாற்றிய பெண்கள் இப்போது வாரத் தொகை வசூல் செய்தும், பிற கூட்டங்களும் குடும்பக் கூட்டங்களும் நடத்திக் கொண்டிருக்கும் காட்சியை மிகுந்த சோகத்துடன், எதுவும் செய்ய இயலாதவளாக பார்த்துக்கொண்டு நிற்கிறேன்.

ஒரு கலை மேடை தயாரித்தல்

மாடக்கரையிலுள்ள 'விவேகோதயம் ஆர்ட்ஸ் அன்ட் ஸ்போர்ட்ஸ் கிளப் ஒவ்வொரு வருடமும் ஓணப்பண்டிகை நிகழ்ச்சிகள் நடத்துவதுண்டு. (இன்றும் இந்த கிளப் இதை மட்டும்தான் செய்துகொண்டிருக்கிறது.) எல்லா வருடமும் ஊரிலுள்ளவர்களின் ஒத்துழைப்புடன்தான் இதை ஒருங்கிணைத்து செய்து கொண்டிருக்கிறது. இந்த கிளப்பின் தலைவர் பிரதீப் எனும் இளைஞர். 1990இல் ஓண நிகழ்ச்சியை சங்கத்துடன் இணைந்து நடத்தலாமே என்று நான் பிரதீபிடம் கேட்டுக் கொண்டேன். "ஓ... தாராளமாக நடத்தலாமே" என்று பிரதீப் ஒப்புக் கொண்டார். இந்த விஷயத்தை வீட்டில் கூடிய மகளிர் சங்கக் கூட்டத்தில் நான் அறிவித்தேன்.

மகளிர் சங்க உறுப்பினர்களும், நான் வழக்கமாக எழுத்தறிவு வகுப்பெடுக்கும் ஆதிவாசிகள் காலனியைச் சேர்ந்த சிறுவர் சிறுமியரும் வேறு பலரும் சேர்ந்து ஓண நிகழ்ச்சிகளுக்கான பயிற்சிகளை ஆரம்பித்தோம். எங்கள் வீடு பகல் முழுவதும் திருவாதிரைப் பாடல்களாலும் ஒப்பனைப் பாடல்களாலும் களைகட்டியிருந்தது. மாடக்கரையிலுள்ள பெண்களும் குழந்தைகளும் தங்களை மறந்து இதில் உற்சாகத்துடன் ஈடுபட்டார்கள். நிகழ்ச்சிக்கான குறிப்பிட்ட தினத்திற்கு முந்திய தினம், நானும் சங்கத்தின் மற்றொரு உறுப்பினருமாக ஒப்பனை சாதனங்கள் வாங்குவதற்காக பத்தேரிக்குச் சென்று கொண்டிருந்தோம். ஜீப்பில் போய்க்கொண்டிருக்கும்போது ஒருவர், பிரதீப் ஊருக்குச் சென்றிருப்பதாகவும் நாளைக்கு வந்து விடுவாரா என்பதை உறுதியாகச் சொல்ல முடியாதென்றும் சொன்னார். நான் அப்படியே ஸ்தம்பித்திருந்துவிட்டேன். மேடை, திரைத் துணிகள், போட்டிகளுக்கான அன்பளிப்புப் பொருட்கள் நடுவர்கள், ஒலிப்பெருக்கி அனுமதி...

எல்லாவற்றையும் யாருடைய் வழிகாட்டுதலின்படி செய்து முடிப்பது? துவங்கி வைப்பது யார்? என்பதுபோன்ற யோசனைகள் என்னை அலட்டிக்கொண்டிருந்தன. ஒப்பனை சாதனங்களுடன் வீட்டிற்கு வந்து சேர்ந்தோம்.

கேள்விப்பட்ட செய்தியின் பாதிப்பு என்னை சோர்வடையச் செய்திருந்தது. இருந்தாலும் வெளியே காட்டிக்கொள்ளவில்லை, விஷயம் தெரியாமல் ஒத்திகையில் ஈடுபட்டிருப்பவர்களில் சிறுவர் சிறுமியர் மட்டுமல்ல, பெண்களுமிருந்தார்கள். வீட்டிற்குச் சென்றதும் அனைவரையும் கூட்டி விஷயத்தைச் சொன்னேன். பிரதீப் ஊரில் இல்லை; நிகழ்ச்சிகளை நாளைக்கு எப்படி நடத்துவதென்று தெரியவில்லை; ஒலிபெருக்கி வைப்பதற்கான அனுமதியும் வாங்கவில்லை; கர்ட்டன் வாங்கவில்லை; மேடை அமைப்பதற்கான இடமும் எதுவென்று தெரியாது. இந்த நிலையில் நம்மால் என்ன செய்து விட முடியுமென்று புரியவில்லை. ஒரு வழியும் தெரியவில்லை. இப்படியான இந்தச் சூழ்நிலையில் நாம் இந்த நிகழ்ச்சியை நடத்த வேண்டுமா? நான் அவர்களிடமே கேட்டேன். 'நடத்தியேயாக வேண்டும்.' அவர்கள் ஒரே குரலில் சொன்னார்கள். "நீங்க அவ்வளவு உறுதியாச் சொல்றதா இருந்தா நாம நடத்துவோம். கிளப் மேடையை நமக்கு விட்டுத் தருவாங்களாங்கிறது தெரியாது. அவங்க அப்படித் தரலேனா என்ன செய்யறது?" "பரவாயில்லெ, நாம நடுரோட்டுலெ நடத்துவோம்." இதைச் சொன்னவள் ராதாமணி எனும் ஆதிவாசிப்பெண், அனைவருமே அவளது கருத்தை ஆமோதித்தார்கள்.

நானும் நிர்மலாவும் மாடக்கரைக்குப் போய் சஜி எனும் ஒரு நண்பரைப் பார்த்து விவரங்களைச் சொன்னோம். பள்ளியிலுள்ள கர்ட்டனை எப்படியாவது வாங்கித் தருவதாகவும் ஒலிபெருக்கி அனுமதியையும் வாங்கித் தருவதாகவும் சஜி வாக்குறுதி தந்தான். கிளப் மேடையை விட்டு விட்டு மற்றொரு காலி இடத்தைக் கண்டுபிடித்தோம். ஒரு சாராயக் கடையின் எதிரிலிருந்த காலியான இடம். இதற்கான அனுமதியை நாங்கள் கடை உரிமையாளரிடம் வாங்கினோம், மேடையை அந்த இடத்திலேயே அமைத்துக் கொள்ளவும் முடிவு செய்தோம்.

வீட்டிற்கு வந்து விவரங்களைச் சொன்னோம். "அந்த இடத்தில் கால் நாட்டி மேடை போடணும்னா நாம எல்லாருமே ஒண்ணா சேந்து வேலை செய்தாதான் நடக்கும்" என்றும் சொன்னேன்.

அனைவரும் ஒப்புக் கொண்டார்கள். ஒத்திகையை நிறுத்திவிட்டு மேடையமைப்பதற்கானப் பொருட்களை சேகரிக்கக் கிளம்பினோம். எனது வீட்டிலிருந்தும் சங்கத்தின் மற்ற உறுப்பினர்களது வீடுகளிலுமிருந்தெல்லாம் ஏணி, கடப்பாரை, தட்டி, நூல், கயிறு போன்றவற்றுடன் சில மணிநேரத்திற்குள் எல்லோரும் எங்கள் வீட்டிற்கு வந்து சேர்ந்தார்கள்.

அன்று சாயுங்காலம் ஆறுமணிக்கு சாதன சாமக்கிரியைகளுடன் பெண்களும் சிறுமிகளுமாக கிட்டத்தட்ட இருபதுபேர் மாடக்கரை டவுணுக்கு நடந்தோம். கால் ஊன்றுவதற்கான குழிகளைத் தோண்டினோம். நான்கு குழிகள் தோண்டி முடிவதற்குள் அந்தி இருட்டி விட்டது. பெரிய ஏணிகளின் நுனிப் பகுதிகளில் கயிறு கட்டி கர்ட்டன் போடுவதற்கான ஏற்பாடுகளைச் செய்து முடித்தோம். ஏணியைத் தூக்கி அப்படியே பள்ளத்தில் ஊன்றி வைத்தோம். அதற்குள் இந்த விஷயம் ஊருக்குள் பரபரப்பாகப் பேசப்பட்டது, கிளப்பிலுள்ள மூத்த உறுப்பினரான சத்யன் அண்ணன் அங்கு வந்தார். “நீங்க எதுக்கு இவ்வளவு சிரமப்பட்டு மேடை போடணும்? கிளப் மேடையை நீங்களும் பயன்படுத்தலாமே” என்றார். அது, சற்று உயர்ந்த இடமும் டவுணின் மையப்பகுதியாகவுமிருந்தது. எங்களுக்கு மிகுந்த ஆறுதல், பிறகுள்ள வேலைகளை அந்த இடத்திற்கு மாற்றினோம். சித்தப்பாவின் கடையின் எதிர்புறமிருந்த, நிரந்தரமாகக் கால்கள் நாட்டப்பட்டிருந்த ஒரு இடம் அது. நாங்கள் அதன் மூன்று புறமும் தட்டிகளால் கட்டி மறைத்தோம். அதையடுத்திருந்த ஒரு இடத்தில் ஒப்பனை செய்து கொள்வதற்கான தட்டிகளை வைத்து மற்றொரு மறைவும் கட்டினோம். இரவு எட்டுமணிக்கெல்லாம் ஒலிபெருக்கி வைப்பதற்கான அனுமதி கிடைத்துவிட்ட விவரத்தை சஜி வந்து சொன்னான். இரவு ஒன்பதுமணிக்கெல்லாம் எல்லா வேலைகளையும் முடித்துவிட்டு திருப்தியுடன் வீடுகளுக்குத் திரும்பினோம்.

காலையில் கர்ட்டன்கள் வந்து சேர்ந்தன. கர்ட்டன் கட்டுவதற்கு சஜியும் மற்ற சில பையன்களும் எங்களுக்கு உதவி செய்தார்கள். எட்டுமணிக்கெல்லாம் ஒலிபெருக்கி சாதனங்கள் வந்து சேர்ந்து விட்டன. ஓண நிகழ்ச்சிகளைத் துவக்கி வைப்பதற்கு முதல் நாளைய பரபரப்பினூடே நானும் நிர்மலாவும் ஓய்வு பெற்ற தலைமையாசிரியரான பாஸ்கரன் சாரை ஏற்பாடு செய்திருந்தோம். சார் குறிப்பிட்ட நேரத்தில் வந்திருந்த பிறகும்

யார்யாரோ சொன்னதைக் கேட்டு நிகழ்ச்சியைத் துவக்கி வைப்பதற்கு மறுத்து விட்டார். சரியாக ஒன்பது மணிக்கு நிகழ்ச்சியைத் துவங்குவதாக நாங்கள் ஒலிபெருக்கியினூடே அறிவித்திருந்தோம். பாஸ்கரன் சாரின் மறுப்பு எங்களை வேதனைக்குள்ளாக்கியது. எங்களுடனேயே இருந்த வசந்தி எனும் நடன ஆசிரியையிடம் நிகழ்ச்சியைத் துவக்கிவைக்கும்படி வற்புறுத்திக் கேட்டுக் கொண்டோம். அவர் ஒப்புக் கொண்டு துவக்கியும் வைத்தார்.

பிறகு, தொடர்ந்து போட்டிகள் நடந்தன. சங்க உறுப்பினர்களில் சிலரையும் ஊரிலுள்ள சில ஆண்களையும் எந்த விசேஷத் தகுதிகளையும் கருதாமல் நடுவர்களாக நியமித்தோம். மதியத்திற்குப் பிறகு பெரிய பெண்களுக்காக மியூசிக் செயர் போட்டியும் நடத்தினோம். ஆண்களுக்கானப் போட்டி அறிவித்திருந்தும் யாருமே கலந்து கொள்ளவில்லை. இரவு ஏழுமணிக்கு சங்க உறுப்பினர்களது கலை நிகழ்ச்சிகள் துவங்கின. விடிவதுவரை அற்புதமான ஒரு கலை இரவை நிகழ்த்திக் காட்டுவதற்கு எங்களால் இயன்றது. நிகழ்ச்சிகளினிடையே நாங்கள் நடத்திய பக்கெட் வசூலில் கிடைத்தத் தொகையைக் கொண்டு ஒலி பெருக்கிக்கான வாடகையைக் கொடுப்பதற்கும் ஸ்பான்சர்கள் இல்லாத இந்த நிகழ்ச்சிக்கான பரிசுப் பொருட்களை வாங்கவும் இயன்றது. இன்றும் ‘இருபது ஆண்டுகளாக கிளப்பின் தலைமையில் தொடர்ந்து நடந்து வரும் ஓணப்பண்டிகைக் கலை நிகழ்ச்சிகள்’ என்று அறிவித்துக் கொள்வதைக் கேட்கும்போது இதில் ஒரு வருடம் கலை நிகழ்ச்சியை நடத்தியது ஒரு பாவப்பட்ட மகளிர் சங்கம் என்று சொல்லமாட்டார்களா என்று நான் ஆசைப்படுவதுண்டு.

ஆச்சார விதிகளது சாட்சியங்களின் அடிப்படையில்தான் மனிதர்கள் சமூகக் கோட்பாட்டின் கைதிகளாக மாறினார்கள். ஆணாதிக்க மேலாண்மைகளின் அடிப்படையிலமைந்த ஒரு சமூகத்தின் ஆச்சாரங்களும் சட்ட விதிகளும் முற்று முழுவதுமாக பெண்ணடிமைத்தனத்தைப் போற்றுவதாகவே அமையுமென்பது இயல்பான ஒரு விஷயம்தான். பிறக்கும்போதே மனிதன் மீது திணிக்கப்படும் நடைமுறைகளின், அது சார்ந்த வரையறைகளின் ஒரு சூழல் உருவாக்கம்தான் இது. யாருடையவும் கற்பிதங்களுக்கும் உட்படாமலேயே விலங்குகள் இனவிருத்திக்கான செயல்பாடுகளில் ஈடுபடுவதுபோல்,

மானுட விதிகளின் கூறுகள், நினைவிலி நிலையிலேயே உட்கொள்ளப்பட்டு, பிஞ்சுப் பருவத்திலேயே மனிதனைத் தனது கைதியாக மாற்றிவிடுகின்றது. தனித்துவத்தின்மீது திணிக்கப்படுகின்ற இந்தப் பண்பாட்டுக் கூறுகளைத்தான் நாம் ஆச்சாரங்கள் என்கிறோம். பரஸ்பரம் பிணைந்து கிடக்கும் ஆச்சாரங்களின், நியமச்சட்டகங்களின் இந்த ராவணன் கோட்டையை கட்டுடைத்தால் மட்டுமே ஒரு பெண்ணுக்கு தன்னை வெளிப்படுத்தவும், தன்னை சமூக உயிரியாக மீள் உருவாக்கம் செய்யவும் இயலும். வாழ்க்கையின் முன் அரங்கிற்கு வந்து சேரவும், பொறுப்புகளை ஏற்றெடுக்கவும், பொது நீரோட்டத்திலிருந்து தனக்கான வாய்ப்புகளைத் தேடிக்கொள்ளவும் அவளால் இயலவேண்டுமென்றால் சிதலரித்துப்போன ஆச்சாரங்களும் பொதுவான விதிகளும் தகர்ந்தேயாக வேண்டும். இந்தப் புரிதல்களை நோக்கிய மெதுவான எனது பயணத்தின் திருப்பங்கள்தான் 'அஜயா மகளிர் சமாஜமும்' அதன் சில கனவுகளும்.

வயநாட்டில் பெண்களின் கலைப்பயணம்

1990இல் 'கேரளம் முழு கல்வியறிவை நோக்கி' எனும் அரசுக் கொள்கையை நடைமுறையில் கொண்டுவருவதற்கான தீவிரச் செயல்பாடுகள் ஒவ்வொரு மாவட்டங்களிலும் துவக்கப்பட்டன. அதன் ஒரு பகுதியாக வயநாடு மாவட்டத்தில் நென்மேனி பஞ்சாயத்திலும் கூட்டங்கள் நடைபெற்றன. மகளிர் சங்கத்திற்கு வந்த அழைப்பை ஏற்று ஐந்து உறுப்பினர்களுடன் நானும் அந்தக் கூட்டத்தில் கலந்து கொண்டேன். அதில் பல்வேறு அமைப்புகளைச் சார்ந்த ஆட்களும் கலந்துகொண்டார்கள். சங்கக் கூட்டத்தைத் தவிர நான் பங்கு வகித்த முதல் கூட்டமும் இதுதான்.

நென்மேனி பஞ்சாயத்தின் பொது அரங்கில் வைத்து கூட்டம் நடந்தது. அந்தக் கூட்டத்தில் பஞ்சாயத்துத்தலைவர் கோடதி அப்துல்ரகுமான் அதன் நோக்கத்தைத் தெளிவுபடுத்தினார். கேரளத்தை முழு கல்வியறிவு பெற்ற மாநிலமாக மாற்றும் இலட்சியத்தை முன்வைத்து சில விழிப்புணர்வு நிகழ்ச்சிகளை முதலில் நாம் திட்டமிட்டிருக்கிறோம். கடந்த சில நாட்களாக இதைக் குறித்து நடந்த விவாதங்களிலிருந்து தெரியவந்த ஒரு கருத்து, வீதி நாடகங்கள் நடத்தலாமென்பது. கேரளத்தின் மக்கள் தொகையில் குறிப்பிட்ட சதவிகிதத்தினர் இன்றும் கல்வியறிவில்லாதவர்களாகவே இருக்கிறார்கள். இதில்

பெருமளவிலானவர்கள் பெண்கள்தான். எனவே, இப்போது இங்கே கூடியிருப்பவர்களில் சில இளைஞர்களுக்கு வீதி நாடகம் நடத்துவதற்கு பயிற்சி கொடுக்கும் ஏற்பாடுகள் பஞ்சாயத்தால் செய்யப்பட்டிருக்கிறது. இதற்குத் தயாராக இருக்கும் இளைஞர்கள் தங்களது பெயர்களை இப்போதே பதிவு செய்து கொள்ளலாம்... என்று ஆரம்பித்து அதோடு தொடர்புள்ள பலவிஷயங்களைப் பேசி முடித்துக் கொண்டார்.

சொற்பொழிவு முடிந்ததும் தொடர் நடவடிக்கையாக நாடகம் கற்பிப்பதற்கானப் பொறுப்பை ஏற்றுக்கொண்ட கோபி எனும் இளைஞர் கூடியிருந்தவர்களிடம் “ஆர்வமுள்ள இளைஞர்கள் எழுந்து நிற்கவும்” என்று சொன்னார்: உடனே நான் எழுந்து சொன்னேன் “இங்கே பேசியதிலிருந்து நான் ஒரு விஷயத்தைத் தெளிவாகப் புரிந்து கொண்டேன். அது, கல்வியறிவற்றவர்களில் பெரும்பான்மையினர் பெண்கள்தான் என்பதை. அப்படியென்றால் பெண்களுக்கு விழிப்புணர்வூட்டுவதற்கு ஏன் ஆண் நடிகர்கள்? வீதி நாடகங்கள் நடத்த பெண்களால் முடியாதா?” உடனே பதில் வந்தது: “நிச்சயமாக முடியும். பெண்களின் தரப்பிலிருந்து இப்படியான ஒரு பயிற்சிக்குத் தயாராக முன் வந்தால் எல்லாவிதமான உதவிகளும் செய்யப்படும்.” நான் உடனே முன்னால் சென்று சபையின் எதிர்முகமாக நின்றேன். அறிமுகமானவர்களும் அறிமுகமாகாதவர்களுமான இளையவர்களிடமும் பெண்களிடமும் பொதுவாக, கலைப் பயணத்திற்குத் தயாராக இருப்பவர்களில் விருப்பமுள்ளவர்கள் எழுந்து நிற்கும்படிச் சொன்னேன். உடனே தாய்மார்கள் உட்பட ஏறத்தாழ இருபது பெண்கள் எழுந்து நின்றார்கள். நான் அவர்களது பெயர்களைக் குறித்துக் கொண்டேன். எனக்கு ஆச்சரியமாக இருந்தது. வாய்ப்புகள் தரப்படாததால் மட்டுமே அதைப் பற்றி சிந்திக்காமலிருக்கும் அவர்களது மனோபாவத்தையும் புரிந்து கொள்ள முடிந்தது. மறுநாளிலிருந்து பஞ்சாயத்துப் பொது அரங்கில் நடக்கும் வீதி நாடகப் பயிற்சிக்கு வந்து சேரும்படி அறிவிக்கப்பட்டது.

அனைவருமே குறிப்பிட்ட நேரத்தில் பயிற்சிக்கு வந்து சேர்ந்தார்கள். அவர்களுக்கான உணவு, பஞ்சாயத்தில் ஏற்பாடு செய்யப்பட்டிருந்தது. காலை பத்துமணி முதல் மாலை ஐந்துமணிவரை பயிற்சி நேரம், சுமார் பத்துநாட்கள் பயிற்சியளித்தார்கள். தொடர்ந்து ஒரு மாதம்வரை வயநாடு

மாவட்டத்தின் பல பகுதிகளில் நாங்கள் கலைநிகழ்ச்சிகள் நடத்தினோம். பாட்டுடன் கூடிய இந்த வீதி நாடக அரங்கேற்றத்தை என்னால் ஒருபோதுமே மறக்க இயலாது. இதன் கடைசி நிகழ்வுவரை தடைபடாமல் நடந்து கொண்டிருந்தது என்பதும் எனக்குப் பெருமை தந்தது. இந்தக் கலைப்பயணத்தின் நடத்துனராகவும் என்னையே தேர்வு செய்திருந்தார்கள். என்னால் வெற்றிகரமாக இந்த சவாலை நிர்வகிக்க இயன்றது. வயநாட்டில், சுதந்திரமாக பெண்கள் மட்டுமே நடத்திய முதல் கலைப்பயணமும் இதுதான்.

கோழிக்கோட்டில் ஒரு கூட்டம்

மகளிர்சங்கத்தின் செயல்பாடுகளை மிகுந்த உற்சாகத்துடன் நாங்கள் தொடர்ந்து நடத்திக்கொண்டிருந்தோம். சங்கத்தின்கீழ் ஒரு அங்கன்வாடியும் ஒரு தையல் வகுப்பும் ஒரு மாதச்சீட்டும் துவங்கினோம். மெல்ல மெல்ல சங்கத்தின் பெயர் மற்ற ஊர்களிலும் பரவ ஆரம்பித்தது. பல்வேறு அமைப்புகள் தங்களது கூட்டங்களுக்கும் எங்களுக்கு அழைப்பு விடுக்கத் துவங்கினார்கள். சங்கத்தின் பெயரில் கடிதங்கள் வர ஆரம்பித்தன. அப்படிக் கலந்து கொண்ட ஒரு கூட்டத்தில் வைத்துதான் கான்ஃபெடில் பணியாற்றும் பீவி எனும் ஒரு தோழி எனக்குக் கிடைத்தாள். பிறகு எல்லாக் கூட்டங்களுக்குமே நான் பீவியுடன்தான் சென்றேன்.

தினமும் ஏதாவதொரு கூட்டம் நடக்கும். பள்ளிக்கூட விடுமுறை நாட்களில் மட்டும் நான் சாயுங்காலக் கூட்டங்களில் கலந்து கொள்வேன். பள்ளி நாட்களில் வீட்டில் தனிப்பயிற்சி வகுப்புகள் நடத்தி வந்தேன். இரண்டாம் வகுப்பு முதல் பிரீ டிகிரிவரையிலான சுமார் முப்பது மாணவமாணவிகள் டியூசன் படிக்க வருவார்கள். பிற்பகல் மூன்றுமணி முதல் ஏழுமணி வரை பயிற்சிக்கான நேரம். பயிற்சிக் கட்டணமாக மாதமொன்றுக்கு அறுநூறு ரூபாய் வரை கிடைத்து வந்தது. இதனால் என் தேவைகளுக்கு நான் அப்பாவைக் கேட்கும் அவசியமிருக்கவில்லை. ‘அவளோட தேவைகளை அவளே கவனிச்சுடுவா’ என்று அப்பா மற்றவர்களிடம் பெருமையாகச் சொல்வது பலதடவை என் காதுகளிலும் விழுந்திருக்கிறது.

சங்கம் தொடர்பாகவும் மற்றுமான எனது செயல்பாடுகள் குடும்பத்திற்குள் பல்வேறு விமர்சனங்களுக்குள்ளாயின. பெண்கள் சம்பந்தப்பட்ட புகார்களுடன்

காவல்நிலையங்களுக்குச் செல்வது, குடும்பப் பிரச்சனைகளுக்காக பஞ்சாயம் பேசச் செல்வது, அறிவொளி வகுப்பெடுக்கச் செல்வது, இதில் கலந்து கொள்ளும் பெரியவர்களை மாவட்டத்திற்குட்பட்ட சுற்றுலாப் பகுதிகளுக்கு அழைத்துச் செல்வது, ஆதிவாசிகளுக்கு ஒதுக்கப்பட்ட இலவச மருத்துவ உதவிகளுக்காக கோழிக்கோடு மருத்துவக்கல்லூரிக்கோ சம்பந்தப்பட்ட மருத்துவமனைகளுக்கோ அழைத்துச் செல்வது போன்ற பணிகளை சங்கப் பணிகளுக்கு வெளியே நான் பீவியுடன் சேர்ந்து நடத்தி வந்தேன். அம்மாவும் அக்காமாரும், தங்கைகளும் அப்பாவின் குடும்பமும் எனது இந்தச் செயல்பாடுகளை சீரழிவாகப் பார்த்து முழுமையாக எதிர்த்தார்கள். அப்பா ஒரு போதுமே என்னைக் குற்றம் சொன்னதில்லை. "அப்பாவோட முகத்துலெ கரியள்ளிப் பூச நடக்குறா" என்ற என் தங்கையின் சொற்கள் என்னைப் பலமுறை வேதனைப்படுத்தியிருக்கின்றன.

அப்போது ஒருநாள் அஜிதாக்காவின் தலைமையில் கோழிக்கோடில் நடந்த தேசிய மகளிர் மாநாடு *(National Conference for women)* தொடர்பாக நடந்த ஒரு கூட்டத்தில் கலந்து கொள்வதற்கான அழைப்பு எனக்கு வந்தது. கோழிக்கோடு, புதியங்காடியில், சுஹராக்காவின் வீட்டில் வைத்து அந்தக் கூட்டம் நடந்தது. எனக்கோ, வயநாடு மாவட்டத்தைத் தவிர மற்ற எந்த இடத்தைக் குறித்தும் பெரிதாக எதுவும் தெரியாது. கூட்டத்தைப் பற்றி இரண்டு நாட்களுக்கு முன்பே அப்பாவிடம் சொல்லியிருந்தேன். நிகழ்ச்சி மதியம் இரண்டு மணிக்கு,

நிகழ்ச்சிக்கு முதல்நாள் இரவு அப்பா என்னை அழைத்து "நாளைக்கு தானே மீட்டிங்? சரி, காலையிலேயே கிளம்பிடணும்" என்று சொன்னபோது ரொம்ப மகிழ்ச்சியாக இருந்தது. எப்படா வெளியே போகலாம் என்று யோசித்துக் கொண்டிருந்தபோதுதான் அப்பாவின் இந்தக் கேள்வியும்பதிலும் வந்தது. அப்போது வயநாட்டிலிருந்து கோழிக்கோட்டுக்கு குறைவான எண்ணிக்கையில்தான் பேருந்துகள் ஓடிக்கொண்டிருந்தன. காலையில் ஒன்பது மணிக்கு பத்தேரியிலிருந்து புறப்பட்டால்தான் ஒரு மணிக்காவது கோழிக்கோட்டுக்குப் போய்ச்சேர முடியும். மலையடிவாரத்தில் ஒரு 15 நிமிடம் பேருந்தை நிறுத்தி சாயாவெல்லாம் குடித்த பிறகுதான் மீண்டும் பயணத்தைத் தொடர வேண்டும். இன்று

இப்படி ஓய்வெடுப்பதெல்லாம் கிடையாது. பத்தேரியிலிருந்து புறப்பட்டால் கோழிக்கோடை சென்றடைந்த பிறகுதான் ஓய்வு. அன்று நான்கு மணி நேரமெடுக்கும் இந்தப் பயணம், இப்போதெல்லாம் இரண்டரை மணி நேரத்தில் முடிந்து விடுகிறது.

ஒரு மணிக்கெல்லாம் நானும் அப்பாவும் கோழிக்கோட்டுக்கு வந்து சேர்ந்தோம். சுஹரா அக்காவின் வீட்டிற்குச் செல்லும் வழித்தடம் கடிதத்தில் குறிப்பிடப்படவில்லையென்பதால் வீட்டைக் கண்டுபிடிப்பதற்குள் நானும் அப்பாவும் ரொம்ப சிரமப்பட்டு விட்டோம். பலரிடம் கேட்டறிந்து சரியாக இரண்டு மணிக்கு நாங்கள் சுஹராக்காவின் வீட்டையடைந்தோம். அங்கே போய்ச் சேர்ந்த பிறகுதான் கூட்டத்தை மறுநாளைக்கு ஒத்தி வைத்திருப்பதை அறிந்து கொண்டோம். என்னை அங்கேயே விட்டு விட்டு அப்பா திரும்பிச் சென்றார்.

முதல் முதலாக நான் வயநாட்டிற்கு வெளியே, வேறொரு ஊரில், தெரிந்தவர்களோ உறவினர்களோ இல்லாத இடத்தில் தங்கினேன். மறுநாள், கூட்டம் முடிந்து வீட்டிற்கு வந்தபோது அப்பாவின் சுபாவம் முற்றிலுமாக மாறிப் போயிருந்தது. இனிமேல் இப்படியான கூட்டங்களுக்குப் போகவேண்டாம் என்று சொல்லிவிட்டார். நான் பதிலே சொல்லவில்லை. ஏனென்றால் இதற்கு ஒப்புக் கொள்வது பற்றிய அபிப்ராயமே என்னிடமில்லை. தொடர்ந்து பல கூட்டங்களில் அப்பாவின் அனுமதியுடனேயே நான் கலந்து கொள்ளவும் செய்தேன்.

மகளிர் சங்கம் தொடர்பான எனது பொதுவாழ்க்கை சுமார் இரண்டாண்டு காலம் மட்டுமே நீடித்தது. 1991இல் காவல்துறையில் வேலை கிடைத்ததும் இதுபோன்ற பணிகளிலொன்றும் காவல்துறையைச் சார்ந்தவர்கள் ஈடுபடக் கூடாதெனும் தவறான எண்ணத்துடன் நீண்ட காலம் எல்லாவற்றிலிருந்தும் விலகியே நின்றிருந்தேன். காவல்துறையில் சேர்ந்தபிறகு செய்த வேலைகள் என, மகளிர் அமைப்புகளிலும் கல்லூரிகளிலும் பெண்களின் முன்னேற்றம் எனும் அடிப்படையிலமைந்த வகுப்புகள் நடத்தியது மட்டும்தான். இதுபோன்ற கிட்டத்தட்ட நூற்றைம்பது வகுப்புகளையாவது இந்தக் கால அளவினுள் நான் நடத்தியிருப்பேன். இதில் பெருமளவும் தற்காலப் பணிநீக்கம் செய்யப்பட்டிருந்த காலகட்டத்தில் நடத்தப்பட்டவை.

காவலர்களில் பெரும்பான்மையினரும் எந்தவிதமான கலாசார அமைப்புகளில் உறுப்பினராகச் சேரவோ இவர்களது செயல்பாடுகளுக்கு உதவியாக இருக்கவோ செய்வதில்லை. இதுபோன்ற காரணங்களால்தான் பொதுமக்கள் காவலர்களை விட்டு விலகியே இருக்கிறார்கள். பொது நன்மையை நோக்கமாகக் கொண்ட (அரசியல் கட்சி, மதவாத அமைப்புகளைத் தவிர்த்த) அமைப்புகளில் இந்தத் துறையைச் சார்ந்த ஒவ்வொருவரும் உறுப்பினராகச் சேர்வதுவும் இணைந்து செயல்படுவதுவும் கலாசாரப் பெருமை மிக்க கேரள காவல் துறையின் கடமையாக இருக்கவேண்டும்.

6. காவல்துறையின் பயிற்சிக்களத்தில்

1991 மார்ச் 13ஆம் தேதியன்று காவல்துறையில் எனது வாழ்க்கை ஆரம்பித்தது. திருவனந்தபுரத்திலுள்ள தைக்காடு, காவல்துறைப் பயிற்சிக் கல்லூரியில் வைத்து பயிற்சி நடந்தது. முதல் நாளன்றே காவலருக்கான உபகரணங்கள் எங்களுக்கு வினியோகிக்கப்பட்டன. அதில் தொப்பி, இடுப்புப் பட்டை, கைத்தடி, இரண்டு ஜோடி சீருடைகள், இரண்டு ஜோடி உடற் பயிற்சிக்கான சீருடைகள், (வெள்ளை சுரிதார் துப்பட்டா இல்லாமல்) ஒரு ஜோடி கறுப்புக் காலணி, ஒரு ஜோடி வெள்ளைக் காலணி, (பி. டிக்கு) ஆகியவை அதிலிருந்தன. மாவட்டங்களின் அடிப்படையில் உபகரணங்களின் வினியோகம் நடந்தது.

பி.எஸ்.சியின் மூப்பு அடிப்படையில் ஒவ்வொரு மாவட்டங்களிலுமுள்ள விண்ணப்பதாரர்கள் தனித்தனியாக இலக்கம் தரப்பட்டு வரிசையாக நிறுத்தப்பட்டனர். இப்படிப் பிரிக்கப்பட்ட பயிற்சிக்காவலர்கள் அனைவரையும் மூன்று அணிகளாகப் பிரித்தார்கள். நாங்கள் மொத்தம் இருநூற்று நாற்பத்து நான்கு பேர்களிருந்தோம். அதில் இரண்டு அணிகளில் தொண்ணூறு வீதமும் கடைசி அணியில் அறுபத்து நான்கு பேர்களுமிருந்தோம். மூன்றாவது 'சி' அணியில் கடைசி பிரிவிலிருந்தது எனது இடம். எனக்கு ஒதுக்கப்பட்ட எண் 233. ஒவ்வொரு பிரிவிலும் குறைந்தது பதினைந்து பேர்களாவது இருப்பார்கள்.

பயிற்சி ஆரம்பித்து ஒரு வாரம் கழிந்திருக்கும். ஒருநாள் காலையில் உடற்பயிற்சிக்காக வெள்ளை சுரிதார் அணிந்து வழக்கம்போல் நாங்கள் அனைவரும் அணிவகுத்து (ஃபால் இன்) நின்றிருந்தோம். எங்களது பிரிவுக்கு நியமிக்கப்பட்ட பயிற்சியாளர், (இன்ஸ்பெக்டர்) பொதுவான சில விஷயங்களைப் பற்றி பேசிக்கொள்வது போல் அட்டென்ஷனில்

நின்றிருந்த எங்களை ஸ்டான்டசில் (கால்களை 12 இஞ்ச் அகலமாக நிற்கும் நிலை) விட்டு பேசத் துவங்கினார்.

"உங்கள்லே போலீஸ் வேலையிலே சேரணும்னு விருப்பப்பட்டு வந்தவங்க யாரெல்லாம்? அவங்க மட்டும் அட்டென்ஷன்லே நில்லுங்க."

இது காதில் விழுந்ததுதான் தாமதம், நான் உடனே இரண்டு குதிகால் பகுதிகளையும் 45 டிகிரியில் சேர்த்து வைத்து அட்டென்ஷன் ஆனேன். கூட்டத்திலிருந்தவர்களில் வேறு யாருமே அட்டென்ஷனாகவில்லை. உடனடியாக வந்தது இன்ஸ்பெக்டரின் அடுத்த கமென்ட். "ஓஹோ, டூ தர்ட்டி த்ரீ மட்டுந்தான் விருப்பப்பட்டு இங்க வந்ததா?" பிறகு அவர் மற்றவர்களுக்கும் அட்டென்ஷன் கமென்ட் செய்தார். அடுத்த கமென்ட் ஸ்டார்ட் டபுள் மார்க் டைம்.

நாங்கள் பதினாறு பேர்களும் கமென்டை ஏற்று நின்ற நிலையில் மிக வேகமாக கால் மூட்டு முன்னால் வரும் விதமாக ஓட, குதிக்க வேண்டும். நாங்கள் சேர்ந்து ஓடிக் கொண்டிருந்தபோது பயிற்சியாளரின் அடுத்த கமென்ட் வருகிறது. "ஹால்ட் எக்ஸெப்ட் டூ தர்ட்டி த்ரீ." என்னைத் தவிர மற்றவர்கள் குதிப்பதை நிறுத்தினார்கள். நான் மட்டும் தொடர்ந்து குதித்தோடிக்கொண்டிருந்தேன். என் உடல் முழுவதும் வேர்த்துத் தெப்பலாகியிருந்தது, மூச்சு நின்று விடும்போலானது. தளர்ந்து விழுந்து விடுவாள் என்று அவருக்குத் தோன்றியதும் அடுத்த கமென்டைப் பிறப்பித்தார். 'ஹால்ட் டூ தர்ட்டி த்ரீ." நான் நின்று மேல்மூச்சு வாங்கினேன்.

"இப்போ என்ன நினைக்கிறே, போலீசைப் பற்றி?" மிகுந்த எள்ளலுடனான அந்தக் கேள்வி என்னுள் வீம்பை உருவாக்கியது.

"நான்.. நான்... எதிர்பார்த்திருந்ததுலே... பாதி கூட.... ஆகலெ... சார்." நான் மூச்சு வாங்க திணறத் திணறச் சொல்லி முடித்தேன்.

'சபாஷ், டூ தர்ட்டி த்ரீ, சபாஷ்."

பிறகு அனைவருக்குமான பயிற்சி துவங்கியது. சிறிது நேர ஓய்வுகூட எனக்கென அனுமதிக்காமல்தான்.

காவல்துறையிடம் பிரியமாக நடந்து கொள்ளக்கூடாது. நடந்தால் இதுதான் அனுபவமாக இருக்கும் என்ற ஒரு முன்

அறிவுறுத்தல்தான் இது என்று பிந்தைய எனது அனுபவங்கள் சொல்லித் தந்தன.

காலையில் ஆறரை முதல் எட்டுமணிவரை உடற்பயிற்சியும் எட்டு முதல் ஒன்பது மணிவரை உணவு வேளையும் ஒன்பது முதல் மதியம் ஒரு மணிவரை பாட வகுப்பும் மூன்று முதல் ஐந்துமணிவரை கவாத்தும் பாரேடு என்பதாக இருந்தது நித்தியக் கடமைகள். இதில் அதிகமான இடைவேளை கிடைக்கிற ஒன்று முதல் மூன்று மணி வரையிலான நேரத்தில்தான் மதிய உணவு, பரேடிற்கான ஷூக்களை பாலீஷ் போடுவது, துவைப்பது, அறையை சுத்தம் செய்வது போன்ற வேலைகளை செய்து முடிக்க வேண்டும். ஐந்து முதல் ஏழுமணிவரை விளையாடுவதற்கான நேரம். விருப்பமுள்ளவர்கள் கைப்பந்து விளையாடலாம். பெண்களென்பதால் கைப்பந்து விளையாடும் வசதி மட்டும் தானிருந்தது. இரவு ஒன்பது மணிக்குள் இரவு உணவை முடித்து விடவேண்டும். ஒன்பது மணிக்கு ஆஜர்பட்டியல் பணி நடக்கும். பத்து மணிவரைதான் தங்குமிடங்களில் விளக்கெரியலாம். பத்து மணிக்கெல்லாம் கண்டிப்பாக அவரவர்களுக்கான கட்டில்களில் படுத்து விட வேண்டும். இதுவெல்லாம்தான் பொதுவான நிபந்தனைகள். இதில் ஞாயிற்றுக்கிழமையும் பிற விடுமுறை தினங்களிலும் பி.டி.யும், பரேடும், பாட வகுப்பும் இருக்காது.

சீருடையைப்பற்றிய முதல் சர்ச்சை

பயிற்சியிலிருப்பவர்களில் நானுட்பட சிலர், பெண்காவலர்களுக்கு சீருடையாக கொடுக்கப்பட்டிருந்த சேலைக்கு எதிர்ப்புத் தெரிவித்தோம். எங்களில் ஒருவர் சீருடையை சேலையிலிருந்து பான்ட்சும் சர்ட்டுக்கும் மாற்ற வேண்டுமென்ற வேண்டுகோளை முன்வைத்து முதலமைச்சருக்கு அனுப்புனர் முகவரி இல்லாமல் ஒரு கடிதம் எழுதியிருந்தார். சேலை எந்த விதமான அதிகாரத் தோரணையையும் ஏற்படுத்தாது என்று நாங்கள் உறுதியாக நம்பினோம். இதைப் பற்றி நிறைய விவாதிக்கவும் செய்தோம்.

எங்களது இந்த விவாதத்தை, எங்களைக் கண்காணிப்பதற்கென்று நியமிக்கப்பட்ட சீனியர் பெண் காவலர்கள் அறிந்து, காவலர் பயிற்சியிலிருப்பவர்களைத் தங்களது அறைக்கு அழைத்து சேலையின் மகத்துவம் குறித்தும், வருங்காலத்தில் திருமணமாகும்போதுள்ள பிரச்சனைகள் பற்றியும், கால்சராயும்

சட்டையுமணிந்ததாலேயே நடக்காமல்போன திருமணத்தைப் பற்றியுமெல்லாம் விலாவாரியாகச் சொல்லி ஒரு பான்ட்சு விரோத மனோபாவத்தை பயிற்சியிலிருப்பவர்களிடம் பரவச் செய்தார்கள்.

விடுமுறையிலும் அனுமதிபெற்றும் ஊருக்குச் சென்று வருவதில் கடைப்பிடிக்க வேண்டிய ஒழுங்கு நடவடிக்கைகளிலிருந்து இந்தக் குறுக்குச்சால் பேர்வழிகளுக்கு விசேஷமான சில சலுகைகள் கிடைக்கும். சேலைத் தரப்பில் முன்வைக்கப்பட்ட உறுதிமிகுந்த வாதங்களில் பெருமளவும் திருமணத்தை அடிப்படையாகக் கொண்டிருந்ததால் எங்களுடைய கருத்துகளுக்கு யாரும் அதிகமாக செவிசாய்க்க விரும்பவில்லை.

காவலர்களாக வேலை பார்ப்பதால் மட்டுமே திருமணங்கள் நின்றுபோன பல கதைகளையும் ஓய்வு நேரங்களில் பயிற்சிக் காவலர்கள் பரஸ்பரம் பகிர்ந்து கொண்டார்கள். இரு தரப்பினர்களுக்கிடையிலான பேச்சுவார்த்தை பெரும்பாலும் இப்படித்தானிருந்தது.

“இனி நம்மளக் கட்டிக்கிடணும்னா போலீஸ்கார மாப்பிளெதான்டா கெடைப்பான்.”

“ஆண்களுக்குப் மென்மையா இருக்கிறதுதான் பிடிக்கும். நமக்கினிமேல் அப்படி ஒண்ணு இருக்காதுன்னுதான் பொதுவாச் சொல்றாங்க.”

“போலீசுக்காரின்னாலே ரொம்ப திடமானவன்னு பொதுவாவே பேசிக்கிடுறாங்க.”

“இந்த லட்சணத்துலே இப்போ பான்ட் பிரச்சினை வேற. எப்படியாவது சர்வீசை முடிச்சிட்டு பென்சன் கெடைச்சாப்போதும்னு இருக்கு.”

சேர்ந்து ஒரு சில மாதங்கள்கூட ஆகியிருக்காத இரண்டுபேர்கள் ஷு பாலீஸ் செய்து கொண்டிருக்கும்போது பேசியதன் ஒரு பகுதிதான் இது. தங்களுக்குக் கிடைத்திருப்பது எக்ஸ்க்யூட்டிவ் தகுதிபெற்ற ஒரு பணி என்ற எந்தப் பெருமிதமும் அவர்களது பேச்சில் வெளிப்படவே இல்லை. எப்படியோ, பான்ட், சர்ட் பிரச்சனையை இந்த நிலையில் தொடர்ந்து என்னால் முன்னெடுத்துச் செல்ல இயன்றது என்பதை எனது வெற்றியாக அல்லது சாதனையாகவே நான் நினைக்கிறேன்.

இடுப்பும் வயிறும் ஒடுங்கியிருக்கவேண்டும்

கவாத்திற்காக அனுமதிக்கப்பட்ட சீருடை, காக்கி கால்சராயும் திறப்புகள் எதுவுமில்லாத சட்டையும் இடுப்பில் சிவப்புப்பட்டையும் தலையில் காக்கி சரிவுத் தொப்பியும், கறுப்புக் காலணியும்தான். பயிற்சிக்காலம் முடிந்து காவலர்களாக அங்கீகரிக்கப்படுவதற்கு முன் நடத்துகிற இறுதிக் கட்ட கவாத்தில் (பாசிங் அவுட்) எங்களுக்கு அதுவரை தந்திருந்த சீருடையில் சிறு மாற்றம் வந்திருந்தது. சட்டையில் பின்புறம் ஒரு திறப்பும் முன்புறம், மேலும் கீழுமாக இரண்டு பைகளும் இருந்தன.

பாசிங் அவுட் சீருடையில் நடக்கும் இந்தக் கவாத்தைப் பார்வையிடுவதற்காகவும் சீருடையைப் பரிசோதிப்பதற்காகவும் டி.ஜி.பி., ஜி. ஐ. ஜி. போன்ற உயரதிகாரிகள் எங்களைப் பார்க்க வந்திருந்தார்கள். பின்புறம் திறப்பு வைத்த முழுக்கைச்சட்டை சீருடையில் நெஞ்சிலும் வயிற்றிலும் எல்லாம் பட்டையுமணிந்து நின்றிருந்த எங்களைக் கண்டதும் அவர்கள் பரஸ்பரம் முணுமுணுத்துக்கொள்வது என் காதுகளிலும் விழுந்தது.

"இந்த யூனிஃபாம், யாரோட தலையிலெ உதிச்ச ஐடியா?" எங்களில் சிலரை அழைத்து இன்சைடு செய்து பார்த்தார்கள். சர்ட்டின் பின்னால் கட்டிங்கும் பான்டில் பெல்ட் ஹோலும் இல்லாததால் அவர்களாகவே இந்த ஏற்பாட்டை வேண்டாமென்றும் வைத்தார்கள்.

துப்பாக்கியுடன் பரேடு செய்யும்போது வயிற்றிலிருந்து பெல்ட் மேலே ஏறிவந்து விடும். இதை பரேடினிடையில், மற்றவர்களின் கவனத்தில்படாமல் இழுத்து விடுவதில் ஒவ்வொருவரும் திறமையும் பெற்றிருந்தார்கள். சேலையோ, சுரிதாரோ, பான்ட் சர்ட்டோ எதுவாக இருந்தாலும் பெண்களின் கவனம் முழுவதுமே ஆடை விலகிவிடக்கூடாது என்பதிலேயே இருக்கிறது. இந்த மனோபாவத்தில் இன்றுவரை எந்த மாற்றமும் இல்லை. இடுப்பும் தலையும் ஒடுங்கியிருக்கவேண்டும் என்ற சொல்லை வயிறும் தலையும் ஒடுங்கியிருக்க வேண்டுமென்பதாக பெண் காவலர்கள் திருத்தியமைத்து விட்டார்கள். இன்றும் நெஞ்சில் பெல்ட் கட்டி நடக்கிற பெண் காவலர்களைத்தான் பார்க்க முடிகிறது.

பயிற்சியில் விளையாட்டு

பல்வேறு விளையாட்டுகளில் திறமை பெற்ற நிறைய பெண்கள் எங்கள் பிரிவிலிருந்தார்கள். உடற்பயிற்சி, வலைப்பந்து, கூடைப்பந்து, கால்பந்து போன்ற விளையாட்டுகளில் திறமை பெற்ற பலரிருந்தபோதும்கூட இப்படியாக யார் யாரிருக்கிறார்கள் என்பதையறிந்து கொள்வதற்குக்கூட பொறுப்பிலிருக்கும் அதிகாரிகள் தயாராக இல்லை. விளையாட்டு உபகரணங்கள் வைத்திருக்கும் அறையில் பந்தும் வலையுமெல்லாம் இருந்தன. விருப்பமுள்ளவர்கள் எடுத்து விளையாடலாம். அவ்வளவுதான்!

பரேடு முடிந்தபிறகு நானுட்பட இருபதுபேர் தினமும் வலைப்பந்து விளையாடுவோம். மிகவும் அற்புதமாக விளையாடிக் கொண்டிருந்த எங்களை உற்சாகப் படுத்துவதற்கு யாருமே இல்லை. சம்பந்தப்பட்டவர்கள் கவனம் செலுத்தியிருந்தால் எங்கள் குழுவிலிருந்து கேரள காவல்துறைக்கு ஒரு பெண்கள் வலைப்பந்து அணியை உருவாக்கியெடுத்திருக்க முடியும். காவல் துறையிலிருந்து இப்படியான ஒரு அணி தேவையில்லையென்று அதிகாரிகள் முடிவு செய்ததன் பின்னணியிலிருந்த அந்த மனோபாவத்திற்கான காரணமும் புரியவில்லை.

ரயில்வே துறைக்கும் மின்சாரத்துறைக்குமெல்லாம் பெண் ஆண்களின் தனித்தனி விளையாட்டு அணிகள் இருக்கும் நிலையில் காவல்துறையில் மட்டும் இதை ஆண்களுக்காக வென்று ஒதுக்கி வைப்பதற்கானக் காரணமும் தெரியவில்லை. பெண்காவலர்களிடமுள்ள இதுபோன்ற திறமைகளை அவர்கள் பெண்களாகப் பிறந்து விட்டதற்காக மட்டுமே தேவையான அளவில் அல்லது சிறிதுகூட பரிசீலனைக்கு எடுத்துக்கொள்ளாமலும் ஒவ்வொரு பிரிவிலும் அதை மிகச் சாதாரணமாக ஒதுக்கித்தள்ளவும் காவல் துறையின் ஆணாதிக்க முக்கியஸ்தர்களால் இயலுகிறதென்றால் அது ஒழுங்கு நடவடிக்கை எனும் ஈட்டி முனையால் மட்டும்தான் சாத்தியமாகிறது என்பதுதான் வருத்தத்திற்குரிய யதார்த்த நிலை.

பயிற்சியின்போதும் அதற்குப்பிறகும் ஆண்காவலர்களுக்கு உடல் திறனிலும் பிற விளையாட்டுகளிலும் பயிற்சி கொடுப்பதுண்டு.

பெல்ட் சேலை ரோல் கோல்

பயிற்சியின்போது இரவு உணவுக்குப்பின் தினமும் ஒன்பது மணிக்கு ரோல் கோல் நடக்கும். பயிற்சியிலிருப்பவர்களின் எண்ணிக்கையைப் பரிசோதிப்பதற்கும் தேவையான பரிந்துரைகளையும் அறிவுரைகளையும் அளிப்பதற்குமாக இந்த நேரம் பயன்படுத்தப்படும்.

ஒருநாள், சீக்கிரமாகச் சாப்பிட்டு முடித்துவிட்டு நான் மனமகிழ் மன்றக் கூடத்திலமர்ந்து தொலைக்காட்சி பார்த்துக்கொண்டிருந்தவாறே தூங்கிப் போய்விட்டேன். யாரோ வந்து உசுப்பியபிறகுதான் விழித்தேன். ஆஜர்பட்டியல் நிரப்பும் போது ஒரு நபரின் எண்ணிக்கைக் குறைந்து போனதால் பாரக்ஸ் பரிசோதனை செய்வதற்காக அனுப்பப்பட்ட ஒரு பயிற்சிக் காவலர் அவர். எனக்கு விஷயம் பிடிபட்டது. பதற்றத்தோடு நான் வெளியே வந்தேன். எல்லோரும் என்னைப் பார்த்துச் சிரித்தார்கள். சாதாரணமாக இப்படித் தூங்கிவிடுபவர் களுக்கானத் தண்டனை பயிற்சிக்காவலர்களைச் சுற்றி ஒருதடவை ஓட வேண்டுமென்பது. அப்படி நானும் ஒரு சுற்று ஓடி என் கம்பெனியில்போய் நின்றேன்.

இப்படி, தங்களை அறியாமல் தூங்கிவிடுபவர்களும் வேண்டுமென்றே தூங்கி விடுபவர்களும் இருந்தார்கள். வேண்டுமென்றே தூங்குபவர்கள் சி.ஐ.யை ஏமாற்றுவதற்காக தனது சகதோழியை தன்னுடைய எண்ணையும் சொல்லி விடும்படி ஏற்பாடு செய்திருப்பார்கள். இப்படியாக இரண்டு எண்களைச் சொல்லும் வில்லிகளும் எங்களிடையே இருந்தார்கள்.

இரவில் ரோல் கோலுக்கு சாதாரண உடையில்தான் ஆஜராக வேண்டுமென்ற நிபந்தனைதான் முதலில் இருந்தது. ஒருநாள் முன்வரிசையில் நின்றிருந்த ஒரு பயிற்சிக் காவலர், மிடி அணிந்து நின்றிருந்தாள். அது சி.ஐ. சாருக்குப் பிடிக்காமல் போனது. மறுநாளிலிருந்து அனைவரும் சேலை அணிந்து கொண்டுதான் ரோல் கோலுக்கு வர வேண்டுமென்று சொல்லப்பட்டது.

இந்த உத்தரவை மிகவும் சிரமப்பட்டு நாங்கள் கடைப்பிடித்தோம். அந்த மிடி அணிந்த பெண்ணை நாங்கள் சபித்தோம். ஆரம்பத்தில் எல்லாம் மிக ஒழுங்காக சேலையும் ஜாக்கெட்டுமெல்லாம் அணிந்துவந்து ஆஜரான நாங்கள்

படிப்படியாக ஜாக்கெட்டெல்லாம் அணியாமல் நைட்டியின்மீது சீருடையின் பெல்டைக்கட்டி அதன்மீது சேலையைச் சுற்றிக்கொள்வோம். பயிற்சி முடியும் காலம் வரை எங்களது இந்த ஏமாற்று வேலையை யாருமே கண்டுபிடிக்கவில்லை.

ஆயுதப்படை முகாம் வாழ்க்கை

பாசிங் அவுட்டுக்குப் பிறகு நாங்கள், வயநாடு மாவட்டத்துக்காரர்கள் 22 பேரும் ஒரு பெரிய வாகனத்தில் திருவனந்தபுரத்திலிருந்து வயநாட்டிற்குப் புறப்பட்டோம். ஒவ்வொருவரிடமும் பெட்டியும் பிற சாதனங்களுமிருந்ததால் வாகனத்தில் கால் வைப்பதற்கும்கூட இடமில்லை. பெண்கள் என்பதால் ஒவ்வொருவருடைய குடும்பத்திலுள்ள பாதுகாவலர்களும் வாகனத்திலிருந்தார்கள்.

நாங்கள் அதிகாலை மூன்று மணிக்கு ஆயுதப்படை முகாமின் (ஏ. ஆர். கேம்ப்) தங்கும் விடுதிக்கு வந்து சேர்ந்தோம். மூன்று விடுதிகள் எங்களுக்காகக் காலி செய்து வைக்கப்பட்டிருந்தன. நாங்கள் விடுதிக்குள் வந்தோம். எனது அப்பா உட்பட எங்களுக்குத் துணையாக வந்தவர்கள் காவல்துறை வாகனத்திலேயே பொழுதுவிடிவதுவரை அமர்ந்திருந்தார்கள்.

காலையில் நாங்கள் மூன்று பிரிவாக மூன்று விடுதிகளிலும் தங்க ஆரம்பித்தோம். அதிலொன்று ஆய்வாளர் விடுதி. மற்ற இரண்டும் தலைமைக் காவலர்களுக்கான விடுதிகள். நாங்கள் எட்டு பேர்கள் பெரிய விடுதியில் தங்கினோம். எங்களின் விடுதியிலுள்ளவர்கள் ஆயுதப்படை முகாம் உணவு விடுதியில் போய் சாப்பிட்டுக் கொள்வதாக முடிவு செய்தோம். முகாம் விடுதியில் உணவுக்கானப் பணத்தைக்கட்டினால் மூன்று நேரச் சாப்பாடு கிடைக்கும். மற்ற இரண்டு விடுதியிலுமுள்ளவர்கள் அவர்களாகவே சமைத்துச் சாப்பிட்டார்கள்.

தங்கும் விடுதியிலிருந்து ஆயுதப்படை முகாமிற்கு சுமார் 500 மீட்டர் நடக்க வேண்டும். இரவு, விடுதியிலிருந்து முகாமை நோக்கி நாங்கள் கூட்டமாக மேற்கொள்ளும் பயணம் நிறைய விமர்சனங்களுக்குள்ளாகியது. "பெண்கள் தானே, சமையல் செய்து சாப்பிடாமல் இப்படி நேரங்கெட்ட நேரங்களில் வெளியே இறங்கி நடக்க வேண்டியது தேவையா?" என்பது போன்ற பல விமர்சனங்கள் வந்தன. ஆனால், நாங்கள் முகாம் விடுதியில் போய்தான் சாப்பிட்டோம்.

தங்கும் விடுதியின் பக்கத்தில், சாலையோரம் ஒரு பெரிய புளிய மரமிருந்தது. இரவில், அதன்கீழ் சாலையின் நடுவில் அப்படியே மல்லாந்துப் படுத்துக் கிடப்பது என்பது எங்களுடைய வழக்கமான ஒரு வினோதமாக இருந்தது. முகாமில் உணவு சாப்பிட்டு விட்டு நாங்கள் சிலர் மற்றவர்களுக்கு முன்னால் ஓடிவிடுவோம். மற்றவர்கள் வந்து சேருவதுவரை தார்ச்சாலையில், அந்தப் புளிய மரத்தின் கீழ் மல்லாந்து படுத்திருப்போம். ஏதாவது வாகனத்தின் வெளிச்சம் வந்தால் பதற்றத்துடன் எழுந்து விடுவோம். பின்னால் வருபவர்கள் அந்த இடத்திற்கு வந்து சேர்ந்ததும் மீண்டும் பயணத்தைத் துவங்குவோம்.

தங்கும் விடுதிக்கு வந்தபிறகு பாடுவதையும் நடனமாடுவதையும் வழக்கமாக்கியிருந்தோம். சோம்பல்படுபவர்களைப் பிடித்து வைத்து விளையாட்டுக் காட்டுவதுமுண்டு. சாலையில் படுத்துக்கிடப்பது இரவு நேரங்களில் மட்டும்தான். பாட்டும் நடனமும் பகலில் நேரங்கிடைக்கும்போதெல்லாம் நடக்கும். இரண்டாவது காட்சிக்கும் இரவுக்காட்சிக்குமெல்லாம் திரைப்படம் பார்க்கப் போவதிலும் எங்களுக்கு எந்தத் தயக்கமும் கிடையாது. எனது அருகாமை அன்றும் சரி, இன்றும் சரி அவர்களால் அங்கீகரிக்க முடியாததாக இருந்தாலும் நான் அவர்களுக்கு தைரியம் தருபவளாகவே இருந்திருக்கிறேன் என்று எனக்கு பலமுறை தோன்றியதுண்டு. நானில்லாதபோது அவர்கள் இரவுக்காட்சிக்குப் போவதோ நடனமாடுவதோ கிடையாது.

7. ஒரு பெண்காவலரின் தினப்படி வாழ்க்கை

ஆயுதப்படை முகாமில் தங்க ஆரம்பித்த அன்றைய தினம், மத்தியானத்திற்குப் பிறகு நாங்கள் வயநாடு மாவட்டக் காவல்துறைக் கண்காணிப்பாளர் முன் ஆஜராவதற்கு முதல் தடவையாகப் போனோம். அனைவரும் பான்டும் சர்ட்டும் தொப்பியும் பெல்ட்டும் ஷூவுமணிந்துதான் கண் காணிப்பாளரைப் பார்க்கச் சென்றோம். அறிக்கை தாக்கல் செய்த பின், பணியின் போது சேலை உடுத்துவதாக போகும் போதே முடிவு செய்யப்பட்டிருந்தது. இந்த முடிவின்மீது எனக்கு எந்த விதமான உடன்பாடுமில்லை. தொடர்ந்து சேலை உடுத்துவதற்கான அனுமதியை அவர்கள் அதிகாரபூர்வமாக பெற்றிருந்த விவரத்தை நான் ஏற்கனவே அறிந்திருந்தேன். எனவே, தொடர்ந்து பான்டும் சர்ட்டும் அணிவதற்கான அனுமதியை முதலிலேயே பெற்றுவிடுவதென்று நான் தீர்மானித்திருந்தேன்.

முடிவுசெய்தபடி அனைவரும் கண்காணிப்பாளர் முன் ஆஜரானோம். அவர் ஒவ்வொருவருக்கும் வசதிப்படும் காவல்நிலையத்தைப் பற்றி மட்டும் கேட்டு அப்படியே எழுதிக் கொடுக்கவும் சொன்னார். கண்காணிப்பாளரின் அதிகாரபூர்வமான பேச்சுக்கள் முடிந்தபின், நான் எனக்கு ஒரு கோரிக்கை இருப்பதாகச் சொன்னேன். கண்காணிப்பாளர் அதற்கான அனுமதியளித்ததும் நான் சொன்னேன்: "சார், நான் இந்த யூனிஃபாமிலேயே வேலை செய்ய விரும்புறேன். அதற்கான அனுமதி வேண்டும்." என் கோரிக்கையை கேட்டதும் எந்த விதமான ஆச்சரியத்தையும் வெளிக்காட்டிக் கொள்ளாமல் அனுமதியளித்தார்.

"இட்ஸ் அல்ரெடி அலோட்டட் யூ கான் யூஸ் இட்." கண்காணிப்பாளரின் பதில் எனக்கு முழு தைரியத்தை அளித்தது. அனைவரும் கண்காணிப்பாளருக்கு சல்யூட் வைத்து விட்டுக் கிளம்பினோம்.

நாங்கள் போக்குவரத்து காவல் நிலையத்தில் பணியிலமர்த்தப்பட்டோம். கல்பற்றா நகரில் முறை வைத்து நாங்கள் பணியில் ஈடுபட்டுக் கொண்டிருந்தோம். போக்குவரத்து காவல் பணியில் பான்டும் சர்ட்டும் நிர்ப்பந்தமென்பதால் அனைவருமே இந்த சீருடையைதான் அணிந்திருந்தார்கள். இப்படி எங்களை போக்குவரத்து பணியிலமர்த்துவதற்கான காரணம், நான் கண்காணிப்பாளரிடம் இந்த சீருடையைக் கேட்டுப் பெற்றதுதான் என்று மற்றவர்கள் எப்போதும் என்னைக் குற்றப்படுத்தினார்கள்.

கல்பற்றா போக்குவரத்துக் காவல்நிலையத்திலிருந்து காவல்துறைக் கட்டுப்பாட்டுப் பிரிவிற்கும் பிறகு அவரவர்களது வசதிக்கேற்ற காவல்சரகத்திற்கும் மாற்றப்பட்டோம். இப்படி மாற்றப்பட்டாலும் கூட எங்களது மையம் கல்பற்றா காவல் நிலையம்தான். எங்கே வேலை செய்தாலும் சரி, சம்பளப் பட்டுவாடாவிற்கு, கல்பற்றா காவல் நிலையத்திற்கு தான் வந்தாகவேண்டும்.

இப்படியான இடமாறுதலின்படி நான் பத்தேரிசரகத்திற்கு வந்தேன். சரக ஆய்வாளரின் கீழுள்ள பத்தேரி காவல்நிலையத்தில் நானுட்பட அப்போது ஏழுபேரிருந்தோம். காவல் நிலையங்களில் சென்றதும் எங்களுக்கான சலுகைகளைக் குறித்து வயதில் பெரியவர்களான காவலர்கள் சொல்வார்கள். இதில் மிக முக்கியமானதும், பின்னால் பெரும் ஏளனத்திற்குள்ளானதுமான சலுகை, பெண்காவலர்கள் தினமும் ஐந்து மணிக்கு வீட்டுக்குப்போய்விடலாம் என்பதுதான்.

வயர்லெஸ் பணியும் நகலெழுதும் பணியும்தான் காவல் நிலையத்தில் எங்களுக்கான முக்கியப் பொறுப்புகள். சட்ட ஒழுங்குப் பிரச்சனைகள் (தர்ணா, போராட்டம்) ஏற்படும் போது போராட்டக்காரர்களைக் கைது செய்து கொண்டு வருவதற்கும் பிரதிகளுக்குப் பாதுகாப்புக் கொடுப்பதற்குமாக அவ்வப்போதைய உசிதம்போல் எங்களது சேவையும் பயன்படுத்தப்படுவதுண்டு. இப்படியாக, வரையறுக்கப்பட்டு, திட்டப்படுத்திய பணிகளுக்கு மட்டும் நாங்கள் பயன் படுத்தப்பட்டு வந்தோம். சரியாக மணி ஐந்தானதும் “என்ன வீட்டுக்குப் போகலியா?” என்ற ஆண்காவலர்களின் கேள்வி எங்களில் சிலரைத் தவிர மற்றவர்களை வீட்டிற்குச் செல்ல அவசரப்படுத்தியது. ‘அடக்க ஒடுக்கமான பெண் பிள்ளைகள்’ என்ற நற்பெயரையும் வயதான காவலர்கள்

அவர்களுக்குச் சூட்டினார்கள். காவல்நிலையத்திலிருக்கும்போது வீட்டிற்குப்போக அவசரப்படுபவர்களில் யாருக்குமே உண்மையில் சீக்கிரமாக வீட்டிற்குப் போய்ச் சேருவதில் ஆர்வமிருக்கவில்லை.

ஏழுபேரில் நாங்கள் ஐந்துபேர் காவல்நிலையத்தின் அருகிலுள்ள ஒரு வாடகை வீட்டில் வசித்து வந்தோம். இதில் நிரந்தரமாகத் தங்குபவர்கள் நாங்கள் மூன்று பேர்தான். மற்ற இருவரும் திங்கள்கிழமையும் வியாழக்கிழமையும் மட்டும்தான் தங்குவார்கள். செவ்வாய்க்கிழமையும் வெள்ளிக்கிழமையும் பரேடு நாட்கள். ஆகவே, காலையில் ஏழரை மணிக்கே காவல் நிலையத்திற்கு வந்து விடவேண்டும் என்பதற்காக. அந்த வீட்டில் ஏறத்தாழ மூன்று மாதங்கள் தானிருந்தோம். அந்தக் கட்டடத்தை அங்கன் வாடியாக்குவதற்கு அதன் உரிமையாளர்களான கன்னியாஸ்திரிகள் முடிவு செய்ததுதான் அதற்கான காரணம்.

பிறகு, நாங்கள் பரேடிற்கு முந்திய நாள் மட்டுமே தங்கினோம். வேறு ஏதாவது காரணங்களால் தாமதித்துவிட்டால் நாங்கள் பத்தேரி ஓய்வு விடுதியில் தங்கி விடுவோம். இப்படியாக, தேவை இருக்கிறதோ இல்லையோ ஓய்வு விடுதியில் நானும் சௌமினியும் கிரேசியும் தங்கி விடுவோம். வேலைக்குப் போன இடத்தில் திரும்பி வரத் தாமதமாகி விட்டது என்று சொல்லி நாங்கள் தினமும் இரவு முதல் காட்சிக்கு சினிமா பார்க்கப் போய் விடுவோம். சினிமா பார்த்து விட்டு சௌமினியும் கிரேசியும் எங்கள் வீட்டிற்கு வருவார்கள். வாரத்தில் இரண்டோ மூன்றோ நாட்கள் மட்டும்தான் அவர்கள் அவர்களது வீட்டுக்குப் போவார்கள்.

எங்களது இந்த நட்பும் வினோதங்களும் எட்டுமாதகாலம்தான் நீடித்தது. 1992 நவம்பர் ஒன்றாம் தேதி என் திருமணம் நடந்த பிறகு ஓய்வு விடுதியில் தங்குவதும் ஒன்றாகச் சேர்ந்து சினிமா பார்க்கச்செல்வதும் என் வீட்டிற்கு அவர்கள் வருவதுமெல்லாம் அடியோடு நின்றுபோய் விட்டது.

திருமணமானபின் பெண்களின் நட்பு வட்டம் சுருங்குவதையும் அவளது சிந்தனைகள் வரையறைக்குள்ளாவதையும் நான் என்னிடமிருந்தே புரிந்து கொண்டேன். கணவன், குடும்பம், உடைகள், ஆகாரம் போன்ற விஷயங்களில் மட்டுமே

திருமணமானவர்களது நாட்டங்கள் ஒதுங்கிவிடுவதை நான் நேரடியாகவும் வேறு பலரிடமிருந்தும் தெரிந்து கொண்டேன்.

பத்தேரியில் சாலைப்போக்குவரத்துப் பணி

பத்தேரி காவல்நிலையத்தில் பணியாற்றிய சுமார் இரண்டு மாதத்திற்குப் பிறகு நாங்கள் அனைவரும் பத்தேரி போக்குவரத்துப் பிரிவில் பணியிலமர்த்தப்பட்டோம். தினமும் இரண்டு ஷிஃப்ட் வைத்து போக்குவரத்துப் பணியில் நியமிக்கப்பட்டு வந்தோம். முதலில், காலையில் எட்டுமணி முதல் பதினொரு மணிவரையிலும் பிற்பகல் இரண்டு முதல் ஐந்துவரையிலும் இரண்டாவது, பதினொன்றிலிருந்து இரண்டுமணி வரையிலும் ஐந்து முதல் ஏழுவரையிலும் இரண்டாவது ஷிஃப்டான பதினேழு மணிமுதல் மாலை ஐந்து மணி) பத்தொன்பதுமணி வரையிலான பணியை பதினெட்டு மணிக்கே முடித்துக் கொள்ளலாம் என்பது ஆண்காவலர்கள் பெண்காவலர்களுக்கு அனுமதித்திருக்கும் ஒரு சலுகை. ஆறுமணியானதும் கூடநிற்கும் ஆண்காவலரின் அனுமதியுடன்தான் பணியை முடித்துக்கொள்ள வேண்டும். முதலில் மகிழ்ச்சியுடன் அனுமதி தந்தவர்கள் பின்னர் பல நிபந்தனைகளை விதிக்கத்தொடங்கினார்கள். மட்டுமல்ல, அனுமதி தரும்போதெல்லாம் ‘அடுத்த ஜென்மத்திலாவது ஒரு பெண்போலீசாக வரமருள்வாயாக’ என்ற பிரார்த்தனையுடன் பரிகாசம் செய்வார்கள்.

நான் முடிந்தவரைக்கும் இந்த விதமான கருணைகளை யாசித்து ஆண் காவலர்களை அணுகுவதில்லை. என் வேலை நேரம் முடியும்வரை உற்சாகத்துடன் பணியாற்றுவேன். நான் இப்படி ஏழு மணிவரை வேலை செய்வது மற்ற பெண்காவலர்களுக்கு இடைஞ்சலாக இருப்பதாகச் சொல்லி அவர்கள் என்னைக் குற்றம் சொல்வார்கள்.

இந்நிலையில் திருமணமாகாத பெண்காவலர்கள் வெயிலில் நின்று கறுத்துப் போனால் அவர்களுக்குத் திருமணம் நடக்காது என்ற கோரிக்கையுடன் சிலர் தொகுதி சட்டமன்ற உறுப்பினரைச் சென்று பார்த்தார்கள். அவர்களது வருத்தத்தில் நியாயமிருப்பதாக உணர்ந்து கொண்ட சட்டமன்ற உறுப்பினர் இந்தப் பிரச்சனையில் தலையிட்டார். அப்படியாக, இந்த சிரமம் மிகுந்த சாலைப் போக்குவரத்துப் பணியிலிருந்து பெண்காவலர்கள் விடுவிக்கப் பட்டார்கள்.

போக்குவரத்துப் பணியின் பெயரிலாவது வெளி உலகத்தைப் பார்ப்பதற்கான உரிமை கிடைத்து வந்த நாங்கள் பிறகு உள்ளூர் காவல்நிலையத்தின் நான்கு சுவர்களுக்குள் ஒடுங்கிக்கொண்டோம்.

பெரியவர்களை மதிக்க வேண்டும்

நாங்கள் கல்பற்றா போக்குவரத்துப் பிரிவில் பணியில் சேர்ந்தபோது அங்குள்ள வயதில் இளைய ஆண்காவலர்களை பெயர் சொல்லி அழைப்போம். பயிற்சிக் கால மூப்பின் அடிப்படையிருந்தால் ஒரு எண் உயர்ந்த அந்தஸ்து என்றும் அப்படிப்பட்டவர்களை சார் என்று மதிப்பாக குறிப்பிட வேண்டுமென்றும் கண்டிப்பான அறிவுறுத்தல் எங்களுக்குக் கிடைத்திருந்தது. இருந்தாலும் எங்களுடன் நன்றாகப் பழகியிருந்த காவலர்களை நட்பின் காரணமாக நாங்கள் பெயர் சொல்லிக் குறிப்பிட்டு வந்தோம்.

ஆண்காவலர்களை நாங்கள் பெயர் குறிப்பிட்டுப் பேசுவதை ஏதோ ஒரு காவலர் விரும்பவில்லை. அவர், தலைமைக்காவலரிடமும் உதவி ஆய்வாளரிடமும் சொல்லி விட்டார். தலைமைக்காவலர் ஒரு நாள் எங்கள் அனைவரையும் அழைத்து “இனிமேல் போலீஸ்காரர்களை பெயர் சொல்லி அழைக்கக் கூடாது; சார் என்று மட்டும்தான் அழைக்க வேண்டும்” என்று சொன்னார். மறுநாள் எங்களின் உதவி ஆய்வாளரும் இதே உத்தரவைத் திரும்பவும் சொன்னார். நாங்கள் விருப்பமில்லா மனதுடன் எல்லோரையும் சார் என்றே குறிப்பிட ஆரம்பித்தோம்.

ஆனால், வருடங்களுக்குப் பிறகு எங்களுக்கு இளையவர்களாக வந்த ஆண்காவலர்கள் எங்களைப் பெயர் சொல்லிக் குறிப்பிட்டபோது நாங்களும் தலைமைக்காவலரிடம் போய் பராதி சொன்னோம். அதற்குத் தலைமைக்காவலர் சொன்ன பதில் இதுதான்: “அதனால் என்ன? உங்களை எதற்கு சார் போட்டுக் கூப்பிடவேண்டும்? நீங்கள் பெண் போலீசல்லவா?” ஆண்காவலர்களைப் போல் பெண்காவலர்களையும் பரஸ்பரம் சார் என்று அழைக்க வேண்டுமென்றுதான் பயிற்சிக் காலகட்டத்தில் சொல்லப்படுகிறது.

எங்களது புகாருக்கான பரிகாரமில்லை என்பது மட்டுமல்ல, நாங்கள் மிகுந்த ஏளனத்திற்குள்ளாகவும் செய்தோம். இந்தக் காரணத்தைக் குறிப்பிட்டுச் சொல்லி

நான் கண்காணிப்பாளரிடமும் புகார் கொடுத்தேன். எந்தப் பலனுமில்லை. ஆண்காவலர்களுக்குக் கிடைக்க வேண்டிய அங்கீகாரத்தைப் பெற்றுத் தருவதற்கு ஒரு ஆண் தலைமைக்காவலரே போதுமாக இருந்தார். ஆனால், பெண்காவலர்களுக்கான அங்கீகாரத்தைப் பெற்றுத்தர கண்காணிப்பாளரால்கூட இயலவில்லை. பெண் மதிக்கப்பட வேண்டியவளல்ல. மாறாக, அவள்தான் மதிப்புத் தரவேண்டும் என்ற கருத்தை காவல்துறையின் ஆண்கள் ஒழுங்கு நடவடிக்கை எனும் பெயரில் இன்றும் தொடர்ந்துகொண்டிருக்கிறார்கள்.

8. திருமணம்

1992, நவம்பர் ஒன்றாம் தேதியன்று பத்தேரி வினாயகர் கோவிலில் வைத்து என் திருமணம் நடந்தது. பத்தேரி போக்குவரத்துக் காவல்நிலையத்தில் பணியிலிருக்கும்போதுதான் நான் முதன் முதலாக மோகன்தாஸ் எனும் தாஸேட்டனுடன்★ அறிமுகமாகிறேன். யாருடனும் அதிகமாகப் பேசும் பழக்கமில்லாத ஒரு சுபாவம் கொண்டவர் தாஸேட்டன்

அந்தக் காவல் நிலையத்தில் பெண் காவலர்களும் ஆண் காவலர்களுமாக ஏறத்தாழ பன்னிரெண்டு பேரிருந்தோம். நாங்கள் அனைவரும் நல்ல நட்புணர்வுடனுமிருந்தோம். அங்கே இருந்த ஒரு காவலருடன் எனக்கு திருமண ஆலோசனை செய்தார்கள். எனக்கு இதில் விருப்பமில்லை. என் திருமண விஷயத்தில் உங்களுக்கு ஆர்வமிருந்தால், இங்கே வேலை செய்யும் மோகன்தாஸ் சாரை பேசுவதாக இருந்தால் எனக்கு சம்மதமென்றும் அவரை எனக்குப் பிடித்திருக்கிறதென்றும் என் திருமண விஷயம் பற்றி பேசிய குஞ்ஞிக் கண்ணன் சாரிடம் சொன்னேன்.

"அது சரி. அப்போ கலியாணம் செய்துக்க ஆசையிருக்கு இல்லியா?" என்று அவர் கேலி செய்தார். பிறகு என்னைத் தனியாகக் கூப்பிட்டுச் சொன்னார்:

"வினயா, நான் ஒரு அப்பா ஸ்தானத்திலிருந்து சொல்றேன், கம்மலும் மாலையுமெல்லாம் போட்டுக்கணும். இதெல்லாமில்லாம யாருமே கலியாணம் செய்துக்க விரும்பமாட்டாங்க."

"அதெல்லாம் ஒருபோதுமே நடக்காது சார். உங்களுக்கு நான் சொன்னதுலே விருப்பமிருந்தாக் கொஞ்சம் பேசிப்பாருங்க" என்று மட்டும் சொன்னேன். அறிமுகமிருந்தது என்பதைத் தவிர

★ சேட்டன் = அத்தான், அண்ணன்.

நானும் தாஸேட்டனும் பேசிக்கொண்டதுகூட கிடையாது. காலையில் கோயிலுக்குப் போய்விட்டுத்தான் நான் வேலைக்கு வருவேன். வழக்கமாக, கோயில் பிரசாதத்தை எல்லோருக்கும் கொடுக்கும்போது தாஸேட்டனுக்கும் கொடுப்பேன்.

எப்படியோ, குஞ்ஞிக் கண்ணன்சார் இந்த விஷயத்தை தாஸேட்டனிடம் சொல்லி, தாஸேட்டனுக்கும் இதில் விருப்பம்தான் என்று என்னிடம் வந்து சொன்னார். இந்த விஷயத்தை நான் அறிந்துகொண்ட அன்று சாயுங்காலம் வேலை முடிந்து காவல் நிலையத்திற்கு நான் திரும்பி வரும்போது பணி நிமித்தமாக நீதிமன்றத்திற்குப் போய்விட்டுத் திரும்பிக் கொண்டிருந்த தாஸேட்டனும் வந்தார். காவல்நிலையத்தின் எதிரிலிருந்த கடையிலமர்ந்து காப்பி குடித்தோம். அப்போது தாஸேட்டனே நேரடியாக திருமண விஷயத்தைப் பற்றி பேசினார்.

தனக்கு சொந்த வீடில்லையென்பதால் திருமணத்திற்குப் பிறகு நாம் எங்கே தங்குவது என்பதுதான் தாஸேட்டன் முதலில் முன் வைத்த பிரச்சனை. வங்கிக் கடன் வாங்கி வீடு வைக்கலாம். அது ஒரு பிரச்சனையே இல்லை என்று நான் பதில் சொன்னேன். எனக்கென்று ஒரேயொரு நிபந்தனை இருப்பதாக நான் சொன்னதும் எதுவாக இருந்தாலும் வெளிப்படையாகப் பேசுவோம் என்று தாஸேட்டன் சொன்னார். மற்றொரு ஆள் என்மீது ஆதிக்கம் செலுத்துவதை என்னால் ஒருபோதுமே ஏற்றுக்கொள்ள இயலாது. நான் இவ்வளவு தான் சொன்னேன். அதொன்றும் பெரிய பிரச்சனையே இல்லையென்று சொல்லி விட்டார். நாங்கள் காப்பி குடித்துவிட்டுப் பிரிந்தோம்.

பிறகு திருமணத்திற்கான பூர்வாங்க ஏற்பாடுகள் நடந்தன. பெண் பார்ப்பதும் வீடு காண்பதுமெல்லாம் மரபின்படியே நடந்தன. திருமணத்திற்கான நாள் குறிக்கவிருக்கும் கட்டத்தில் ஒரு நாள் தாஸேட்டன் மிகுந்த வருத்தத்துடன் என்னிடம் சொன்னார்: "தாலி கட்டாம இருக்குறதுலெ வீட்டுலே கொஞ்சம் பிரச்சனை இருக்கு. அதனாலெ அன்னிக்கொரு சரடு மட்டுமாவது கட்டிடுறேன். அதுக்கு மட்டுமாவது நீ ஒத்துக்கிடணும். அது மட்டும் போதும்." இந்தத் தாலி விவகாரம் காவல்நிலையம் முழுவதும் விவாத விஷயமானது,

எனக்கு தர்மசங்கடமான நிலை. என்ன செய்வதென்று தெரியாமல் நான் குழப்பத்திலானேன். தாலியின்

மகத்துவத்தைப் பற்றியும் தாலி கட்டாமலிருக்கும் நிலையில் வெகுஜனங்களின் பார்வையைக் குறித்துமெல்லாம் மூத்தக் காவலர்கள் என்னிடமும் தாஸேட்டனிடமும் சளைக்காமல் பேசிக் கொண்டே இருந்தார்கள். இந்தப் பேச்சு நடந்து கொண்டிருக்கும்போது எனது தோழியான ரம்லா எனும் காவலர் என்னைக் கூப்பிட்டுக் கொண்டு தனியாகப் போய்ச் சொன்னாள்: “வினயா, போய் வேலையைப் பாக்கச் சொல்லு. அவ்வளவு நிர்ப்பந்தம்னா கலியாணமே வேண்டாம்னு சொல்லிடு.” அதுவரை என்ன செய்வதென்று தெரியாமலிருந்த எனக்கு இந்த வார்த்தைகள் உறுதியை அளித்தன. நான் உடனே விவாதித்துக் கொண்டிருந்தவர்களிடம் சென்று எனக்குத் தாலி கட்டி செய்து கொள்ளும் திருமணத்தில் உடன்பாடில்லை. ஆகவே இந்த இடத்தில் இப்போதே நாம் பேச்சுவார்த்தையை முறித்துக் கொள்வோம் என்று வெளிப்படையாகச் சொல்லி விட்டேன். எனது இந்த உறுதியான பதிலுக்கு அவர்களிடமிருந்து எதிர்பார்த்ததுபோன்ற எதிர்வினை எதுவும் வரவில்லை. தாலியின் மகத்துவத்தைக் குறித்தும் அது இல்லாமலிருப்பதன் குறைபாடுகளைப்பற்றியும்தான் அவர்கள் தொடர்ந்து பேசினார்கள். அதிலொருவர் ஒரு உதாரணத்துடன் தெளிவுபடுத்தும்போது இப்படிக் குறிப்பட்டார்.

“வினயா, உங்களுக்குக் கலியாணமான பிறகு நீங்க ஒரு ஓட்டலுக்குப் போய் ரூம் போட நினைக்கிறீங்கனு வைங்க. ஓட்டல்காரனுக்கு நீங்க மோகன்தாஸோட மனைவிதாங்குறது எப்படித் தெரியும்?”

“ஓஹோ... அப்போ, தாலிங்குறது விபச்சாரத்துக்கான ஒரு லைசென்சும் கூட இல்லியா? ஒரு தாலியை மட்டும் போட்டுக்கிட்டா யார் கூட வேணும்னாலும் போயிடலாம். யாரும் கேள்வி கேட்க முடியாது அப்பிடித்தானே?” என்னுடைய இந்த பதிலில் அந்த விவாதமும் தாலியைப்பற்றிய பிரச்சனையும் முடிவுக்கு வந்தன.

திருமணத்துடன் தொடர்பான புடவை கொடுப்பது பற்றியெல்லாம் நான் யோசிக்கவே இல்லை. திருமண நாளுக்கு ஒருவாரத்திற்கு முன் தாஸேட்டன் என்னிடம், “வினயா, இன்னைக்கு அண்ணனும் அண்ணியும் உங்க வீட்டுக்கு வாறாங்க. ஜாக்கெட்டுக்கான அளவு வாங்க” என்று சொன்னார். அப்போதுதான் இந்தப் பாழப்போன சம்பிரதாயம் என் ஞாபகத்திற்கு வந்தது.

திருமணத்தன்று நடக்கும் ஆட்சேபத்துக்குரிய ஒரு மரபாகத்தான் நான் இந்த உடை மாற்றும் சடங்கையும் கருதிவந்தேன். மணமகளின் உடைகளை யெல்லாம் மணமகன் வீட்டார் அவிழ்த்து மாற்றிவிட்டு பதிலுக்கு அவர்களது வீட்டிலிருந்துக் கொண்டுவந்த உடைகளை அணிவிக்கும் சடங்கு, கௌரவமான ஒன்று எனும் வெளிவேஷத்துடன் நடத்தப்படுகிற இந்த உடைமாற்றமும் பெண்ணின் சுயமரியாதையை கேள்விக்குள்ளாக்கும் ஒரு சடங்குதான். பெண் வீட்டார் கொடுத்த உடைகளை மாற்றிவிட்டு ஆண்வீட்டாரின் உடைகளை உடுத்திவிடும்போது அவளது ஆபரணங்களையும் அப்படியே கழற்றி விட்டு பதிலுக்கு அவர்களது ஆபரணங்களை அணிவிப்பதுதானே நியாயம்? ஆனால் அப்படி நடப்பதில்லை என்பதுதான் இதிலுள்ள ஒரு வேடிக்கையான அம்சம். பெண்வீட்டிலிருந்து வரும் ஆபரணங்கள் மட்டும் வேண்டும், உடைகள் வேண்டாம் எனும் மனோபாவத்தின்பின் செயல்படும் அடிப்படை அம்சம், சுயமரியாதையை இழந்து போன ஆனால், வசதிப்படைத்த பெண்தான் ஆண் வீட்டாருக்குத் தேவை என்பதாகவே இருக்க முடியும்.

அளவு ஜாக்கெட்டுக்காக மட்டும்தான் என்றால் வரவேண்டாம் என்றும் எனக்கு இந்த வழிமுறையில் விருப்பமில்லையென்றும் சொல்லிப்பார்த்தேன். ஆனால், அன்று வேலை முடிந்து வீட்டிற்குப் போகும்போது அங்கு தாஸேட்டனின் அண்ணனும் அண்ணியும் வந்திருந்தார்கள். அம்மாவும் வசந்தியக்காவும் அண்ணியும், அண்ணனுக்குத் தெரியாமல் என்னை வற்புறுத்தினார்கள். அப்பாவும் தாஸேட்டனின் அண்ணனும் திண்ணையிலமர்ந்து சாயா குடித்துக் கொண்டிருந்தார்கள். நீண்ட வாக்குவாதங்களின் முடிவில் வந்தவர்களை அவமதிக்கக்கூடாது என்ற வசந்தியக்காவின் தாக்கீதுக்கு நான் பணிந்தேன். அவர்கள் அவமானப்பட்டு விடக்கூடாதென்பதற்காக நான் எனது ஒரு ஜாக்கெட்டை அவர்களிடம் கொடுத்தேன்.

தாலியில்லாமல் மாலை மட்டுமணிந்து கோயிலில் வைத்து திருமணச் சடங்கு முடிந்தது. மாலையணிந்து மணமகனின் பின்னால் வலது கைகளைக் கோர்த்துப் பிடித்தவாறே வலம் வரும் ஒரு சடங்கு இருந்தது. அப்பா இரண்டு பேர்களது வலது கைகளையும் சேர்த்து வைத்தார். 'கன்னிகாதானம்' எனும் சடங்குதான் இது. இந்தச் சடங்கு என் கட்டுப்பாட்டுக்குள் இருக்கவில்லை, புடவை கொடுத்ததன் பின் கோயில்

போற்றியும் என் தாத்தாவும் அப்பாவைக் கூப்பிட்டு கைகளைச் சேர்த்துவைக்கச் சொன்னார்கள். இதை அனுசரிப்பதைத் தவிர வேறு வழியே இல்லை. அப்படி கையைப் பிடித்துக்கொண்டாலும் நடக்க ஆரம்பிக்கும்போது நான் இடது கையால் தாஸேட்டனின் வலது கையைப் பிடித்தபடி சேர்ந்து வலம் வந்தோம். மனமேடையின் ஒரு பகுதியில் ஒருவருக்கு மட்டுமே நுழைந்து செல்வதற்கான இடம்தானிருந்தது. அந்த இடத்தில் வந்ததும் நான் என்னையறியாமலேயே நின்றுவிட தாஸேட்டன் தொடர்ந்து முன்னால் நடந்தது எனக்கு நினைவிருக்கிறது.

சடங்கின்படி நான் புடவையைப் பெற்றுக்கொண்டேன் என்றாலும் அதை உடுத்தவில்லை. பொதுவாக, சாப்பாடெல்லாம் முடிந்தபிறகுதான் 'புதுப்பெண்' சேலையை மாற்றிக்கொள்ள வேண்டும். என் விஷயத்தில் நான் இந்த மரபை வேண்டுமென்றே தவிர்த்திருந்தேன். புதுப்பெண் சேலையை மாற்றிக் கொண்டால்தான் நாங்கள் சாப்பிடுவோமென்று தாஸேட்டனின் வீட்டுக்காரர்கள் பிடிவாதமாக நின்றார்கள். நான் இந்த விஷயத்தில் விட்டுக்கொடுக்கத் தயாராக இல்லை. நாங்கள் இரண்டுபேரும் நின்றிருந்த இடத்திற்கு வந்து தாஸேட்டனின் வீட்டார்கள் நிர்ப்பந்தம் செய்தார்கள். "மோகனா, அவளுட்டே சாரியை மாத்தச் சொல்லு." அவர்களின் நிர்ப்பந்தம் தாங்க முடியாமலானதும் அதுவரை பேசாமலிருந்த தாஸேட்டன் கொஞ்சம் கோபத்துடன் சொன்னார்:

"வினயாவுக்கு விருப்பமில்லேன்னா அவ உடுக்க வேண்டாம். விடுங்க." இந்த வார்த்தைகளை நான் இன்றும் நன்றியுடன் நினைவில் வைத்துக் கொண்டிருக்கிறேன். எங்களிடையிலான தாம்பத்ய பந்தம் இன்றும் திடமாகவும் பிரியத்துடனும் அமைந்திருப்பதற்குக் காரணமும் இந்தச் சொற்கள்தான். அன்று எல்லோரும் சாப்பிடாமல் திரும்பிச் செல்வதான சூழ்நிலை ஏற்பட்டது. அப்போது அம்மா அழுதபடியே என்னிடம் வந்து, "மகளே, நீ இந்த கலியாண நாளை அலங்கோலமாக்கிடாதே. அப்படி ஏதாவது நடந்தா இந்த அம்மா நான் உயிரோட இருக்க மாட்டேன். அது, இந்த விக்னேஷ்வரன்மேல சத்தியம்" என்றபடி என் கைகளைப் பிடித்தபடி வாய்விட்டு அழுதாள். பிறகு நான் எதைப்பற்றியும் யோசிக்கவில்லை. அம்மாவை விட நான் எதையுமே பெரிதாகவும் நினைக்கவில்லை. சேலையை மாற்றிக் கொள்வதாக முடிவு செய்தேன். அவர்கள் கொண்டுவந்திருந்த

செவ்வந்திப் பூச்சரத்தையாவது தயவுசெய்து என் தலையில் சூடவேண்டாமென்று நான் கேட்டுக் கொண்டதை யாருமே மறுத்துச் சொல்லவில்லை, அந்த சேலை நன்றாக இல்லை என்பதால்தான் நான் உடுத்திக்கொள்ள மறுத்தேன் என்றெல்லாம்கூட பலர் பேசினார்கள்.

திருமணம் நடந்த மறுநாள் காலையில் நான் எழுந்து மற்ற பெண்களைப் போல் முற்றத்தைக் கூட்டினேன். உறவினர்கள் எல்லோரும் ஆச்சரியமாகப் பார்த்தபடி நிற்பதையும் திருப்தியுடன் ஏதோ பேசிக்கொள்வதையும் நான் கவனித்தேன். இப்படியான ஒரு செயல்பாட்டை அவர்கள் என்னிடமிருந்து எதிர்பார்க்கவே இல்லையென்பது அவர்கள் பேசிக்கொள்வதிலிருந்து தெரிய வந்தது. பிறகு பல்விளக்கிவிட்டு உள்ளே வந்ததும் அண்ணி ஒரு தம்ளர் காப்பியைத் தந்து 'இந்தா' என்றாள், நான் அப்போதெல்லாம் காப்பி குடிக்கும் வழக்கம் கிடையாது. மட்டுமல்ல, அந்த 'இந்தா'விலிருந்து காப்பியை தாஸேட்டனுக்குக் கொண்டுபோய் கொடுக்கச் சொல்கிறாள் என்பதையும் புரிந்து கொண்டேன். நாத்தனாரும் குழந்தைகளும் சமையல்கட்டிலிருந்தார்கள். நான் அந்தத் தம்ளரை வாங்கி காப்பியைக் குடிக்க ஆரம்பித்தேன். "அய்யோ, அது மோகனனுக்கு." அண்ணி பதற்றத்துடன் சொன்னாள். நான் சிரித்தபடியே குடித்து முடித்தேன். பிறகு, தாஸேட்டனை எழுப்பி சமையல் கட்டுக்கு அழைத்து வந்து அங்கிருந்த நாற்காலிகளில் இருவரும் அமர்ந்தோம். அண்ணியே காப்பியை ஊற்றி தாஸேட்டனிடம் கொடுத்தாள். இப்படியான சின்னச் சின்ன எதிர்பார்ப்புகளையும்கூட தாஸேட்டனிடம் ஏற்படுத்தாமலிருப்பதில் நான் கவனத்துடனிருந்தேன்.

திருமண விருந்துகளெல்லாம் முடிந்து ஒரு வாரத்திற்குள் இரண்டுபேரும் பணிக்குத் திரும்பிவிட்டோம். ஒருநாள் பணி முடிந்து நாங்கள் இரண்டு பேரும் நகரில் வெறுமனே நடந்துகொண்டிருந்தோம். நடைபாதையினூடே நான் முன்னாலும் தாஸேட்டன் பின்னாலும் நடந்தோம். இதைச் சொல்லி எங்களுக்குள் சிறுவிவாதமும் நடந்தது. உண்மையில் இது எங்களிடையிலான தனிப்பட்ட ஒரு விவாதமல்ல. பொதுவாக ஒரு மனைவி, கணவனுக்கு ஒரு அடி பின்னால் நடப்பதைத்தான் நாம் பார்த்து வருகிறோம். பெண்ணும் ஆணும் சமமாகச் சேர்ந்து நடப்பதையோ ஆணை முந்திக்கொண்டு ஒரு பெண் நடப்பதையோ இயல்புக்கு மாறாகப் பார்க்கும்

ஒரு பொது மனோபாவம் நம்மைச் சுற்றிலும் இருக்கிறது. இதுபோன்று ஒரு சமூகம் சார்ந்த பெண் அனுபவிக்கும் ஏராளமான பிரச்சனைகளை தாம்பத்யம் எனும் யுத்தக்களத்தில் நானும் அனுபவித்துக் கொண்டிருந்தேன். குழந்தைகளை வளர்த்துவதிலும் பரிபாலனை செய்வதிலுமுள்ள அத்தனைப் பொறுப்பும் அம்மாவைச் சார்ந்ததும் சட்டபூர்வமான எல்லா உரிமையும் அப்பாவைச் சார்ந்ததும்... இதுபோன்ற நிறைய தவறான அபிப்ராயங்களுக்கெதிரான போராட்டமும் அதன் சிக்கல்களும் எங்களது வாழ்க்கையிலும் தொடர்ந்து ஏற்பட்டிருக்கிறது. இதெல்லாமே மற்றொரு அர்த்தத்தில் எல்லா வீடுகளிலும் நடக்க வேண்டியதும் தொடர வேண்டியதுமான பெண்ணுரிமைக்கான போராட்டங்கள்தான். போராட்டங்களிலிருந்துதான் தீர்வுகளும் உருவாக முடியும். வரையறைகளிருந்தாலும்கூட பெண்ணுரிமைகளுக்கு இடம் தரும் ஒரு குடும்பச் சூழலைக் கட்டியமைப்பதற்கு என்னுடைய அர்த்தம் மிகுந்த தான்தோன்றித்தனங்களால் இயலவும் செய்தது.

வீடு கட்டுதல்

1993இல்தான் வீடு கட்டுவதற்கான எங்களது முயற்சிகளின் துவக்கம். எங்கள் குடும்பவீட்டையடுத்து, மெயின் ரோட்டின் அருகிலிருந்த பத்து சென்ட் பூமியை இதற்கெனக் கருதி வைத்திருந்தோம். இந்த இடத்தில் காப்பி, பலா, மா, முந்திரி போன்றவை நிறைந்து வளர்ந்து நின்றன. கல்போட்டு முடித்தபிறகு நானும் தாஸேட்டனும் அவ்வப்போது லீவு போட்டும் மற்ற நாட்களில் வேலை முடிந்தபிறகும் வந்து காப்பிச் செடிகளைப் பிடிங்கினோம். அங்கு நின்ற மரங்களில் பெருமளவையும் தாஸேட்டன்தான் வெட்டி நீக்கினார். வெட்டிய மரங்களை நாங்கள் இரண்டு பேருமாக மரம் அறுக்கும் வாளால் அறுத்துத் துண்டுகளாக்கி குவித்துப்போட்டோம். இவ்வளவு வேலைகளையும் செய்து முடித்த பிறகுதான் மண் அள்ளுவதற்கும் இடத்தை சுத்தம் செய்வதற்கும் ஆட்களை நியமித்தோம்.

வீட்டிற்கு முதன் முதலாக அஸ்திவாரக் கல் நாட்டியது என் அப்பாதான். வேலை செய்பவர்களுக்கான உணவு தயாரித்ததும் தச்சு வேலை நடந்ததும் எங்கள் வீட்டில் வைத்துதான். தாஸேட்டனும் நானும் கிடைத்த நேரம் முழுவதையும் வீடு வைக்கும் பணியிலேயே செலவு செய்தோம். வேலைப் பார்ப்பவர்களின் உணவுக்கான பொறுப்பையும்

மகளைக் கவனித்துக் கொள்ளும் பொறுப்பையும் அம்மாவே பார்த்துக்கொண்டாள்.

எங்களுக்கு வீட்டைப்பற்றிய எந்த முன் அபிப்ராயமுமில்லை. பழைய மாடலாக இருக்கக்கூடாதென்று மட்டும்தான் நினைத்திருந்தோம். கான்ட்ராக்டர் சுரேந்திரன் என்பவர் வீட்டிற்கான மாடலை வரைந்து தந்தார். தரையிடும் பணிகள் முடிந்தபோது மிகுந்த திருப்தியாக இருந்தது. தாஸேட்டனின் ஜி.பி.எஃபிலிருந்து ஐயாயிரம் ரூபாய் எடுத்து தான் வீட்டுப்பணியைத் துவங்கினோம். இலாகாவிலிருந்து ஐம்பதினாயிரம் ரூபாய் வீட்டுக்கடன் அனுமதிக்கப்பட்டது. தரையிடும் பணி முடிந்தபிறகுதான் சி.ஐயின் ஸ்டேஜ் சர்டிஃபிகேட் கிடைக்கும். அதை சமர்ப்பித்தால்தான் முதல் தவணைக்கான தொகையை கையில் தருவார்கள். ஒவ்வொரு முறையும் அவ்வப்போதைய ஸ்டேஜ் சர்டிஃபி கேட்டை சமர்ப்பித்தால்தான் அடுத்தத் தவணைக்கான தொகை கிடைக்கும். கையிலிருந்த ஐயாயிரமும் மண் அகற்றி முடித்தபோதே தீர்ந்துபோயிருந்தது. பணியைத் துவங்குவதற்கு சிலமாதங்களுக்கு முன்பே எனது பி.எஃபிலிருந்து ஐயாயிரம் ரூபாய் எடுத்து பத்து லோடு கல் இறக்கியிருந்தோம். நுகர்வுக்கடனாக நான் எடுத்த 25,000 ரூபாயில் தரையிடும் வேலையை சரியாக செய்து முடித்தோம். அப்போது அதற்கான காசோலையும் வந்தது.

சித்தப்பாவுக்குத் தெரிந்த செங்கல் வியாபாரியிடமிருந்து இரண்டுத் தவணைகளாகப் பணம் கொடுத்து செங்கல் இறக்கினோம். இதனிடையே எங்கள் இரண்டு பேருக்கும் கிடைக்கும் சிறு சிறு தொகையில் கட்டுமானத்திற்குத் தேவையான சாதனங்களை வாங்கிக் கொண்டிருந்தோம். தரை வேலைத் துவங்குவதற்கு முன்பே குளோசட், கம்பி, ஆணி, வீஜாரி இப்படி எங்களுக்குத் தோன்றுவதையெல்லாம் கையிலிருக்கும் தொகைக்கேற்ப தேவையிருக்குமா என்றெல்லாம் யோசிக்காமல் வாங்கி வீட்டிலிருந்த தளவாட அறைக்குள் பாதுகாத்து வந்தோம். சரியாகச் சொல்வதானால் எறும்பு சேமிப்பதுபோல்.

தரையிடும் வேலை முடிந்து சுமார் ஒரு வருடம் கழிந்தபிறகுதான் சுவரெழுப்ப ஆரம்பித்தோம். ஒவ்வொரு நாளும் வேலையாட்கள் வருவதற்கு முன் நாங்கள் ஹோஸ் போட்டுத் தொட்டியில் தண்ணீர் நிறைத்து வைத்து விடுவோம்.

தரையிடும்போதே மிச்சமிருக்கும் சிமெண்டையும் மணலையும் வைத்து தாஸேட்டன் தொட்டியைக் கட்டி விட்டார். இந்தத் தொட்டியிலும் காலையில் கொண்டு வந்து வைக்கும் பெரிய குண்டாக்களிலும் தண்ணீர் நீறைத்து வைத்துவிடுவோம். செங்கல்லை நனைத்து வைப்பதற்காக அதிகாலையில் ஐந்து மணிக்கெல்லாம் இருவரும் எழுந்து விடுவோம். மெழுகுத் திரியின் வெளிச்சத்தில் அன்றைய வேலைக்குத் தேவையான கற்களை ஏழு மணிக்குள் நனைத்து வைத்து விடுவோம். எட்டுமணிக்கு இரண்டு பேரும் குளித்து சாப்பிட்டு முடித்துவிட்டு வேலைக்குப்போக வேண்டும். நாங்கள் தயாராக வரும்போது அம்மா உணவு சமைத்து வைத்திருப்பாள்.

வீடு உயர்ந்து கொண்டிருப்பதற்கேற்ப நாங்களே சுவர்களை நனைத்துக் கொடுப்போம். வேலையாட்களின் சிரமங்களைத் தவிர்க்க, முடிந்தவரை நாங்கள் முயற்சி செய்தோம். நிலைமட்டம் வரை உயர்ந்தபோது திரும்பவும் பணத் தட்டுப்பாடு வந்து வேலையை நிறுத்தி வைத்தோம். இதனிடையே இரண்டு மூன்றுமாத கால அவகாசத்திற்கென கீதா ஐயாயிரம் பத்தாயிரமென்று பலதடவை தந்தாள். மானந்தவாடி சரக ஆய்வாளர் அலுவலகத்திலுள்ள மணிசார் பல முறை ஐயாயிரம் ரூபாய் கடனாகத் தந்திருக்கிறார்.

வீட்டு வேலை நடக்காத நாட்களிலும் நாங்கள் காலையில் ஐந்து மணிக்கே எழுந்து விடுவோம். காலையிலும் மத்தியானத்திற்குமான உணவை இரண்டுபேரும் சேர்ந்து தயாரிப்போம். அந்த நாட்களில் எங்களுடைய எந்தப் பொறுப்புமே அம்மாவுக்குக் கிடையாது. இரவு நேரத்துக்கான உணவை அம்மா சமைப்பாள். வேலையாட்கள் இல்லையென்றாலும் கூட வீடு கட்டுவது சம்பந்தமான ஏதாவதொரு வேலையில் இரண்டு பேரும் ஈடுபட்டிருப்போம்.

வீட்டு வேலைக்கான சிமெண்டும் மணலும் கான்ட்ராக்டர் குறிப்பிடும் அளவுக்கு அவ்வப்போது கொண்டுவந்துச் சேர்த்திருக்க வேண்டும். மணலைப் பொறுத்தவரை பெரிய பிரச்சனைகள் எதுவுமில்லை. எத்தனை நாட்களுக்கு முன் கொண்டுவந்து இறக்கியிருந்தாலும் கெட்டுப்போய் விடாதல்லவா? சிமெண்டை அப்படி முன்கூட்டியே வாங்கி வைக்க இயலாதென்பதால் வேலை துவங்குவதற்கு இரண்டு நாட்களுக்கு முன்புதான் வாங்க வேண்டும். அனேக நாட்களிலும்

வேலைக்காரர்கள் நாளை வருவார்கள் என்று அறிந்ததும் நாங்கள் மிகவும் சிரமப்பட்டுப்போய் விடுவோம்.

சாதனங்கள் வாங்க வேண்டுமென்ற தகவல் கிடைக்கும்போது தாஸேட்டனால் வர இயலாமலிருந்தால் என்னைக் கூப்பிட்டு விவரத்தைச் சொல்லி விடுவார். அவருக்குத் தெரிந்த வண்டியின் நம்பரையும் சொல்வார். சிமெண்டும் கம்பியுமெல்லாம் ஒரே கடையிலிருந்து வாங்குவதால் அந்த விஷயத்தில் பெரிய சிக்கல் எதுவும் இருக்கவில்லை. நான், பத்தேரி வாடகைக்கார் நிற்குமிடத்திற்குச் சென்று தாஸேட்டன் சொன்ன மினிலாரியையோ டிரக்கையோ ஜீப்பையோ பிடித்து தேவைப்பட்ட சாதனங்களை வாங்கி வண்டியிலேற்றிக் கொண்டு வந்து இறக்குவேன். பெரும்பாலும் நான் தனியாளாகத்தான் போய் தாஸேட்டனுக்குத் தெரிந்தக் கடையில் கட்டுமானப் பொருட்களை வாங்கச் செல்வேன். ஏற்கனவே உள்ள பரிச்சயத்தின் காரணமாக மற்றவர்களை விடவும் ஒரு சிறு அளவிலான சலுகை விலையில் எங்களுக்கு சாதனங்கள் கிடைக்கும். இப்படியான அறிமுகமுள்ள யாருமே எனக்குக் கிடையாது.

வீட்டின் முக்கியமான வார்ப்பு வேலை 1995இல் நடந்தது. அப்போது நாங்கள் தற்காலப் பணி விலக்கம் செய்யப்பட்டிருந்தோம். வளப்பட்டணத்திலிருந்து சிமெண்ட் கல்லும் கலவையும் உபயோகித்து வார்ப்பு வேலை நடந்தது. இரண்டடுக்கில் சானலை நிரப்பி, அதன்மீது கல்பாவி இடைவெளியில் சிமெண்ட் கலவையை இட்டு நிரப்பும் ஒரு வகை விசேஷமான வார்ப்பு முறையில் அதைச் செய்தோம். வீட்டிற்குள் அதிகமான சூடு தாவாமலிருக்க இப்படியான ஒரு சாகசத்திற்கு நான் முன்வந்தோம். ஒரு அளவுவரை இது சரியாகவுமிருந்தது. வார்ப்பு வேலை நடந்துகொண்டிருக்கும் போது தாஸேட்டன் வார்ப்பின்மீது வேலையாட்களுடன் நின்று சிமெண்ட் போடும்போது நான் கீழே நின்று ஓடுகளினிடையே தெரியும் இடைவெளிகளினூடே நீளமான ஒரு குச்சியைச் சொருகிக் காட்டுவேன். கீழே நின்று பார்க்கும்போது அந்த இடைவெளிகளினூடே சூரிய வெளிச்சம் நுழைவது நன்றாகத் தெரியும். வார்ப்பு முடிவதுவரை வேலையாட்களுடன் நாங்களும் நின்று ஓய்வில்லாமல் வேலை செய்தோம்.

வார்ப்பு வேலை நடப்பதற்கு ஒரு வாரத்திற்கு முன்பு, தேவையான கிட்டத்தட்ட ஆறுலோடு மணலை நாங்கள்

இருவருமாக இரவு பகல் என்றில்லாமல் அரித்து முடித்தோம். இரவு ஒன்பது மணிவரை மணல் அரிப்போம். அதுபோல் வார்ப்பு வேலைக்குத் தேவையான இரும்புக் கம்பிகளைக் கூடையில் போட்டு தண்ணீர்த் தொட்டியில் அமிழ்த்திக் கழுவுவோம். கூடையின் இடைவெளியினூடே கல்லும் மண்ணும் சகதியுமெல்லாம் கரைந்து வெளியாகும். நானோ தாஸேட்டனோ தான் தொட்டியிலிறங்கி நின்று கற்களை அரிப்போம். யாராவது ஒருவர் கூடையில் அள்ளிக் கொடுக்க, மற்றவர் அரிப்போம். இரண்டு பேருடைய கை கால்களும் இரவாகும்போது குளிர்ந்து மரத்துப் போயிருக்கும். இரண்டு பேருக்குமே உடல் முழுவதும் வலியெடுக்கும், அம்மா போட்டுத் தரும் வென்னீரில் குளித்தால் மறுநாள் வலியிருக்காது. உடலில் ஏற்படும் வலியையும் நாங்கள் அப்போதே கண்டு கொள்ளமாட்டோம்.

இதனிடையே கே. எஸ். ஃஎப். கடன்தொகையிலிருந்து வயரிங், பிளம்பிங் பொருட்களை வாங்குவது உட்பட அந்த வேலைகளை முதலிலேயே முடித்து விடலாம் என்று ஏற்றுக்கொண்ட ஜோஸப் அண்ணனிடம் பொறுப்பை ஒப்படைத்தோம், இதற்கான பொருட்களை ஜோஸப் அண்ணனுடன் நானும் தாஸேட்டனும் மாகிக்குச் சென்று வாங்கி வந்தோம். எங்களுக்கான எந்தப் பொறுப்புமில்லாத முறையில் ஜோஸப் அண்ணனே இந்த வேலைகளை முழுவதும் கவனித்துக்கொண்டார்.

வீட்டுவேலை நடந்துகொண்டிருக்கும் போதுதான் நானும் தாஸேட்டனும் தற்காலப் பணிநீக்கம் செய்யப்பட்டோம். அதற்கானக் காரணத்தைப் பிறகு சொல்கிறேன். பணிநீக்கம் செய்யப்பட்ட பிறகு நாங்கள் சிறியதொரு மன ஆறுதலுக்காக பத்தேரியில் ஜிம்னேஷியம் கிளாசில் சேர்ந்தோம். அதிகாலையில் அங்கேபோய் விடுவோம். ஏழு மணிக்குத் திரும்பி வருவோம். இந்தப் பயிற்சி ஏழு நாட்கள்தான் நீடித்தது. பயிற்சியின்போது என் கால் மூட்டுச் சுளுக்கி இருபது நாட்கள்வரை கட்டுப்போடவும் வேண்டியதாயிற்று. இந்தப் பயிற்சிக்குப் போய்விட்டு வரும்போதுதான் வளப்பட்டணத்திலிருந்து வீட்டுக்கு டைல்ஸ் வந்து சேர்ந்திருந்தது. லாரியிலிருந்து வனஜாக்காவும் அம்மாவும் சிவராமனும் அதை இறக்கிக்கொண்டிருந்தபோது நாங்கள் வீட்டுக்கு வந்து சேர்ந்தோம். எந்தப் பொறுப்புமில்லாமல் நடக்கிறீர்கள் என்றெல்லாம் வனஜாக்கா திட்டிவிட்டு

கடைசிவரை எங்களுடன் சேர்ந்து அதையெல்லாம் இறக்கி வைத்தாள். டைல்ஸ் இறக்கிய இரண்டு மூன்று நாட்களுக்குப் பிறகு என் மூட்டு சுளுக்கிக் கொண்டது.

வேலையை நிறுத்தி வைத்தும், மெல்ல மெல்லவும் வேகமாகவுமெல்லாம் செய்து 1997 ஏப்ரல் மாதம் வீட்டில் பெயிண்டிங் உட்பட எல்லாப்பணிகளும் முடிந்தன. தாஸேட்டன் வேலைபார்க்கும் காவல்நிலையமும் நான் வேலை பார்க்கும் காவல் நிலையமும் உட்பட பெரும்பாலான எல்லா காவல் நிலையங்கள், நண்பர்கள், உறவினர்கள், வீட்டுப்பணி தொடர்பான மற்ற ஆட்கள் என அனைவருக்கும் புதுமனைப் புகுதலைத் தெரிவித்துக் கொண்டோம்.

புதுமனைப்புகு விழாவுக்கான அழைப்பிதழில் வினயா என்ற என் பெயரின்கீழ்தான் மோகன்தாஸ் என்று அச்சடித்திருந்தோம். இதைச் சொல்லியும் பலர் விவாதம் செய்தார்கள். அழைப்பிதழ் அச்சடிப்பதற்கு முன் நானும் தாஸேட்டனும் இதைப்பற்றி பேசியிருந்தோம். தாஸேட்டனைப் பொறுத்தவரை அழைப்பிதழின் மாதிரியையும் தாளின் தரத்தையும் பற்றிதான் அக்கறை. எனக்கோ, பிரச்சனை இந்த இரண்டைப்பற்றியதுமல்ல, எனது பிரச்சனை முழுவதும் அதன் உள்ளடக்கத்தைப் பற்றியது. ‘அன்பாய் வேண்டுகிறோம்’ என்ற வார்த்தையின்கீழ் முதலில் என் அம்மா, அப்பாவின் பெயருக்குப் பிறகுதான் தாஸேட்டனின் அம்மாவின் பெயரைச் சேர்க்கவேண்டும். முதலில் என் பெயரைச் சேர்ப்பதாக இருந்தால் அந்த இடத்தில் முதலில் தாஸேட்டனின் அம்மா பெயரைப் போட்டு கீழே என் அம்மா, அப்பாவின் பெயரைச் சேர்த்துக்கொள்ளலாம். இதில் எதைப் போட்டுக்கொள்வதென்பதை தாஸேட்டன் முடிவு செய்து கொள்ளலாம். நான் கேட்டுக்கொண்டதன்படி தாஸேட்டன் தெரிவு செய்த பெயர்தான் அழைப்பிதழில் அச்சடிக்கப்பட்டிருந்தது.

வீட்டில் பால்காய்ச்சும் சடங்கைச் செய்தது என் அம்மாதான். நாங்கள் வீட்டு வேலைகளை முடிப்பதற்கு எங்கள் அம்மாவின் முழு ஒத்துழைப்பு இருந்ததால்தான் முடிந்தது. மட்டுமல்ல, என் அம்மாவுக்கு என்னால் மட்டுமே தரமுடிந்த ஒரு அங்கீகாரமாகவுமிருந்தது இது. விருந்தினராக இருந்தாலும் சரி, வீட்டிலுள்ளவர்களாக இருந்தாலும் சரி, அம்மாவுக்கு எங்குமே இரண்டாம் இடம்தான். இது என்னைப் பல முறை

வேதனைப்படுத்தியதுண்டு. ஒரு தடவை, நானும் அம்மாவும் வசந்தியக்காவின் வீட்டுக்கு விருந்தினராகச் சென்றிருந்தோம். வசந்தியக்கா சாயா போட்டுக்கொண்டு வந்தாள். முதலில் அத்தானின் அம்மாவுக்குக் கொடுத்துவிட்டு பிறகுதான் விருந்தினராக வந்த சொந்த அம்மாவுக்குக் கொடுத்தாள். இந்த வழக்கம் எல்லா விஷயங்களிலும் ஒரு மரபாகவே தொடர்ந்து பின்பற்றப்படுகிறது. குழந்தையின் பால்குடி, சோறூட்டுதல், பெயர் வைப்பது போன்ற எல்லா விஷயங்களிலுமே தகப்பன் வீட்டார்களுக்குத்தான் முன்னுரிமையளிக்கப்படுகிறது. ஆகவேதான் எனது தாய் தந்தையருக்கு முன்னுரிமையளிக்க வேண்டுமென்றால் அது எனது நான்கு சகோதரிகளாலும் இயலாத விஷயமென்பதை நான் புரிந்து கொண்டேன். ஓணம், விசுபோன்ற பண்டிகைத் தினங்களை கணவன் வீட்டில் கொண்டாடி விட்டுதான் சொந்தத் தாய் தந்தையரை அவர்கள் பார்க்க வருவார்கள். ஒவ்வொரு இடைவிட்ட வருடங்களிலாவது சொந்தத் தாய் தந்தையருடன் கொண்டாட வேண்டுமென்று தோன்றாமல் எந்தக் குற்ற உணர்வுமில்லாமல் கணவர்கள் மீது மட்டும் அன்பு காட்ட முடிகிறதே என்றுதான் நான் எனது சகோதரிகளைப்பற்றி நினைத்துக்கொள்வேன். வசந்தியக்கா மட்டும் இதில் கொஞ்சம் வித்தியாசமாக இருந்தாள். ஆரம்பக் காலங்களில் அவள் பெரிய ஓணமும் பெரிய விசுவுமெல்லாம் எங்களுடன் சேர்ந்துதான் கொண்டாடினாள்.

வீடு பால்காய்ப்பு அன்று வந்தவர்களை வரவேற்பது, பந்தி விளம்புவது, மேசையைத் துடைப்பது, இலை எடுப்பது போன்ற எல்லா வேலைகளையும் நானும் தாஸேட்டனும் சேர்ந்தே செய்தோம். நான் அழைத்த அனைவரும் வந்திருந்தார்கள். மரியா, பக்கத்தில் இல்லை என்பதுதான் எனக்கு மிகவும் மனக்குறையாக இருந்தது. என்னையும் தாஸேட்டனையும் தனியாகக் கூப்பிட்டு டி.ஒய்.எஸ்.பி. சோமசுந்தரன் சார் ஒரு கவரை இரண்டு பேர்களது கையிலுமாகத் தந்தது எனக்கு ஒரு புது அனுபவமாக இருந்தது. அந்தக் கவரினுள் ஆயிரம் ரூபாய் இருந்தது.

எங்களுக்குக் கிட்டத்தட்ட இருபதாயிரம் ரூபாய் பணமாகவும் அதே மதிப்பிலான வீட்டுபயோகப் பொருட்களும் அன்பளிப்பாகக் கிடைத்தன. வீடு முழுவதும் அன்பளிப்புப் பொருட்களால் நிறைந்தது. எல்லாவற்றையும் இரவு சமையலறைக்குள் கொண்டுவந்து வைத்தபோது

சமையலறையில் பகுதியளவு நிறைந்து போயிருந்தது. பொருட்களை அடுக்கி வைப்பதிலும் எல்லாவற்றையும் குறித்து வைத்துக்கொள்ளவும் எங்களுடன் அம்மாவும் வனஜாக்காவும் கீதாவும் விஜிமோளுமிருந்தார்கள். இரவு ஒரு மணிக்குதான் வீட்டுக்குப் போனார்கள்.

பெரியப்பா ஒரு அறையிலும் அப்பா மற்றொரு அறையிலுமாக புது வீட்டின் உல்லாசத்தை அனுபவித்தபடியே தூங்கினார்கள். நானும் தாஸேட்டனும் மகளும் அவர்களைவிட மகிழ்ச்சியுடன் டைனிங் ஹாலில் பாய் விரித்துத் தூங்கினோம். பந்தியில் எல்லா உணவுமே மிச்சமாகத்தானிருந்தது. எதுவுமே பற்றாக்குறையாகிவிடவில்லை. இப்படியாக நாங்கள் மிகப்பெரிய சிரமத்தினூடே ஒரு பெருங்கனவை பூவிரியச் செய்தோம். இது மலருவதற்கான வாய்ப்பை எங்களுக்குத் தந்ததும் நாங்கள் உயிராக நினைக்கும் எங்களது உத்தியோகம்தான்.

9. உரிமையின் பன்முகங்கள்

பணியில்சேர்ந்து சுமார் ஒருமாதம் சென்றபோது மாவட்ட ஆட்சித் தலைவர் அலுவலகம் முன் ஒரு தர்ணாப்போராட்டம் நடந்தது. அந்தப் பணியிடத்தில் நானும் சௌமினியும் மட்டும்தான் சீருடையணிந்திருந்தோம். மற்றவர்கள் காக்கிச் சேலையுடுத்தியிருந்தார்கள். ஆண்காவலர்களுக்கெல்லாம் தலைக்கவசம் கொடுக்கப்பட்டிருந்தது. எனக்கும் தலைக்கவசம் அணிந்து கொள்ளும் ஆசையிருந்தது. அதை விட முக்கியமான விஷயம், அதிலுள்ள பாதுகாப்பு அம்சம்தான், கல்லெறிவதிலிருந்து தங்களைப் பாதுகாத்துக் கொள்ளுவதற்கான உரிமை ஆண்காவலர்களுக்கு மட்டும்தான். பெண்களின் தலை ஏதோ விசேஷமான உலோகத்தால் செய்யப்பட்டது என்ற எண்ணத்திலோ என்னமோ பெண் காவலர்களுக்கு தலைக்கவசம் கொடுக்கப்படவில்லை.

அன்று பணிக்குச் செல்லும்போது நான் லத்தியைக் கையில் எடுத்திருந்தேன். எந்த ஒரு போராட்டத்திலும் முன்னணியில் வருபவர்கள் பெண்கள் என்பதால் அவர்களைத் தடுப்பதற்கு முன்னணியில் நிற்கவேண்டியவர்கள் பெண்காவலர்களாகவே இருப்பார்கள். என் கையிலிருக்கும் லத்தி, அங்கிருந்த உயரதிகாரிகளைத் தொந்தரவுப்படுத்துகிறதென்பதை அவர்களது பேச்சிலிருந்துப் புரிந்துகொள்ள முடிந்தது. ஒரு உதவி ஆய்வாளர் என் பக்கத்தில் வந்து கேட்டார். "நீ எதுக்காக லத்தியைக் கொண்டு வந்திருக்கிறே?" நான் சொன்னேன்: "எல்லோரும்தான் கொண்டு வந்திருக்கிறாங்களே?" ஆண் காவலர்களில் லத்தியில்லாதவர்களாக யாருமில்லை. இதைக் குறிப்பிட்டுதான் நான் பதில் சொன்னேன். "அது உனக்குத் தேவையில்லாத விஷயம். முதல்லே லத்தியை நீ ஜீப்பிலே வெச்சுட்டு வா" என்றார். "வேண்டாம் சார். இது என் கையிலேயே இருந்துட்டுப் போகட்டும்." நான் பணிவுடன் கேட்டுக்கொண்டேன். "வேண்டாம், அது மற்றவங்களோட உடம்பிலே படும். பிறகு அதுபோதும், பிரச்சினை உருவாக. நான் சொல்றதை மட்டும் நீ

கேட்டாப் போதும்." எனக்கு லத்தியை ஜீப்பில் வைப்பதைத் தவிர வேறு வழியில்லை. பிறகு, எந்த இடத்திற்குப் பணிக்குச் செல்வதாக இருந்தாலும் புறப்படும்போதே லத்தியை எடுத்துக் கொள்ளவேண்டாமென்று சொல்வதில் அவர் தனியாகக் கவனமெடுத்துக் கொண்டார். பிறகு, நான் லத்தியில்லாமல்தான் பணிக்குச் சென்று கொண்டிருந்தேன். அந்த உதவி ஆய்வாளர் இல்லாத நாட்களில் லத்தியை எடுத்துக்கொள்வதிலும் நான் கவனமாகத்தான் இருந்தேன்.

டி.ஓய்.எஸ்.பியின் தமாஷ்

நாங்கள் கல்பற்றா காவல்துறைக் கட்டுப்பாடு அறையில் பணியாற்றும்போது எங்களுக்கு வயர்லெஸ் பணியில் பயிற்சியளிக்கப்பட்டிருந்தது. நான்கு பேர் கொண்ட ஒரு அணியாக நாங்கள் ஐந்து அணியினர் பயிற்சியை முடித்தோம். முதல் அணியில்தான் நானுமிருந்தேன். கட்டுப்பாட்டு அறை, மாவட்டக் காவல்துறை அலுவலகத்தில் செயல்பட்டு வந்தது. அனைவருமே இடுப்புப் பட்டையும் தொப்பியும் உட்பட்ட சீருடை அணிந்திருந்தோம்.

வயர்லெஸ் பயிற்சியில் ஈடுபட்டிருக்கும்போது ஒருநாள் எங்கள் நான்கு பேரையும் பிரிவின் டி.ஓய்.எஸ்.பி. பார்க்கவேண்டுமென்று சொன்னதாக ஒரு காவலர் வந்து சொன்னார். உடனேயே நாங்கள் டி.ஓய்.எஸ்.பியைப் பார்க்கச் சென்றோம்.

டி.ஓய்.எஸ்.பியின் எதிரில் போய் நின்றதும் நாங்கள் அவருக்கு சல்யூட் செய்துவிட்டு அட்டென்ஷனில் நின்றோம். அவர் ஒவ்வொருவரிடமும் பெயர் கேட்டார். பிறகு, எங்களது சீருடையைப் பார்த்தார். "என்ன, நீங்கள்லாம் இந்த யூனிஃபாம்லே?" என்றார். நாங்கள் யாரும் எதுவும் பேசவில்லை. மற்றவர்களிடம் ஒரு தயக்கம் வந்து விட்டதை என்னால் உணரமுடிந்தது. "பெண்களுக்கு சேலைதாம்பா நல்லாருக்கும்" என்று அவர் சொல்லி முடித்ததும் நான், "சார், போலீசுக்கு யூனிஃபாம்தானே சார் நல்லாருக்கும்?" என்று பணிவாகக் கேட்டேன். உடனே, டி.ஓய்.எஸ்.பியின் முகத்தில் ஒரு பரிகாச பாவம் நிழலிட்டது. "ஓஹோ....? அப்பிடீன்னா நீங்க அவசரமா ஒண்ணுக்குப் போவணும்னு வைங்க, என்ன பண்ணுவீங்க?" டி.ஓய்.எஸ்.பி. கேலியாகச் சிரித்தார்.

மற்ற மூன்று பேரும் அப்படியே அவமானத்தால் குன்றிப்போய் தரையைப் பார்த்தபடி நின்றுவிட்டிருப்பதைக் கவனித்தேன். ஒரு உயரதிகாரி என்பதற்கும் மேலாக, ஒரு தறவாட்டுக்* காரணவரின் பாவனையைதான் என்னால் அவரிடம் உணர முடிந்தது. எனக்கு மிகவும் வருத்தமாக இருந்தது, நான் எல்லாத் தைரியங்களையும் திரட்டி திருப்பிக் கேட்டேன். "சாருக்குக் கக்கூசுக்குப் போவணும்னா என்ன செய்வீங்க?" மற்ற மூன்று பேரும் திருப்தியுடன் சிறு புன்சிரிப்புடன் தலையை உயர்த்தினார்கள். டி.ஒய்.எஸ்.பியின் முகம் அப்படியே ஒரு நிமிடம் வெளிறிப் போனது. யாராவது கவனித்து விட்டார்களா என்று அவர் அக்கம்பக்கம் தலையைத் திருப்பிப் பார்த்துக் கொண்டார். அவரது முகத்தில் உருவாகியிருந்த உணர்வு கோபமா, வைராக்கியமாக என்பது பிரித்துணர இயலாத வகையிலிருந்தது. உடனே அவர் விஷயத்தை மாற்றினார். "ஆங்... போங்க, போங்க" என்று சொல்லி எங்களைப் போக உத்தரவளித்தார். நாங்கள் சல்யூட் அடித்து விட்டுக் கிளம்பினோம். அன்று என்னுடன் வந்த அந்த மூன்று பேரும் பிறகு சீருடையே அணியவில்லை. எப்போதாவது சீருடையணிந்து கொள்வதற்கு ஆசைப்படும் சிலர்கூட இந்தச் சம்பவத்திற்குப் பிறகு சீருடையணிவதை முழுவதுமாகப் புறக்கணித்து விட்டார்கள். அவர்கள், காக்கிச் சேலையில் அபயம் புகுந்து 'நல்ல போலீஸ்காரிகளாக' மாறினார்கள். ஆனால், நான் இதற்குப்பிறகும் சீருடையைக் கை விடவில்லை. மற்றவர்கள் சேலையிலும் நான் கால்சராயும் குப்பாயமுமணிந்து வேலை செய்தோம்.

சேலையில் மாற்றம்

பத்தேரி காவல்நிலையத்தில் சாலைப் போக்குவரத்துப் பணியிலிருந்து விடுபட்ட பிறகு முழுவதுமாக காவல்நிலையத்திலேயே ஒதுங்கிவிட்ட நாங்கள் எப்போதாவது கிடைக்கும் சட்ட ஒழுங்கைப் பராமரிக்கும் பணிக்கு மட்டுமே வெளியே வருவது வழக்கம். இதனால் பணியின்போது சட்டபூர்வமாகக் கிடைக்கும் ஓய்வுகளோ பொதுமக்களுடனான தொடர்புகளோ எங்களுக்கு இல்லாமல் போயின. வயர்லெஸ் பணியும், நகலெழுதும் பணியும் தவிர வேறு எந்த வேலையும் எங்களுக்குத் தரப்படவில்லை. பெண் காவலர்களால் எந்தப்

★ குடும்பத்தின் பெரியவர்.

பிரயோஜனமுமில்லை என்று கேலியாகவும் காரியமாகவும் உயரதிகாரிகளும் சக ஆண்காவலர்களும் பரஸ்பரம் பேசிக் கொள்வார்கள்.

தினமும், மற்றெல்லா பெண்காவலர்களும் போனதன்பின், சாயுங்காலம் ஐந்தரை மணிக்குப்பிறகு நான் காவல்நிலையத்திலுள்ள குறிப்புகளைப் பார்க்கவும் என்னுடன் பரிவுடன் நடந்து கொள்ளும் சக காவலர்களிடம் ஒவ்வொன்றைப்பற்றியும் கேட்டுப் புரிந்து கொள்ளவும் செய்வதுண்டு. கணக்கு நோட்டை எடுத்து நோட்டெழுதவும் நான் எழுத்தரிடமிருந்துக் கற்றுக் கொண்டேன். 1992 டிசம்பர் மாதத்திற்குள் நான் காவல்நிலைய எழுத்தருடைய வேலையை ஓரளவுவரை நன்றாகச் செய்யப்பழகிக் கொண்டேன். எழுத்தர் வராத நாட்களில் அவரது இருக்கையிலமர்ந்து யாரும் சொல்லாமலேயே அந்த வேலையைச் செய்தேன். இது, சிலருக்குத் தொந்தரவாக இருந்திருக்கிறது. நான் இப்படிச் செய்வதற்கு உதவி எழுத்தர் எனது நல்ல நண்பராக இருந்தார் என்பதுதான் காரணம். எழுத்தரின் வேலையை அவர் இல்லாதபோது மேற்கொள்வது உதவி எழுத்தரின் பொறுப்பு.

ஒருநாள் உதவி எழுத்தர் எங்கோ வெளியே போகும்போது பணமிருக்கும் பெட்டிச் சாவியை என்னிடம் தந்துவிட்டுச் சென்றார். செஸ்ட்டில்தான் பணம் வைக்கப்பட்டிருக்கும். டி.ஐ.ஜி., பி.எஃப் போன்ற கடன் தொகைகளை காவலர்களுக்குப் பட்டுவாடா செய்வதென்பதுவும் எழுத்தருடைய பொறுப்புதான். நானும் மிகுந்த பொறுப்புணர்வுடன்தான் பணப்பட்டுவாடா செய்து வந்தேன். ஏதோ தேவைக்காக எழுத்தரின் அறைக்குள் வந்த உதவி ஆய்வாளர், நான் காவலர்களுக்குப் பணம் கொடுப்பதைப் பார்த்துவிட்டார். “செஸ்ட்டு சாவியை உங்கிட்டே தந்தது யாரு?” என்று கேட்டார். நண்பரைப் பாதுகாக்க வேண்டியத் தேவை எனக்கிருந்தது. “சார். இப்போ ஒரு ஆள் வந்து அஜி சாரை அவசரமாக வெளியே கூட்டிட்டுப் போனார். இப்போ வந்துடுவாரு.” நான் எதையோ சொல்லி ஒப்பேற்றினேன். இதை யாரோ, வெளியே நின்றிருந்த அஜி சாரிடம் சொல்ல, அவர் உடனே அறைக்கு வந்து விட்டார். உதவி ஆய்வாளர், அஜிசாரைப் பார்த்து இனிமேல் பெண் காவலர்களிடம் பணம் கொடுக்கல் வாங்கல் பொறுப்பை ஒப்படைக்கக்கூடாது என்று

உபதேசித்தார். இப்படியாக இந்தத் திறமையின் வளர்ச்சியும் அந்த இடத்தில் முடிவுக்கு வந்தது.

தினமும் புதிதான எந்த வேலைகளிலும் ஈடுபடாமல் காலையிலிருந்து பிரதியெடுப்பதும் சுவாரஸ்யமில்லாத, பொறுப்புமிகுந்த வயர்லெஸ் பணியிலும் மட்டுமே ஈடுபட்டுவந்தது எனக்கு அலுப்பைத் தந்தது. எப்போதுமே யூனிஃபாமிலிருப்பதால் திடீரென்று வரும் எல்லாப் பணிகளுக்குமே நான்தான் வெளியில் போகவேண்டியதிருந்தது. மற்றவர்கள் சேலையுடுத்தியிருந்ததால் யாருமே அவர்களைக் கண்டுகொள்வதில்லை. நான், யூனிஃபாமிலிருப்பதால் அதிகமாக வேலை செய்யவும் மற்றவர்களின் கேலிக்காளாகவும் வேண்டியதிருந்தது.

யூனிஃபாம் அணிந்ததன் பேரால் சக காவலர்களிடமிருந்தும் உயரதிகாரிகளிடமிருந்தும் தொடர்ந்து கிடைத்துக் கொண்டிருந்த பரிகாசத்தின் நிமித்தமாக நானும் சேலைக்கு மாறிவிடுவதாகத் தீர்மானித்தேன். என்னுடன் சேர்ந்து சௌமினியும் கொஞ்ச நாட்கள் யூனிஃபாம் அணிந்தாள். கேலியைத் தாங்கிக் கொள்ள முடியாமல் அவள் ஏற்கனவே சேலை உடுத்தத் துவங்கியிருந்தாள். சீருடையாக பான்டும் சர்ட்டுமணிந்ததற்காக யாருமே எங்களைப் பாராட்டியதுமில்லை. தொடர்ந்து கேலி செய்யப்பட்டதன் முடிவில் எனது சீருடையை சேலையாக மாற்றிக்கொண்டேன்.

இந்தப் பாகுபாடுகள் சீருடை விஷயத்திலும் பணியிலும் மட்டுமல்ல, காவல்நிலையத்தின் பதிவு அட்டவணைகளில் பெண்காவலர்களின் எண்களைக் குறிப்பதிலும் சுதந்திர தினம், குடியரசு தினம் போன்ற நாட்களில் விழா அணிவகுப்புகள் போன்றவற்றிலும் இருந்தன.

காவல்நிலையத்தின் பதிவுகளில், எண்களின் அடிப்படையில்தான் எல்லா காவலர்களுடையவும் பணிகளைக் குறித்து வைப்பார்கள். இந்தப் பதிவுகள் ஒவ்வொரு நாளும் முதல் நாளைய குறித்து வைக்கப்படும். எஸ்.ஐ., ஏ.எஸ்.ஐ., ஹெச்.சி., பி.சி., டபிள்யூ.பி.சி., எனும் கிரமப்படிதான் அமையும். எண்களின் வரிசைப்படி, பெண்காவலர்கள் முன் வரிசையிலிருந்தாலும்கூட இது ஏற்றுக் கொள்ளப்படுவதில்லை. இந்த வழக்கத்திற்கெதிராக நான் மனுகொடுத்தேன். இப்போது இந்த வேறுபாடு கடைப்பிடிக்கப்படுவதில்லை.

காவல்துறையின் திறமையை பொதுமக்களுக்குத் தெரிவிக்கும் முகமாக நடத்தப்படும் விழாக்கால அணிவகுப்புகளிலும் பெண்காவலர்களைப் பங்கு பெறச் செய்வதில்லை. இந்த நடைமுறைக்கெதிராகவும் நான் பல கடிதப் போக்குவரத்துகளை மேற்கொண்டேன். இதில் பெருமளவிலானவையும் காவல் நிலையத்தை விட்டு வெளியே சென்றிருக்குமா என்பதில் கூட எனக்கு சந்தேகமிருக்கிறது. இப்படி பெண்காவலர்களை அதில் சேர்த்துக் கொள்ளாமலிருப்பதற்கு வேறுபாடாகத் தெரியும் எங்களின் சீருடையைதான் அவர்கள் காரணமாகச் சொன்னார்கள். மற்றொரு காரணம், தேவையான அளவுக்கு பெண் காவலர்களில்லையென்பது. 1992இல் வயநாட்டில், பெண்காவலராகச் சேர்ந்த நான் தொடர்ந்து இந்தப் பிரச்சனையை முன்வைத்ததன் பலனாக, 2002இல் சுதந்திர தின அணிவகுப்பில் என்னைப் பங்கு பெறச் செய்வதாக முடிவு செய்யப்பட்டது. இந்த அணிவகுப்பில் என்னை மட்டும் கலந்து கொள்வதற்கு அனுமதித்தற்காகச் சொல்லப்பட்ட காரணமும் நான் இன்சைடு யூனிஃபார்ம் உடுத்தியிருந்ததுதான். இந்த சீருடையில் வித்தியாசமாகத் தெரியாது என்பதுவும் தலைமுடியில்லாததால் அந்தப் பிரச்சனையும் கிடையாது என்பதுவும்தான். ஆனால், ஆண்காவலர்கள் போல் சீருடை அணிந்திருந்ததற்காக எனது மூன்று வருட ஊதிய உயர்வை ரத்து செய்ததும் இதே மேலதிகாரிகள் என்பதுதான் இந்த அங்கீகாரத்தினுள்ளிருக்கும் முரண்பாடு.

பணியிடத்தில் கடைப்பிடிக்கப்படும் பாகுபாடுகளைக் குறிப்பிட்டு நான் அளித்த புகாரின் பெயரில் என்மீது ஒழுங்கு நடவடிக்கை எடுக்கப்பட்டாலும்கூட பெண்காவலர்களின் கோரிக்கை நியாயமானதுதான் என்றும் மகளிர் காவல்நிலையங்களின் எல்லாப் பணிகளையும் அவர்களிடமே ஒப்படைக்க வேண்டுமென்றும் பரிந்துரை செய்யும் வயநாடு மாவட்டக் கண்காணிப்பாளரின் அதிகாரபூர்வமான கடிதமும் பெண்காவலர்கள் எந்தவித பாகுபாடுகளுமின்றி நடத்தப்படவேண்டுமென்ற ஒரு சுற்றறிக்கையும் பிறகு வெளியானது.

இன்று பணியில் சமத்துவம் கடைபிடிக்கப்படுகிறதென்பதை நான் மிகத் தொலைவிலிருந்து பார்க்கிறேன். நான் காரணமாக நடைமுறைப்படுத்தப்பட்ட இந்த வாய்ப்பை எனக்கு அனுபவிப்பதற்கான யோகமில்லை என்றாலும் பெண்களுக்குக் கிடைத்த பெரியதொரு அங்கீகாரமாகவே நான் இதைப் பார்க்கிறேன்.

மாமா தந்த சாயா

நான், மானந்தவாடி டி.ஒய்.எஸ்.பி. அலுவலகத்தில் பணியாற்றும்போது பணியாளர்களுக்கான சாயா போடும் வேலையை அங்கே அலுவலகத் துப்புரவுத் தொழிலாளராகிய ஒரு பெரியவர் செய்து வந்தார். ஸ்டவ் வைக்கப்பட்டிருந்த அறைக்குள் அமர்ந்துதான் நான் வேலை பார்ப்பேன். அவர் சாயாவைத் தம்ளர்களில் ஊற்றி எல்லோருக்கும் கொடுப்பார். மொத்தம் ஆறுபேர் அங்கே பணியிலிருந்தோம். நான்கு கண்ணாடித் தம்ளர்கள்தானிருந்தன. கூடவே, ஒரு ஸ்டீல் தம்ளரும் ஒரு கப்பும்.

அந்த மாமா சாயா போட்டு அதைத் தம்ளர்களில் ஊற்றிய பிறகு பக்கத்திலிருக்கும் எனக்குத் தராமல் முன்புற அறைக்குக் கொண்டுபோய் கண்ணாடித் தம்ளர்களிலிருக்கும் சாயாவை ஆண்களான நான்கு காவலர்களுக்கும் கொடுத்தபிறகு கப்பிலோ ஸ்டீல் தம்ளரிலோ எனக்கும் அங்கே வேலை பார்க்கும் மற்றொரு பெண்காவலரான சுவர்ணம்மாவுக்கும் தருவார். ஆரம்பத்தில் நான் இந்த வேறுபாட்டைக் கவனிக்கவில்லை. பிறகு, அவர் சாயாவை ஊற்றும்போதே நான் சென்று ஒரு கண்ணாடித் தம்ளரிலிருப்பதை எனக்காக எடுத்து வைத்துக் கொள்வேன். ஒருநாள் நான் இப்படி சாயாவை எடுக்க கை நீட்டியதும் அவர் சாயா தம்ளர் வைத்திருந்த தட்டையெடுத்து நீக்கி வைத்து விட்டார். என்னால் அதை எடுக்க முடியவில்லை. அவர் தட்டுடன் வேகமாகச் சென்று தனது வழக்கப்படியே செய்தார். இந்த சம்பவத்தை நான் பிரச்சனையாக்கினேன். கண்ணாடித் தம்ளர்களிலிருப்பது ஆண்களுக்கானது என்று அவர் சொன்ன பதில் என்னை மேலும் ஆத்திரமூட்டியது. நாங்கள் எந்த பாத்திரத்தில் சாயா குடிக்க வேண்டுமென்பதை நீங்களாக அப்படியெல்லாம் முடிவு செய்துவிடக்கூடாது என்றேன் நான். கடைசியில், சாயாவை தயார் செய்து வைத்து விட்டால் மட்டும் போதுமென்றும் தேவைப்படுபவர்கள் அதை ஊற்றிக் குடித்துக்கொள்ளட்டும் என்றும் அலுவலகத்தின் மூத்த தலைமைக்காவலர் தீர்வு சொன்னார். பிறகு இந்த மாமா, சாயாவை ஊற்றியெடுத்துக்கொண்டு ஆண் காவலர்களைத் தேடிச்செல்வதை நிறுத்திக் கொண்டார்.

நான் அங்கே வருவதற்குமுன் சாயா போடும் வேலையைப் பார்த்துக் கொண்டிருந்தவள் சுவர்ணாதான். நான் வந்த பிறகுதான் இந்த வழக்கமும் இல்லாமலானது. அலுவலகத்திலிருந்த

ஆண்காவலர்கள் முறை வைத்து சாயா போடலாம் என்ற கருத்தொற்றுமையும் உருவானது,

காவல்நிலையங்களிலும் அலுவலகங்களிலும் பெண்காவலர்கள் மீது அதிகாரம் செலுத்துவதற்குத் துப்புரவுத் தொழிலாளர் முதல் மேல்தட்டு அதிகாரிகள் வரையிலான ஒவ்வொரு ஆண்மகனும் போட்டி போடுவதை இப்படியாக நான் பல்வேறு சந்தர்ப்பங்களில் கவனித்ததுண்டு. என் கவனத்தில் படுவதையெல்லாம் நான் அவ்வப்போது கண்டிப்புடன் திருத்தவும் முயற்சித்திருக்கிறேன்.

திருவிழா பணியின் பெயரால் ஒரு பெண்ணுரிமை விவாதம்

திருவனந்தபுரத்திலிருந்து வயநாட்டிற்கு இடமாறுதல் கிடைத்தபின், 2000இல் என்னை முதலில் நியமனம் செய்தது வழக்கம்போல் பெண்காவலர்களின் குடும்ப இல்லமான கல்பற்றா காவல்நிலையத்தில்தான். (இங்கே எப்படி வந்து சேர்ந்தேன் என்பதைப் பிறகு விவரமாகச் சொல்கிறேன்.) சுமார் ஒரு மாதத்திற்குப் பிறகு பத்தேரிக்கு இடமாற்றம் வேண்டி வயநாடு மாவட்டக் கண்காணிப்பாளரை நேரில் போய்ப்பார்த்தேன். அப்போது அவர் எதிரிலிருந்த பத்தேரி சரக ஆய்வாளரைப் பார்த்து: "உனக்கு இவ வேணுமா" என்று சற்றுப் பரிகாசத்தொனியில் கேட்டார். "சே...! எனக்கு வேண்டாம்" என்று அதே எள்ளல் தொனியில் பதிலும் வந்தது. பத்தேரி ஆய்வாளருக்கு நான் தேவையில்லை என்பதால் என் தாய் வீட்டுக் காவல்நிலையமான அம்பலவயலுக்கு நியமிக்கும் உத்தரவை கண்காணிப்பாளர் பிறப்பித்தார்.

ஒரு சிவராத்திரி திருவிழாக் கொண்டாட்ட தினம். யானையும் தாலப் பொலியும்* காவடியுமாக உற்சவநாளைக் கோலாகலப்படுத்துவதற்கான ஏற்பாடுகள் மத்தியானம் மூன்று மணிக்குப் பிறகு காவல் சரகத்திற்குட்பட்ட பகுதிகளில் பல இடங்களிலும் ஆரம்பித்தன. அம்பலவயல் நகர்ப்பகுதி மக்கள் கடலில் மூழ்கியது.

பெண்களும் ஆண்களுமாக நிரம்பி வழிந்த நகரில் மத்தியானம் இரண்டு மணி முதல் காவலர்கள் நியமிக்கப்பட்டார்கள். நானும் பணிக்குத் தயாராக காவல்நிலையத்திலேயே நின்றிருந்தேன்.

★ தட்டுகளில் வைத்த தீபங்களுடன் பெண்கள் உற்சவ மூர்த்திகளை வரவேற்கும் மரபு.

சாயுங்காலம் நான்கு மணியானபோது எல்லாக் காவலர்களும் நகரின் ஒவ்வொரு இடங்களுக்கும் அனுப்பப்பட்டுவிட்டார்கள். பணிக்குச் செல்வதற்கான ஆயத்தங்களுடன் லத்தியையும் பிடித்தபடி நானும் சீருடையில் நின்றுகொண்டிருக்கிறேன். அப்போது, ஏ.எஸ்.ஐ. சார் கேட்கிறார்: "என்ன வினயா? உனக்கும் இன்னைக்கு டியூட்டியா?" நகர் முழுக்க ஜனப்பிரவாகம். காவல்நிலையப் பாதையிலும் மக்கள் நின்று கொண்டிருப்பதை காவல்நிலையத்திலிருந்தும் கூட பார்க்க முடிகிறது. நான் நகர்ப்பகுதியை நோக்கி கையைக் காண்பித்து: "சாரோட இந்தக் கேள்விக்கு அர்த்தமே இல்லை" என்று பதில் சொல்லிவிட்டு வெளியே புறப்படப்போகும்போது உதவி ஆய்வாளர் என்னைக் கூப்பிட்டார். நான் அவரது அறைக்குச் சென்றேன்.

"வினயா, நீ இங்கியே இரு. தேவைப்பட்டாக் கூப்பிடுறேன்."

"அது ஏன் சார்? நான் ஸ்டேஷன்லேருந்து பாத்தாத்தெரியுற இடத்துலே, வெளியே டூட்டி செய்றேனே?"

"அதுக்கான தேவையெதுவுமில்லெ."

"ஏன் இல்லெ? இவ்வளவு ஜனநெரிசல் இருக்குற நிலைமையிலே நான் டூட்டி செய்யுறதுக்கான வாய்ப்பை நீங்க ஏன் மறுக்கணும்?"

"அதையெல்லாம் நீ தெரிஞ்சுக்கணுங்குற அவசியம் கிடையாது... சொல்றதை மட்டும் கேட்டாப் போதும்."

"சார், இந்த விஷயத்துலே நீங்க சொல்றதைக் கேட்க எனக்கு விருப்பமில்லே. யூனிஃபாமோட இருக்குற என்னை வெளியே போவக்கூடாதுன்னு நீங்க சொல்ல முடியாது. நான் டியூட்டிக்குப் போவேன்."

"உங்கிட்ட நான்தான் சொல்றேன். நீ போவக்கூடாதுன்னு."

"சார். நான் இந்த டியூட்டியைப் பார்க்கத்தான் செய்வேன். நீங்க வேணும்னா ரிப்போட் செய்யலாம்."

உதவி ஆய்வாளரின் உத்தரவிற்குக் காத்திருக்காமல் நான் பணிக்குப் புறப்பட்டேன், அதிகாலைவரையிலும் பணியிலிருந்தேன். அனைவரும் பணி முடிந்து பிரியும்போது நானும் கிளம்பினேன். ஏனோ தெரியாது, இந்த நிர்ப்பந்தப்

பணிபுரிதலுக்காக உதவி ஆய்வாளர் ரிப்போர்ட் எதுவும் அனுப்பவில்லை.

மக்கள் கூட்டம் நிரம்பிய இடங்களில் ஒன்றும் பெண்காவலர்களை பணிக்கு அமர்த்த வேண்டாம் என்று முடிவு செய்வதன் மூலம் சமூகத்தில் நிலவிவரும் பெண்களைப் பொத்திப் பாதுகாக்கும் வழிமுறைதான் காவல் துறையிலும் கடைபிடிக்கப்படுகிறது. பெண்காவலர்கள் சட்ட ஒழுங்கைப் பரிபாலனம் செய்வதையும், அவர்களால் இயலுமென்பதையும், அதை நிரூபித்துக் காண்பிப்பதையும் துறையின் ஆணாதிக்க மனோபாவம் ஏற்றுக்கொள்வதற்கு விரும்பவில்லை.

10. பத்தேரி சிலுவையில்

பத்தேரி சரகஆய்வாளர், அமிர்தானந்தமயியின் பக்தர். 1994இல் அவர் பலரை 'மாத்ருவாணி' எனும் ஆன்மிக இதழின் வாசகர்களாக ஆக்கினார். இதற்காக இரண்டு பெண்காவலர்களையும் ஏற்பாடு செய்திருந்தார். வழக்கமாக, அமிர்தானந்தமயி தேவியின் புகைப்படத்தின் முன் பூ வைக்கவும் அவர் நட்டு வளர்த்திய துளசிச் செடிகளுக்கு தண்ணீர் ஊற்றவும் புல்பிடுங்கும் வேலையையும் சில ஆண்காவலர்கள் செய்து வந்தார்கள். குறிப்பிட்ட இதழின் சந்தாவுக்காக அந்தப் பெண் காவலர்கள் என்னிடமும் வந்தார்கள். எனக்கு இதில் ஆர்வமெதுவுமில்லை என்பதால் வேண்டாமென்று முடிவாகச் சொல்லி விட்டேன். இந்த விவரத்தை அவர்கள் ஆய்வாளரிடம் சொல்ல, அவர் என்னைக் காணும் போதெல்லாம் உறுத்துப் பார்ப்பார்.

பெண் காவலர்களுக்கு அப்போது பகலில் பாரா பணி தருவதுண்டு. ஒருநாள் பணியிலிருக்கும்போது ஒரு தொலைபேசி தகவலை எனக்கு கை காரியம் செய்ய வேண்டியதாயிற்று. ஆய்வாளர் அலுவலகத்தில் பணியாற்றும் ஸ்ரீகுமாரி எனும் காவலருக்கு வந்த அழைப்பு என்பதால் நான் அந்த அலுவலகத்திற்கு தொலைபேசி இணைப்பைக் கொடுத்தேன். ஒரு காவலர்தான் ஒலி வாங்கியை எடுத்தார். ஆய்வாளர் அலுவலகத்தில் தொலைபேசியை எடுத்தால் சிக்னல் வரும். ஒலி வாங்கியை எடுத்த அந்த காவலரிடம் அழைப்பு ஸ்ரீகுமாரிக்கு வந்திருக்கிறது என்று நான் சொல்லும்போது எதிரில் வந்த ஒரு காவலர் எதையோ தவறாகப் புரிந்துகொண்டு எதற்காக "மற்றவர்களின் ஃபோனை ஒட்டுக்கேட்கிறாய்?" என்று கேட்கவும் செய்தார். ஸ்ரீகுமாரி தொடர்புக்கு வருவதற்கு முன் நான் ஒலி வாங்கியை வைத்து விடவும் செய்தேன். இதை அவர் ஸ்ரீகுமாரியிடம் சொன்னார். கொஞ்ச நேரத்திற்குப் பிறகு ஸ்ரீகுமாரி கோபத்துடன் காவல் நிலையத்திற்கு வந்தாள். "உனக்கு ஏற்கனவே இந்த வியாதி இருக்கிறதென்ற விஷயம்

எனக்குத் தெரியும்...” என்றெல்லாம் பலரது முன்னிலையில் வைத்து என்னைத் திட்டி விட்டாள். பிறருடைய ரகசியங்களை ஒட்டுக் கேட்கும் ஒரு நீசப்பெண்ணாக அனைவரது முன்பும் என்னைச் சித்திரித்துக் காட்ட ஸ்ரீகுமாரியால் முடிந்தது. மற்றொருவருடைய கடிதத்தையோ நாட்குறிப்பையோ அது திறந்திருந்தாலும்கூட எடுத்துப்பார்க்க விரும்பாத என்னை இந்தக் குற்றச்சாட்டு மிக அதிகமாக பாதித்து விட்டது. ‘ஏற்கனவே இருக்கும் வியாதி’ என்ற அவளது வார்த்தையில் வேறொரு உண்மையுமிருந்தது. ஒரு தடவை ஆய்வாளர் அலுவலகத்தின் முன்புறம் அமர்ந்து ஃபைலை பிரதியெடுத்துக் கொண்டிருந்தபோது தபால்காரர் ஒரு கடிதத்தைக் கொண்டுவந்து என் கையில் தந்தார். அது எனக்கு வந்த கடிதமென்று நினைத்து அதைப்பிரிக்கப்போகும் போது என் பக்கத்திலிருந்த காவலர் “நீ எதுக்கு கிரேசிக்கு வந்த லெட்டரைப் பிரிக்கிறே?” என்று கேட்டார். அப்போது தான் நான் முகவரியைக் கவனித்தேன். அரைகுறையாகத் திறந்த கடிதத்தை அப்படியே என் பெட்டியில் வைத்து கிரேசி வந்ததும் விவரத்தைச் சொல்லி அவளிடம் ஒப்படைத்தேன். தொலைபேசி தொடர்பாக என்மீது குற்றம் சாட்டிய காவலருடன் ஏற்கனவே எனக்கு வேறுசில முரண்பாடுகள் இருந்து வந்தன. இந்தச் சம்பவம் நடந்து அரைமணி நேரத்திற்குப் பிறகு காவல்நிலையத்திற்கு வந்த தாஸேட்டன், கலங்கிய கண்களுடன் அமர்ந்திருந்த என்னிடம் காரணம் கேட்டார். அதைத் தொடர்ந்து தாஸேட்டன் ஆய்வளர் அலுவலகத்திற்குச் சென்று அந்தக் காவலரிடம் விவரத்தைக் கேட்க, அவர்களுக்குள் வாக்குத் தர்க்கம் வந்தது. பிரச்சனை, ஆய்வாளரிடம் சென்றது. என்னை எப்படியாவது சிக்க வைத்து விட வேண்டுமென்று தருணம் பார்த்திருந்த ஆய்வாளருக்கு இது நல்ல வாய்ப்பாக அமைந்தது. மறுநாள் காலையில் நான் பணிக்கு வந்ததும் என்னை மானந்தவாடிக்கு பாஸ்போர்ட் செய்திருப்பதாக அறிந்தேன். தொலைபேசியை ஒட்டுக்கேட்டதாகச் சொல்லி என்மீது மேற்கொண்ட முதல் ஒழுங்கு நடவடிக்கை.

பெண்காவலர்கள் காவல் நிலையத்தில் பொறுப்புகளில்லாதவர்கள் என்பதால் இலாகாபூர்வமான எந்த ஒரு உத்தரவுமில்லாமல், உயரதிகாரிகளின் விருப்பம்போல் அவர்களுக்கு பாஸ்போர்ட் எழுதி எந்த காவல் நிலையத்திற்கு வேண்டுமானாலும் மாற்றிவிடலாம். இன்று பெண் காவலர்களை காவல்

நிலையத்தின் பொறுப்புகளில் ஈடுபடுத்தியிருப்பதால் டி.ஓ. இல்லாமல் அவர்களை எந்த இட மாறுதலும் செய்ய முடியாது. இப்படியாக, பெண் காவலர்களை காவல்நிலையத்தின் ஒரு பகுதியினராக மாற்றவும் நான் ஏராளமான வாதப் பிரதிவாதங்கள் நடத்தியிருக்கிறேன். (இலாகாவுக்குள்ளும் காவலர் அமைப்புக்குள்ளும்.)

மானந்தவாடி ஆய்வாளர் அலுவலகத்தில் நான் அறிக்கை சமர்ப்பிப்பதற்காகச் சென்றேன். அப்போது அந்த அலுவலகத்தில் டி.ஒய்.எஸ்.பி. இருந்தார். நான் அவரிடம் மிகுந்த வருத்தத்துடன் விஷயங்களைச் சொன்னேன். உடனே, டி.ஒய்.எஸ்.பி., "நீ ஏன் அன்னிக்கு பொய் சொன்னே?" என்று கேட்டார். சில மாதங்களுக்கு முன் காவலர் குடியிருப்பிலிருக்கும் ஒரு உயரதிகாரிக்கு ஏதோ ஒரு முறைகேடான தொடுப்பு இருப்பதாக விவரமறிந்து அதன் அடிப்படையில் அன்று அந்த குடியிருப்பின் பக்கத்தில் தங்கியிருந்த என்னிடம் டி.ஒய்.எஸ்.பி. விசாரித்தார்.

"உங்க பக்கத்துலெ இருக்குற குவாட்டர்ஸ்லெ உள்ள விஷயம்தானே. இதுலே ஏதாவது உண்மை இருக்குமா?" என்றவர் கேட்டதும் எனக்கு எந்த விதமான தகவலும் தெரியாது என்பதால் "இப்படியான எதையுமே நான் நேர்ல பாக்கலெ சார்" என்று சொல்லிவிட்டேன். இதைத்தான் நான் அன்று பொய் சொன்னதாக குறிப்பிடுகிறார். "சார். உண்மையிலேயே எனக்கு அதைப் பற்றி எதுவுமே தெரியாது சார்" என்று பரிதாபமாகச் சொன்னேன். என் கையிலிருந்த பாஸ்போர்டை வாங்கி என்னை மானந்தவாடிக்கு மாற்றினார்.

சுமார் ஒருமாத காலம் நான் மானந்தவாடி காவல் நிலையத்தில் பணியாற்றிய பிறகு என்னை டி.ஒய்.எஸ்.பி. அவரது அலுவலகத்திற்கு அழைத்து இனிமேல் இங்கே வேலை செய்யும்படி சொல்லி விட்டார். பிறகு நான் இந்த அலுவலகத்தில் பணியாற்றத் துவங்கினேன். காவல் நிலையங்களின் வழக்குக் குறிப்புகளை புத்தகங்களில் சேர்ப்பது அதிலிருக்கும் தவறுகளைத் திருத்துவது போன்ற பணிகள். மிகுந்த ஈடுபாட்டுடன் பணிகளைக் கவனித்ததாலுமிருக்கலாம் டி.ஒய்.எஸ்.பி. சார், நேரடியாக விசாரணை நடத்தும் வழக்குகளின் குறிப்புகளை என்னிடம் வாசிக்கச் சொல்வதும் விசாரணையின் அவ்வப்போதைய நிலவரங்களைக் குறித்து என்னிடம் கலந்துபேசவுமெல்லாம் செய்வார். அப்போது, ஒரு எம்.எல்.ஏயின் வீட்டில் வேலை பார்க்கும் ஒரு இளம்

பெண்ணை அடித்து விட்டதாக வந்த புகாரின்பெயரில் அவள் பத்தேரி அரசு மருத்துவமனையில் சேர்க்கப்பட்டிருந்தாள். இது, சில அரசியல் விருப்பங்கள் சார்ந்த ஒரு சம்பவம் என்பதால் அதன் விசாரணை சம்பந்தமாக முடிந்தவரை சீக்கிரமாக மருத்துவமனைக்குச் செல்லும்படி கண்காணிப்பாளர் தொலைபேசி மூலம் உத்தரவிட்டார். உடனே, டி.ஒய்.எஸ்.பி. சார் என்னையும் அழைத்துக் கொண்டு ஜீப்பில் பத்தேரிக்கு வந்தார். சாயுங்காலம் ஐந்தரை மணிக்கு நாங்கள் அரசு மருத்துவமனைக்கு வந்து சேர்ந்தோம். கண்காணிப்பாளர் வந்தபிறகு வாக்குமூலம் வாங்கினால் போதுமென்று வயர்லெஸ் தகவல் கிடைத்ததால் நாங்கள் கண்காணிப்பாளர் வருவதை எதிர்பார்த்து நின்றிருந்தோம். இரவு எட்டுமணிக்குப் பிறகுதான் கண்காணிப்பாளர் வந்தார். எஸ்.பியும், டி.ஒய்.எஸ்.பியும் அந்தப் பெண்ணிடம் திரும்பத் திரும்பக் கேள்விகள் கேட்டு வாக்குமூலம் வாங்கினார்கள். அதைக் குறித்தெடுக்கும் பொறுப்பு என்னிடம் ஒப்படைக்கப்பட்டிருந்தது. இரவு ஒன்பதரை,மணிக்குதான் எஸ்.பியும் டி.ஒய்.எஸ்.பியும் புறப்பட்டார்கள். அதிகாரிகள் போனதுமே நான் மற்றொரு வெள்ளைத் தாளில் அந்த இடத்தில் வைத்தே அதன் நகலை எழுதியெடுத்தேன். பத்தேரி காவல்நிலையத்திற்குச் சென்று இங்க் பேடை வாங்கி வந்து அந்தப் பெண்ணின் விரலடையாளத்தைப் பெற்றேன். இரவு பத்தரை மணிக்கு ஆட்டோ பிடித்து வீட்டுக்குத் திரும்பினேன். மறுநாள் காலையில் எட்டு மணிக்குள் வாக்குமூலத்தின் பிரதியை டி.ஒய்.எஸ்.பியின் இல்லத்தில் சேர்க்க வேண்டுமென்று அவர் உத்தரவிட்டிருந்தார்.

மறுநாள் காலையில், எழுதியெடுத்த வாக்குமூலத்தை எட்டுமணிக்குள் நான் மானந்தவாடியில் டி.ஒய்.எஸ்.பியின் இல்லத்தில் கொண்டுபோய்க் கொடுத்தேன். அதை வாசித்துப் பார்த்த டி.ஒய்.எஸ்.பி. என்னைப் பாராட்டினார். உனக்கு நல்ல திறமையிருக்கிறது. இதை நீ வளர்த்தெடுக்கவேண்டும் என்று குறிப்பிட்டுச் சொன்னார்.

மானந்தவாடி பத்தேரி மானந்தவாடி ஷட்டில்

நான் டி.ஒய்.எஸ்.பி. அலுவலகத்தில் வேலை பார்க்கத் துவங்கி சுமார் ஐந்து மாதம் கழிந்திருக்கும். டி.ஒய்.எஸ்.பி. சோமசுந்தரம் சாருக்கு இடமாறுதல் கிடைத்தது. எனது வேண்டுகோளை ஏற்று அவர் என்னை பத்தேரிக்கு பாஸ்போர்ட் செய்தார்.

மறுநாள் நான் பாஸ்போர்டுடன் பத்தேரியில் ஆஜரானேன். உதவி ஆய்வாளர் என்னை அன்று பாரா பணியில் நியமித்தார். பத்தேரிக்கு பாஸ்போர்ட் செய்த அன்று சாயுங்காலம் நாங்கள் எல்லா வீட்டு சாதனங்களுடன் தாஸேட்டன் தங்கியிருந்த வீட்டுக்கு வந்தோம். என்னை மானந்தவாடிக்கு மாற்றியதும் இங்கிருந்த சாதனங்கள் எல்லாவற்றையும் மாடக்கரையில் எங்கள் வீட்டுக்குக் கொண்டுபோயிருந்தோம். இப்போது திரும்பவும் காவலர் குடியிருப்பில் சேர்ந்து தங்குவதென்று முடிவு செய்தோம்.

அன்று பாரா பணியில் ஈடுபட்டுக்கொண்டிருந்த என்னை ஆய்வாளர் அழைத்து என் கையில் ஒரு பாஸ்போர்ட்டைத் தந்தார். அதை வாசிக்கும் போதே எனக்குத் தலைசுற்றியது. என்னை மீண்டும் மானந்தவாடிக்கே மாற்றியிருக்கிறார்களாம். எட்டு மணிக்கு பாராவாக பணியிலமர்ந்த என்னை ஒன்பது மணிக்கு இடமாறுதல் செய்து வேலையை மற்றொருவருக்கு மாற்றிக் கொடுப்பதாக பாரா புத்தகத்தில் கையெழுத்துப் போட வைத்தார்கள். அம்பலவயல் காவல்நிலையத்தில் பணியிலிருந்த தாஸேட்டனை அங்கிருந்து தொலைபேசியில் தொடர்புகொண்டு விவரத்தைச் சொன்னேன். அவசர அவசரமாக, உடுத்தியிருந்த காக்கிச்சேலையைக்கூட மாற்றாமல் மிகப்பெரிய அவமானத்துடன் நான் மானந்தவாடிக்குப் புறப்பட்டேன். காலையில் வைத்த கஞ்சியைக் கூட எனக்குக் குடிக்கத் தோன்றவில்லை. மானந்தவாடி ஆய்வாளரின் முன் ஆஜராகி வாய்விட்டழுதபடியே நான் விவரத்தைச் சொன்னேன். அவர், என்னை அவரது அலுவலகத்திலேயே வைத்துக்கொண்டார். பிறகு, என்னை அவரது அலுவலகத்தில் வைத்துக் கொள்வதற்கானக் காரணம் என்னவென்று அவரிடம் கேட்டவர்களிடம் அந்த ஆய்வாளர் என்ன சொன்னார் தெரியுமா?

“அந்தப் பொம்பளை வந்து அழுதாள். சரி, இங்கியே இருந்துட்டுப் போகட்டும்னு விட்டுட்டேன்.”

இப்படிப் பலரிடம் சொன்னதாக நான் கேள்விப்பட்டேன். அவர் சொன்ன அந்த ‘பொம்பளை’ என்ற சொல் என்னைத் திரும்பத் திரும்ப வேதனைப்படுத்தியது, நான் தொடர்ந்து அவமானத்திற்குள்ளாகிக் கொண்டிருக்கிறேன்.

ஆய்வாளர் அலுவலகத்தில்தான் வேலையென்றாலும் காவல் நிலையத்திலும் நான் பல வேலைகளை செய்யவேண்டியதிருந்தது. இதே அலுவலகத்தில் வேலை பார்த்துக் கொண்டிருந்த வத்சலாவுக்கு காவல்நிலைய வேலைகள் எதுவும் கொடுக்கப்படுவதில்லை. என்னை மட்டுமே தேடிப்பிடித்து இப்படி வேலை கொடுத்தபோது நான் தனிமைப்படுத்தப்படுவதாக உணர்ந்தேன்.

அப்போது வீடு கட்டும் வேலையும் நடந்து கொண்டிருந்தது. இந்த சிரமங்களை மனதில் கொண்டு முடிந்தவரை அலுவலகத்திலிருந்து சீக்கிரமாகப் போக அனுமதிக்கவும் மாதக்கணக்கான விடுப்புகளின்போது பணம் தந்து உதவவும் செய்த ஆய்வாளர் அலுவலகத்தின் சில காவலர்களை ஒருபோதுமே மறக்க முடியாது. மானந்தவாடிக்கு மறுபடியும் நான் மாற்றலான மறுநாள், தாஸேட்டனை அம்பலவயலிலிருந்து எந்தக் காரணமுமில்லாமல் திருநெல்லிக்கு மாற்றியிருந்தார்கள். இந்த இடமாற்றங்கள் மனோரீதியாகவும் பொருளாதார ரீதியாகவும் எங்களை மிகவும் தளர்த்தின. மூத்த மகளுக்கு அப்போது ஒன்றரை வயதுதான் ஆகியிருந்தது. அவளுக்கு ஆறுமாதமிருக்கும்போதுதான் என்னை முதலில் மானந்தவாடிக்கு மாற்றினார்கள். தேவையான அளவுக்கு தாய்ப்பால் குடிக்க இயலாததால் ஒன்றரை வயதானபோது அவளுக்கு பிரைமரி காம்ப்ளக்ஸ் வந்து விசேஷச் சிகிச்சையும் பெறவேண்டியதாயிற்று. சுமார் ஒன்பது மாதம்வரை வெறும் வயிற்றில் தொடர்ந்து மாத்திரை கொடுக்கவும் இரவு பகலாக அவளைக் கவனித்துக்கொள்வதுமான பொறுப்புகள் எனது தங்கைக்கும் அம்மாவுக்கும் அப்பாவுக்கும்தான். மகளை அம்மாவிடம் ஒப்படைத்து விட்டு நாங்கள் திருநெல்லி காவலர் குடியிருப்பில் வசிக்க ஆரம்பித்தோம்.

தொலைபேசியை ஒட்டுக்கேட்டதாகச் சொல்லி என் மீது எடுக்கப்பட்ட ஒழுங்கு நடவடிக்கையின் முடிவில் எனது ஒரு ஊதிய உயர்வை நிறுத்தி வைக்கும்படி உத்தரவானது. இதை இழக்க நேர்ந்ததில் சிறு அளவுகூட எனக்கு மன வருத்தமில்லை. ஆனால், நான் மனதால்கூட நினைத்திராத, மிகப்பெரிய கொடுஞ்செயலைச் செய்தவளாக மற்றவர்களின் முன் மாறியதைப் பற்றிய வருத்தம் நிரந்தரமாகவே என்னை வேட்டையாடிக் கொண்டிருந்தது.

திருநெல்லியில் பார்த்த யானை

திருநெல்லியில் வேலை பார்க்கும்போது நடந்த வேடிக்கையான ஒரு அனுபவம் இங்கே நினைவுக்கு வருகிறது. திருநெல்லியிலிருந்து மானந்தவாடிக்குச் செல்வதற்கு ஒன்றரை மணி நேரம்பேருந்து பயணம் செய்ய வேண்டும். பிற்பகல் மூன்றுமணிக்கு வரும் பேருந்தை விட்டால் ஐந்தரை மணிக்குதான் அடுத்தப் பேருந்து. இதில் புறப்பட்டால் நன்றாக இருட்டிய பிறகுதான் திருநெல்லி பேருந்து நிறுத்தத்திலிறங்க முடியும். அந்த இடத்தில் கடைகள் எதுவும் கிடையாதென்பதால் உணவுக்கான பொருட்களை மானந்தவாடியிலிருந்துதான் வாங்கிக் கொண்டுவர வேண்டும்.

அது ஒரு காட்டுப்பகுதி. நிறைய யானைகள் இருக்கும். இருட்டிய பிறகு பேருந்தில் வரும் தங்களது உறவினர்களை எதிர்பார்த்து தீப்பந்தமும் டார்ச்சுமாக ஆட்கள் நிற்பது வழக்கம். வழக்கமாக இந்தப் பேருந்து நிறுத்தத்தில் ஒரு யானை வருவதுண்டு. குறிப்பிட்ட சில நாட்களில் மட்டும்தான் அது வரும். ஏதோ ஒரு விசேஷமான காரணத்தை வைத்து ஒரேயொரு யானை இப்படி வருகிறது என்று ஊர்க்காரர்கள் சொன்னார்கள்.

ஒருநாள், நான் மற்றவர்களுடன் பேருந்திலிருந்து இறங்கும்போது சாதாரணமாகக் காத்து நிற்கும் ஆட்கள் யாரையும் அங்கே காண முடியவில்லை. ஆட்களோ வெளிச்சமோ இல்லாத அந்தச் சூழலைக் கண்டதும் பேருந்திலிருந்து இறங்கிய ஒரு ஆள், "யானை நிக்குதுபோல இருக்கு. எல்லாரும் ஓடுங்க" என்றார். பேருந்திலிருந்து இறங்கிய உடனேயே அங்கிருந்த சூழ்நிலையைக் கண்டு நான் ஓடிவிட்டேன். ஓடும்போது சேலை இடறி ஒன்றிரண்டுத் தடவை விழப்போனேன். ஒரு கையில் பெட்டியும் இன்னொரு கையில் இரவு சமையலுக்கான மீனும் காய்கறிகளும் கொண்ட பிளாஸ்டிக் பையுமாக உயிரைப் பணயம் வைத்து நான் ஓடிக் கொண்டிருந்தேன். நான் முன்னால் ஓட, பின்னால் ஓடி வந்து கொண்டிருந்தவர்கள் யானை என்று உரக்கக் கத்தியபடியே திரும்பியோடுவது போல் தெரிந்தது. நான் திரும்பி நின்று "எங்கே, எங்கே" என்று சத்தமாகக் கேட்டதும் திரும்பி ஓட ஆரம்பித்தவர்கள் நின்று "அப்போ அது யானை இல்லையா?" என்று கேட்டு விட்டு திரும்பவும் முன்புறமாக ஓடினார்கள். எனது தோளிலும் கையிலும் தொங்கிக்கிடந்த பைகளையும் காட்டிலிருந்த லேசான வெளிச்சத்தினூடே ஓடும்போது, உடுத்தியிருந்த சேலையின் அசைவுகளையும்

பார்த்து யானையாக இருக்குமோ என்று தவறாகப் புரிந்து கொண்டு ஓடப்பார்த்திருக்கிறார்கள். பயந்தோடும்போதும் இதை நினைத்துச் சிரித்தபடியே ஓடினோம்.

அக்காலகட்டங்களில் எப்போதாவது ஒருநாள்தான் வீட்டுக்குப்போக முடிந்தது. தாஸேட்டனுக்கும் எனக்கும் சேர்ந்தாற்போல் விடுப்பு கிடைப்பது மிகுந்த சிரமமாக இருந்தது. திருநெல்லி காவல்நிலையம், மானந்தவாடி ஆய்வாளர் அலுவலகம், காவல்நிலையம் ஆகிய இடங்களில் எனக்கு ஓய்வில்லாமல் வேலை செய்ய வேண்டியதிருந்தது.

11. முதல் தற்காலப் பணிநீக்கம்

மானந்தவாடி ஆய்வாளர் அலுவலகத்தில் பணியாற்றும்போது திருநெல்லி சரகத்திற்குட்பட்ட அப்பப்பாறை எனுமிடத்திலிருந்த ஒரு சாராயக் கடையை மூட வேண்டுமென்ற கோரிக்கையை முன்வைத்து திருநெல்லி அப்பப்பாறை பகுதியைச் சேர்ந்த மக்கள் அந்தக் கடையின் முன்னால் போராடத் துவங்கினார்கள். ஒவ்வொரு நாளும் காலையில் சாராயக்கடைக்கு முன் அமர்ந்து கோசங்களை முழங்கிவிட்டு சாயுங்காலமானதும் அவர்களாகவே பிரிந்து போய் விடுவார்கள். இப்படியான வடிவத்தில் துவங்கிய போராட்டம், பிறகு சாயுங்காலம் பிரிந்து போகக் கூடாது என்று முடிவுக்கு வந்து சேர்ந்தது. இந்த நிலையில் சாராயக்கடைக்கு முன் நிரந்தரமாக காவலர்கள் நியமிக்கப்பட்டார்கள்.

இந்தப் போராட்டத்தில் ஏராளமான பெண்களும் கலந்து கொண்டார்கள். ஆகவே, ஒவ்வொரு நாளும் நான்கு பெண்காவலர்கள் முறை வைத்து போராட்ட இடத்தில் பணியில் ஈடுபட்டு வந்தோம். தினமும் சாயுங்காலம் ஆறுமணிக்கு போராட்டக்காரர்களின் பெயர்களை நாங்கள் குறித்தெடுப்போம். இந்த வேலை முடிந்ததும் சொல்லிக்கொள்ளும் படியான எந்த எதிர்ப்புகளும் காட்டாமல் அவர்கள் பிரிந்துபோய் விடுவார்கள். ஆனால், நான் பணியிலிருக்கும்போது ஒருநாள் அவர்கள் இப்படிக் கலைந்து போகவில்லை. தங்களைக் கைது செய்து நீதிமன்றத்தில் ஆஜர் செய்யும்படியும் இல்லையென்றால், கடையை கல்லெறிந்து உடைப்போம் என்றும் அவர்கள் பயமுறுத்தினார்கள். இந்த ஆரவாரத்தினிடையில் யாரோ ஒருவர் கடையின்மீது கல்லெறிய, தொடர்ந்து அவர்கள் போட்டி போட்டு கடையின்மீது கல்லெறியத் துவங்கினார்கள். ஆஸ்பெஸ்டாஸ் வேய்ந்த கட்டடம் என்பதால் கடை, கொஞ்சம் கொஞ்சமாகத் தகர்ந்துகொண்டிருந்தது. அவர்களை கைது செய்யவேண்டிய சூழ்நிலைக்கு ஏ.எஸ்.ஐ. தள்ளப்பட்டார். பெண்களை ஒவ்வொருவராக நான் ஜீப்பில் ஏற்றினேன். அப்பப்பாறை சாலை குண்டும் குழியும் நிறைந்த

வளைவுகளுடன் கூடியது. அப்பப்பாறையிலிருந்து திருநெல்லி காவல்நிலையத்திற்கு சுமார் ஆறு கிலோமீட்டர் தூரமிருக்கிறது. கைது செய்யப்பட்டவர்களை ஒரு ஜீப்பில் அழைத்துச் சென்றோம். ஏறத்தாழ ஐந்து தடவை அப்பப்பாறைக்குத் திருநெல்லிக்குமாக பயணம் செய்தோம். ஒவ்வொரு தடவையும் பெண்களையும் சிறுவர் சிறுமிகளையும் அழைத்துக்கொண்டு நானும் போக வேண்டியதிருந்தது. சுமார் எழுபது பெண்களிருந்தார்கள். நான் அப்போது இரண்டு மாத கர்ப்பம். தொடர்ந்து நின்று கொண்டிருந்ததும் பயணம் செய்ததும் என்னை மிகவும் தளர்த்தியிருந்தது.

கைது செய்யப்பட்ட அனைவரையும் காவல்நிலையத்திற்குக் கொண்டு வந்த பிறகு போக விரும்புபவர்கள் எல்லோரும் போகலாம் என்று ஏ.எஸ்.ஐ. போராட்டக்காரர்களிடம் தெரிவித்துக் கொண்டார். நீதிமன்றத்தில் ஆஜர்படுத்தாமல் யாரும் பிரிந்து போகமாட்டோம் என்று அவர்கள் பிடிவாதமாக நின்றார்கள். அன்று அனைவரும் காவல் நிலையத்திலேயே தங்க வைக்கப்பட்டார்கள். அன்றிரவு பாராவாக பணியிலிருந்தவர்கள் தாஸேட்டனும் வேறு இரண்டு காவலர்களும்.

நான் உடுத்தியிருந்த காக்கிச் சேலை சேறு படிந்து மிகவும் அருவருப்பாக இருந்தது. லேசான மழையிலிருந்ததால் போராட்டக்காரர்கள் அமர்ந்திருந்த இடத்தின் முன் சகதியாக இருந்தது. திருநெல்லி குடியிருப்பில் வேறு காக்கிச் சேலையுமில்லை. இருந்த ஒரு சேலையையும் முதல் நாளன்று வீட்டுக்குப் போகும்போது துவைப்பதற்காகக் கொண்டுபோயிருந்தேன். சாதாரணமாக நான் ஒரு சேலையை மூன்று நாட்கள் உடுப்பேன், மழையும், சகதியும், தொடர்ந்து நின்றுகொண்டிருந்ததுமெல்லாம் சேர்ந்து சேலையின் கீழ்ப்பகுதியிலுள்ள ஃபிரில் கனத்துக்கிடந்தது.

இரவில் காவல்நிலையத்தில் பெண்களிருந்ததால் எனக்கும் காவல் நிலையத்திலேயே இருக்கவேண்டியதாயிற்று. சீருடையில்லாமல் இருக்கக் கூடாதென்று உத்தரவிருந்ததால் குடியிருப்பிற்குச் சென்று குளித்து முடித்து விட்டு வேர்வையும் சகதியும் புரண்ட அதே சேலையையே திரும்பவும் உடுத்திக் கொண்டேன். மானந்தவாடி காவல்நிலையத்தில் இன்னும் மூன்று பெண்காவலர்களிருப்பதால் நாளைக்குக் கண்டிப்பாக பணிமாற்றம் கிடைத்து விடுமென்று நான் ஆறுதலடைந்தேன். அன்றிரவு சிறிதளவுகூட கண்மூடாமல் நான் பணியிலிருந்தேன்.

மறுநாள் காலையில் குடியிருப்பிற்குச் சென்று சேலையின் கீழ்ப்பகுதியைத் துவைத்துப் போட்டுவிட்டு சாதாரண சேலையை உடுத்திக்கொண்டு உடனேயே காவல் நிலையத்திற்கு வந்தேன். போராட்டக்காரர்களை நீதிமன்றத்தில் ஆஜர் படுத்துவதற்கான எழுத்துப் பணிகளில் உதவினேன். மதியம் பனிரெண்டு மணிக்குதான் இந்த வேலைகள் பூர்த்தியடைந்தன. போராட்டக்காரர்களை அழைத்துச் செல்வதற்காக காவல்துறையால் ஏற்பாடு செய்யப்பட்ட ஒரு தனியார் பேருந்து காலையில் பத்துமணிக்கு முன்பே வந்து காவல் நிலையத்தின் எதிரில் நின்றிருந்தது, போராட்டக்காரர்களை பேருந்தில் ஏற்றிவிட்டு நான் குடியிருப்பிற்குச் சென்று சீருடையை உடுத்திக் கொண்டு வந்தேன்.

பேருந்து மதியம் சுமார் ஒருமணிக்குதான் திருநெல்லி காவல் நிலையத்திலிருந்து புறப்பட்டது. இரண்டரைக்கெல்லாம் அத்தனைபேரையும் மானந்தவாடி ஜெ.எஃப்.சி.எம். நீதிமன்றத்தில் ஆஜர்படுத்தினோம். பாதுகாப்புக்காக தாஸேட்டன் உட்பட நான்கு ஆண்காவலர்களும் பெண்காவலராக நான் மட்டும். நீதிமன்றத்தில் ஏறியதும் நீதிபதியிடம் எங்களுக்கு ஜாமீன் தேவையில்லை என்று அத்தனைபேரும் சேர்ந்துச் சொன்னார்கள். அனைவரையும் ரிமாண்ட் செய்யும்படி நீதிமன்ற உத்தரவுப் பிறப்பிக்கப்பட்டது. ஐந்து மணிக்கு நீதிமன்றம் பிரிந்த பிறகு, சிறு குழந்தைகளின் இடைவிடாத அழுகையும் சில பெண்களின் ஆர்வமின்மையும் காரணமாக, பிரதிகளின் வழக்கறிஞர் நீதிபதியிடம் மறுவாக்குமூலம் அளித்தார். நீதிமன்றம் மீண்டும் கூடியது. வயதில் மூத்தவர்களுக்கெல்லாம் ஜாமீன் அனுமதிக்கப்பட்டது.

போராட்டக்காரர்களில் பதினான்கு பேர்கள் பதினெட்டு வயதுக்குக் கீழுள்ளவர்கள். இவர்கள் சிறுவயதினர் எனும் பட்டியலுக்குட்படுவதால் இவர்களை கல்பற்றா சிறார் நீதிமன்றமாகிய சி.ஜே எம்மில் ஆஜராக்கும்படி நீதிமன்றம் உத்தரவிட்டது. அதன்படி இந்த பதினான்கு சிறுமி சிறுவர்களுடன் ஜீப்பில் நெருக்கியடித்தபடியே கல்பற்றாவிற்குப் பயணமானோம்.

கல்பற்றா நீதிமன்றத்திற்கு வந்து சேர்ந்தபோது மாலையில் மணி ஏழரை, நன்றாக இருட்டியிருந்தது. சி.ஜே.எம். ஒரு பெண். சாயுங்காலத்திற்குப் பிறகு வீட்டுக்குப் போகக் கூடாது என்று அவர் உத்திரவிட்டிருப்பதாக தலைமை எழுத்தர் சொன்னார்.

பிரதிகளாகிய சிறுவர்களின் வழக்கறிஞரும் தாஸேட்டனும் சி.ஜே.எம்மின் வீட்டுக்குச் சென்றார்கள். நான் சிறுவர்களுடன் நீதிமன்றத்திலிருந்தேன். அப்போது சிரஸத்தார். சி.ஜே.எம்மை தொலைபேசியில் தொடர்பு கொள்வது காதில் விழுந்தது. கொஞ்சநேரத்தில் வழக்கறிஞரும் தாஸேட்டனும் திரும்பி வந்தார்கள். சி.ஜே.எம். வழக்கறிஞரையும் தாஸேட்டனையும் வேண்டிய அளவுக்கு திட்டியனுப்பியதாக தாஸேட்டன் சொன்னார். சாயுங்காலத்திற்குப் பிறகு யாரையும் வீட்டுக்கு அனுப்ப வேண்டாமென்று கண்காணிப்பாளரிடம் விசேஷமாக உத்தரவிடப்பட்டிருப்பதாக அவர் சொன்னதாகவும் தாஸேட்டன் சொன்னார். வழக்கறிஞரும் தாஸேட்டனும் மிகவும் பதற்றத்துடனிருந்தார்கள்.

நீதிபதி இருக்குமிடம்தான் நீதிமன்றம் என்று அறிந்திருந்த நான் அன்று இன்னொன்றையும் அறிந்து கொண்டேன். அதே நீதிபதி, ஒரு பெண்ணாக இருக்கும் பட்சத்தில் சாயுங்காலத்திற்குப் பிறகு அது ஒரு வீடு மட்டும்தான் என்பதை. வேறு வழியில்லாமல் நாங்கள் சிறுமிகளையும் பையன்களையும் ஜீப்பிலேற்றிக்கொண்டு மானந்தவாடிக்கே திரும்பி வந்தோம். பையன்களின் அட்டகாசம் அப்போது மிகவும் அதிகமாகியிருந்தது, எங்களை மோசமாகத் திட்டியும் கேலி செய்துகொண்டுமிருந்தார்கள், சத்தமும் கூக்குரலும் தாங்க முடியாமலானதும் வண்டியை நிறுத்தி பேசாமலிருந்து கொள்ளும்படி மிரட்டினோம்.

இவ்வளவு நேரமும் என் வயிறு பசியால் எரிந்துகொண்டிருந்தது. ஜீப்பிலிருக்கும்போது இடையிடையே தலைச்சுற்றியது. அப்படியே தாஸேட்டனின்மீது சாய்ந்து விடுவேன். “என்னாலெ முடியலே.... என்னாலெ முடியலே...” என்று புலம்பிக்கொண்டிருந்தேன். தாஸேட்டன் ஆறுதல் படுத்தினார். ஒரு கடுஞ்சாயா வாங்கக்கூட முடியலியே என்றும் தனக்குத்தானே சொல்லிக் கொண்டார்.

ஜீப், மானந்தவாடி காவல்நிலையத்திற்கு வந்து சேர்ந்தபோது இரவு மணி ஒன்பதைக் கடந்திருந்தது. காவல்நிலையத்தில் வந்ததும் அதுவரை அடக்கி வைத்திருந்த கோபமும் வருத்தமுமெல்லாம் வெளியே வந்தன. அங்கிருந்த காவலர்களிடம் எல்லா சிரமங்களைப் பற்றியும் மிகுந்த வருத்தத்துடன் நாங்கள் பகிர்ந்துகொண்டோம். ஒரு காவலர், “லாக்கப்புக்குள்ளே போங்கடா நாய்க்குப்

பொறந்தவனுகளே" என்று சொல்லிவிட்டார். கேட்பவர்கள் யாராக இருந்தாலுமே இப்படிச் சொல்லிவிடுமளவிலான மிகுந்த மன அழுத்தத்துடன்தான் நாங்கள் அங்கு வந்து சேர்ந்தோம். அனைவரும் லாக்கப்பினுள் நுழைந்தார்கள், அங்கே இரண்டு அறைகளிருந்தன. ஒரு அறையில் சிறுமிகளையும் வெளியே உள்ள மற்றொரு அறையில் சிறுவர்களையும் அடைத்தோம். 'அப்பிடி உடுப்புகளோட ஒண்ணும் நீங்க நிக்க வேண்டாம். உரிந்து வையுங்கடா" என்று வேறொரு காவலர் சொன்னார். உடனே, நிக்கர்களையும் பேன்ட்களையும் வேட்டி சட்டைகளையும் கழற்றினார்கள். "எடுத்து உடுத்திட்டு நில்லுங்கடா" என்றும் அதே காவலர் சொன்னார். ஒரு நிமிடத்திற்குள் உடுப்புகளைக் கழற்றவும் திரும்ப உடுத்தவும் செய்தார்கள்.

இரண்டு நாளைய அலைச்சலும் தூக்கமின்மையும் என்னை மிகவும் தளர்த்தியிருந்தது. காவல்நிலையத்தில் பொறுப்பிலிருந்த ஜி.டி. சாரிடம் மற்ற யாரையாவது மாற்றி பணியலமர்த்தும்படி நான் வேண்டிக் கேட்டுக்கொண்டேன்.

"சே. வேண்டாம். அவங்களுக்கெல்லாம் குழந்தைகள் உண்டு." அவர் சற்று எரிச்சலுடன்தான் பதில் சொன்னார். என் மகளது வயதில்தான் அவர்களுக்கும் குழந்தைகளிருந்தன. என் மகளுக்கு அப்போது மூன்று வயதுதான் ஆகியிருந்தது. அதன் பிறகு நான் எதுவுமே பேசவில்லை. சிறுமி சிறுவர்களுக்கு அவர்களுடனிருந்த பெரியவர்கள் உணவு வாங்கிக் கொடுத்தார்கள். நாங்கள் ஆளுக்கொரு பன்னும் கடுஞ்சாயாவும் குடித்து விட்டு பாராவிலிருந்தோம்.

மறுநாள் காலையில் அதே சீருடையில் மீண்டும் பயணத்திற்கான ஏற்பாடுகளாயின. ஒவ்வொருவரையும் காலைக் கடன்களை முடிப்பதற்காக அழைத்துச் சென்றோம். காவல் நிலையத்திலும் ஆய்வாளர் அலுவலத்திலுமுள்ள இரண்டு குளியலறைகளையும் உபயோகித்தோம். குளோசெட்டுகள் மிக மோசமாக உடைந்து போயிருந்ததாலும் தேவையான அளவுக்கு தண்ணீரில்லை என்பதாலும் ஒன்பது மணிக்கு சிறுவர் சிறுமியர்கள் ஜீப்பிலேறிய பிறகும்கூட கக்கூசிலிருந்து வரும் துர்நாற்றம் காவல்நிலையத்தில் நிறைந்திருந்தது.

பதினொரு மணிக்குள் நாங்கள் கல்பற்றா சி.ஜே.எம். நீதிமன்றத்திற்கு வந்து சேர்ந்திருந்தாலும் மதியத்திற்குப்

பிறகுதான் வழக்கு விசாரணைக்காக எடுத்துக் கொள்ளப்பட்டது. மத்தியானமானதும் பிரதிகளின் வழக்கறிஞர் குழந்தைகளிடம் 'உங்களுக்கெல்லாம் சாப்பாடு வேண்டாமா? சாப்பாடு வாங்கித் தரச்சொல்லுங்க. பிடிச்சுட்டு வந்துட்டா மட்டும் போதுமா, சாப்பாடும் வாங்கித் தரணும்' என்றெல்லாம் சொல்லி, திரும்பத் திரும்ப அவர்களைத் தூண்டிக் கொண்டிருந்தார். சில பையன்கள் பசிக்கிறதென்று சொல்லி நீதிமன்றத்தில் எதிரில் தரையில் விழுந்து கிடந்தார்கள். வேறு வழியில்லாமல் அனைவரையும் வரிசையாக நிற்க வைத்தோம். கையில் பணமிருக்கிறதா என்று கேட்டபோது அவர்களுடன் வந்திருந்த பெரியவர்கள், பணமெல்லாம் நாங்கள் கொடுக்கிறோம். நீங்கள் ஓட்டலுக்குக் கூட்டிச்சென்றால் மட்டும் போதும் என்று சொன்னார்கள். சிறுவர் சிறுமியரை வரிசையாக, நாங்கள் முன்னும் பின்னுமாக பாதுகாப்புடன் கல்பற்றா சிவில் ஸ்டேசனுக்கு எதிரிலிருந்த ஒரு ஓட்டலுக்கு அழைத்துச் சென்றோம். அனைவருக்கும் உட்காருவதற்கான இடமிருந்தது. எல்லாரையும் சாப்பிடச் செய்த பிறகு அதற்கான பில்லை ஓட்டல் மேலாளர் தாஸேட்டனின் கையில் கொடுத்தார். மொத்தம் 112 ரூபாய். பணமெல்லாம் நாங்கள் கொடுக்கிறோம் என்று சொன்ன ஆள் அந்தச் சுற்றுப்புறங்களில் எங்குமே இல்லை. எங்களின் பதற்றத்தைக் கண்ட சிறுவர்கள் சிரித்துக் கூக்குரலிட்டார்கள். சேலையுடுத்தியிருந்ததால் நான் பர்சு வைத்துக் கொள்ளவில்லை. தாஸேட்டனின் பர்சில் மொத்தம் 25 ரூபாய்தானிருந்தது. எங்களது பதற்றத்தைக் கண்டதும் பிறகு தந்தால் போதுமென்று ஓட்டலின் உரிமையாளர் சொல்லி விட்டார். நாளைக்குத் தருவதாகச் சொல்லிவிட்டு அவர்களையும் அழைத்துக்கொண்டு நீதிமன்றத்திற்குச் சென்றோம்.

போகும் வழியிலேயே பிரதிகளின் வழக்கறிஞர் கோபத்துடன் நின்றிருப்பதைக் கண்டோம். அவர் சத்தமாகவே எங்களிடமும் அவரது கட்சிக்காரர்களிடமுமாக, "இந்த எஃப்.ஐ.ஆரை எழுதியது யாரு? இவனையெல்லாம் யாரு எஸ்.ஐ.யா போட்டது? அவ்வளவும் தப்பு அவ்வளவும் திருத்தம். படிக்கிறதுக்கான சிரமம் இல்லேன்னா காலையிலேயே ஜாமீன் கெடைச்சுருக்கும்" என்றெல்லாம் சொல்லி முடிக்கவும் நீதிமன்ற தலைமை எழுத்தர் வந்து எங்களின் முன் வைத்தே ஜாமீன் பேப்பர் எழுதிக் கொடுத்ததில் தவறு இருப்பதாகவும் அதைத் திருத்தியெழுதும்படி நீதிபதி சொல்லியிருப்பதாகவும்

சொல்லி பேப்பரை வழக்கறிஞரின் கையில் கொடுத்தார். "வக்கீலுக்கும் தவறு வரலாம்" என்று நான் மெல்ல, எனக்கும் மட்டும் கேட்கும்படியாகச் சொல்லி விட்டேன். "வக்கீல்களைக் குறை சொல்ல நீ யார்?" வழக்கறிஞர் சூடானார். "நீங்கதானே சொன்னீங்க, ஜாமீன் காலையிலேயே கிடைச்சுருக்கும்னு. தப்பா எழுதிக் கொடுத்ததுனாலதான் இவ்வளவு தாமதமாக் கெடைச்சுருக்கு." நானும் விட்டுக்கொடுக்கவே இல்லை. "வேற வக்கீலா இருந்திருந்தா காலையிலேயே கெடைச்சுருக்கும்." மெதுவாகத்தான் சொல்லிக் கொண்டேன். கொஞ்ச நேரம் கழிந்ததுதான் தாமதம், ஒரு வழக்கறிஞர் பட்டாளமே என்னருகில் வந்து நின்று வேட்டை நாய்களைப்போல் துள்ளிக் குரைத்தது.

எதிர்த்துப் பேச இயலாத நாங்கள் இரண்டுபேர் பிரதிகளின் எதிரிலும் வழக்கறிஞர்களின் எதிரிலும் ஒழுங்கு நடவடிக்கைகளின் ஈட்டிமுனைக்குப் பயந்து ஏச்சையும் பேச்சையும் கேட்டுக்கொண்டிருந்தோம். அந்த இடத்தில் வைத்தே சி.ஜே.எம்மிற்கு ஒரு புகார் மனுவை எழுதினார் வழக்கறிஞர். வேறு வழியில்லாமல் நானும் ஒரு புகார் மனு எழுதிக் கொடுத்தேன். இரண்டு புகார்களையும் வாசித்த நீதிபதியிடமிருந்து விசேஷமாக எந்த உணர்வுகளும் வெளிப்படவில்லை, மூன்று மணிக்கெல்லாம் அவர்களுக்கு ஜாமீன் அளித்து உத்தரவானது. வழக்கறிஞரை அவமதித்துவிட்டதாகச் சொல்லி மறுநாள் வயநாடு மாவட்டத்தில் வழக்கறிஞர்கள் நீதிமன்றப் புறக்கணிப்பு நடத்தினார்கள்.

பதினான்கு சிறுவர் சிறுமிகளுக்கான பாதுகாப்பிற்கு இரண்டு ஆண் காவலர்களும் நானும் நியமிக்கப்பட்டிருந்த இந்தப் பணியில் ஏற்படப் போகும் சிரமத்தை முன்கூட்டியே யூகித்துவிட்ட ஒரு காவலர் பாதி வழியில் வைத்தே பணியை முடித்து விட்டுப் போய்விட்டார். அவர் செய்தது புத்திசாலித்தனம் என்பதை பிறகு அனுபவம்தான் எங்களுக்கு சொல்லித் தந்தது. இந்தப் பணியின் கசப்பான முடிவுக்காக அவருக்கு ஒரு ஊதிய உயர்வு மட்டுமே இழப்பானது.

அன்று சாயுங்காலம் நாங்கள் மானந்தவாடி காவல்நிலையத்திற்குச் சென்று ஹால்ட் கொடுத்துவிட்டு வீட்டிற்குப் போனோம். போய் குளித்து முடித்து ஆவேசத்துடன் சாப்பிட்டு முடித்தோம். மூன்று நாட்களாக மாற்றாமலிருந்த

சீருடை நாற்றமடித்தது, மறுநாள் அதிகாலையிலேயே வீட்டிலிருந்து கிளம்பினோம். மானந்தவாடிக்கு வந்த பிறகுதான் பத்திரிகையைப் பார்க்கிறோம். சிறுவர்களையும் சிறுமிகளையும் சேர்த்து நிர்வாணமாக லாக்கப்பில் அடைத்ததாகவும் இல்லாததையும் பொல்லாததையும் எல்லாம் சேர்த்து முதல் நாளைய சம்பவம் அதில் விவரிக்கப்பட்டிருந்தது.

அவர்களை இரண்டு வெவ்வேறு அறைகளில் வைப்பதற்கானக் காரணமுமிருந்தது. நாங்கள் இந்த சிறுவர் சிறுமிகளுடன் காவல்நிலையத்திற்கு வரும் போது அங்கே வராந்தாவில் ரிக்கார்டில்லாத இரண்டு இளைஞர்களிருந்தார்கள். அதிலொருவன் மதுவருந்தி நினைவு தடுமாறிய நிலையிலும் மற்றொருவன் இஞ்சி திருடினான் என்றும் ஊர்க்காரர்களால் பிடித்து ஒப்படைக்கப் பட்டிருந்தார்கள். இந்தப் பையன்களை வெளியில் நிறுத்தினால் போதையில் பிரச்சனை செய்துகொண்டிருக்கும் ஆளுடன் பையன்கள் மோதுவதற்கான வாய்ப்பு ஏற்பட்டு விடுமென்று நாங்கள் நினைத்தோம். காவல்நிலையத்தில் வேறு தனி அறைகளும் கிடையாது.

பத்திரிகைச் செய்தி வெளியான மறுநாள் டி.ஐ.ஜி. விசாரணை செய்வதற்காக வந்து மானந்தவாடி விருந்தினர் இல்லத்தில் தங்கியிருந்தார். காலையில் பத்துமணிக்கு டி.ஐ.ஜியின் முன்பாக நாங்கள் ஆஜராக வேண்டுமென்று உத்தரவிடப்பட்டிருந்தது. தாஸேட்டன் திருநெல்லியிலிருந்து மானந்தவாடி காவல்நிலையத்திற்கு வந்தார். அதுவரை இதில் எந்த விதமான பங்கும் வகிக்காத ஆய்வாளர், எங்கள் பக்கத்தில் வந்து அவருக்குப் பாதுகாப்பான வகையில் சில விவரங்களைச் சொல்லித்தந்தார். இரவு பத்துமணிக்கு அவர் வந்ததாகவும் அவரது அறையில்தான் சிறுமிகளைத் தங்கவைத்ததாகவும் சொல்லும்படி எங்களை வற்புறுத்தினார். சிறுவர் சிறுமிகளை லாக்கப்பில் வைக்கும்போது மானந்தவாடி உதவி ஆய்வாளரும் காவல்நிலையத்திலிருந்தார். இந்த உதவி ஆய்வாளரோ மற்ற யாருமோ இதுபோன்ற எந்தவித தாக்கீதுகளையும் எங்களுக்குத் தரவில்லை.

கைது செய்யும்படி உத்தரவிட்ட ஏ.எஸ்.ஐ. மனோகரன் சாரும் ஜி.டி. பொறுப்பிலிருந்த வாசு சாரும், நானும் தாஸேட்டனும் மட்டும்தான் டி.ஐ.ஜி.யின் எதிரில் ஆஜராக விதிக்கப்பட்டோம். கூட்டத்தில் காணாமல்போன அந்தக் காவலரைப் பற்றி யாருமே விசாரிக்கவில்லை, டி.ஐ.ஜியின்

கேள்விகளுக்கு உண்மையை மட்டுமே பதிலாகச் சொல்ல வேண்டுமென்று உறுதி செய்துவிட்டுத்தான் சென்றிருந்தேன். ஆனால், டி.ஐ.ஜியின் பின்னால் நின்றிருந்த ஆய்வாளர் கண்களாலும் சைகைகளாலும் பயமுறுத்திக் கொண்டிருந்தார். அவர் சொல்லித் தந்த கற்பனைக் கதைகளையும் பொய்க் கதைகளையும் சொல்லும் நிர்ப்பந்தத்திற்குள்ளானோம். அனைவரும் ஆய்வாளருக்கும் டி.ஒய்.எஸ்.பிக்கும் சாதகமாகப் பொய்க் கதைகளைச் சொன்னார்கள். இதில் எஸ்.ஐ.யும், சி.ஐ.யும், டி.ஒய்.எஸ்.பி.யும் தப்பித்துக் கொண்டார்கள். இவ்வளவு சிரமப்பட்டுப் பணியாற்றிய நாங்கள் தற்காலப் பணிநீக்கம் செய்யப்பட்டோம்.

பத்திரிகைச் செய்திகள் பல்வேறு விதமாக வெளிவந்தன. என்னையும் தாஸேட்டனையும் அவதூறு செய்தும் எனது முந்தைய வரலாறு மிகவும் மோசமானதென்றும் குறிப்பிட்டு ஒரு பத்திரிகை இந்த ‘பேய்க்கூத்துகள் யாரைத் திருப்திப்படுத்த’ எனும் தலைப்பில் ஒரு கட்டுரையை வெளியிட்டிருந்தது. எந்தவித உண்மையுமில்லாத அந்தச் செய்தியை அடிப்படையாக வைத்து, தற்காலப் பணிநீக்கம் செய்யப்பட்டிருந்த அப்போதே நான் பத்தேரி, கிளை நீதிமன்றத்தில் மானநஷ்ட வழக்கொன்றைத் தொடர்ந்தேன், ஏப்ரல் 2000இல் எனக்கு சாதகமாக அந்த வழக்கின் தீர்ப்பு வெளிவந்தது. 25000 ரூபாய் நஷ்ட ஈடாக எனக்கு வழங்க வேண்டுமென்று தீர்ப்பு வெளியானது. பத்திரிகைத் தரப்பினரின் மேல்முறையீட்டிலும் எனக்கு சாதகமான தீர்ப்புதான் வந்தது. அவர்கள் இப்போது உயர்நீதிமன்றத்தில் மேல்முறையீடு செய்திருக்கிறார்கள்.

இந்த பணிநீக்க காலத்தில் நாங்கள் ஒன்றாக அமர்ந்து பேசியும் வருத்தப்பட்டும் வீட்டு வேலைகளுக்கான கல் நனைப்பது மணல் அரிப்பதுபோன்ற பல வேலைகளுக்கு ஆள் வைக்காமல் நாங்களே செய்து கொண்டிருந்தோம். பொருளாதார ரீதியாக மிகுந்த சிரமத்திற்குள்ளிருந்ததால் வேலையாட்களுக்குக் கொடுப்பதற்கான கூலியுமில்லை. குடும்பத்தினரிடமிருந்தும் ஊரிலுள்ளவர்களிடமிருந்தும் கிடைக்கும் நிறைய கேலிப் பேச்சுகளை சகித்துக்கொண்டும் கோபப்பட்டுவிடாமல் அத்தனையும் ஏற்றுக் கொள்வதற்கும் நாங்கள் அப்போதே பழகிப்போயிருந்தோம்.

பணியிலிருந்து நீக்கப்பட்ட ஐந்தாவதுநாள் எனக்குக் கருச்சிதைவேற்பட்டது. பயணத்தின்போதே இலேசான

உதிரப்போக்கு இருப்பதுபோல் உணர்ந்தேன். தொடர்ந்த பயணமும் பட்டினியும் மனச்சோர்வும் அந்தக் குருத்தை உதிரச்செய்து விட்டது. அப்படியாக, எனக்குத் தெரியாமல் நானே என் குழந்தையைக் கொன்ற பாதகியானேன். ஒருவருக்கொருவர் துணையாக இருந்து இரண்டுபேரும் பரஸ்பரம் அழுதோம்.

லாக்கப்பில் அடைத்த சம்பவத்தின் பெயரால் தேசிய மனித உரிமை ஆணையம் தவறாக விசாரணை செய்து முடிவில் பிரதிகளான சிறுவர்களுக்கு பத்தாயிரம் ரூபாய் வீதம் 70,000 ரூபாய் நஷ்ட ஈடாகக் கொடுக்க வேண்டுமென்று உத்தரவு பிறப்பித்தது. மனித உரிமை ஆணையத்தின் உத்தரவில் சம்பவம் நிகழ்ந்த இடம்: திருநெல்லி லாக்கப் என்றிருந்தது. திருநெல்லி லாக்கப்பில் யாருக்கும் எந்தவித புகாரும் கிடையாது. சம்பவம் நடந்த இடம் எதுவென்று கூட விசாரணை செய்ய இயலாத மனித உரிமை ஆணையத்தின் தீர்ப்புக்கெதிராக, இலாகா பூர்வமான எந்தவித வாதமும் முன்வைக்கப்படவில்லை. அந்தத் தொகையை எங்கள் நான்கு பேரிடமிருந்தும் வசூல் செய்யும்படி இலாகாவின் அறிக்கை வந்தது. இன்று இந்த வழக்கு உயர் நீதிமன்றத்தின் பரிசீலனையிலிருக்கிறது.

சுவாரசியமான அறிவுரை

1995, நவம்பர் மாதத்தில் நாங்கள் பணிக்குத் திருப்பியழைக்கப்பட்டோம். ரீ இன்ஸ்டேட் செய்த உத்தரவுக் கிடைத்த மறுநாளே நாங்கள் வயநாடு மாவட்டக் காவல்துறைக் கண்காணிப்பாளரைப் பார்ப்பதற்காக மாவட்டக் காவல் துறை அலுவலகத்திற்குச் சென்றோம். எங்களுக்கு அங்கிருந்து சுவாரசியமான ஒரு அறிவுரை கிடைத்தது. அதாவது, நீங்கள் நியமனம் செய்யப்பட விரும்பும் இடம் எதுவென்று கேட்டால் விருப்பமில்லாத இடத்தைதான் முதலில் சொல்ல வேண்டும். நீங்கள் மானந்தவாடியில் கேட்டால் அவர்கள் பத்தேரியைத் தருவார்கள். பத்தேரியில் கேட்டால் வைத்திரியைத் தருவார்கள். ஆகவே, விருப்பப்பட்ட இடத்தைக் கேட்டு விடவே செய்யாதீர்கள்.

இந்த அறிவுரையை நான் ஒரு தமாஷாக மட்டுமே எடுத்துக்கொண்டேன். கண்காணிப்பாளரைப் பார்த்துவிட்டுத் திரும்பி வந்து உத்தரவைக் கைப்பற்றிய போதுதான் அறிவுரையின் உண்மைநிலை வெளிப்பட்டது. பத்தேரி

கேட்ட தாஸேட்டனுக்கு வைத்திரி கிடைத்திருந்தது. வாசு சார் மானந்தவாடியில் கேட்டிருந்தார். ஆனால், மேப்பாடிக்கு நியமிக்கப்பட்டிருந்தார். பெண்காவலரான எனக்கு இடமாற்ற உத்திரவெல்லாம் கிடையாதல்லவா? எனவே, ஒரு பாஸ்போர்டை மட்டும் கையில் தந்து கல்பற்றா நிலையத்திற்கு மாற்றினார்கள். பெண்காவலர்கள் காவல்நிலையத்தின் ஒரு பகுதியாக இல்லை என்பதால் இடமாற்றமோ அது தொடர்பான பயணப்படியோ நியமன விடுமுறையோ எதுவுமே அவர்களுக்குக் கிடையாது. ஆகவே, நான் மறுநாளும், தாஸேட்டன் இரண்டு நாட்கள் கழித்தும் பணியில் சேர்ந்தோம்.

ஒரு 509 ஏ. பி. சி

கல்பற்றா காவல்நிலையத்தில் நான் மூன்றுமாதம் பணியாற்றினேன். கண்காணிப்பாளரை நேரில் போய்ப் பார்த்து பத்தேரி காவல்நிலையத்தில் நியமிக்கும்படி கேட்டுக் கொண்டதன்பேரில் என்னை பத்தேரியில் நியமிக்கும்படி அவர் சம்பந்தப்பட்ட அதிகாரிகளுக்குப் பரிந்துரை செய்தார். இரண்டு நாட்களில் நான் பத்தேரி நிலையத்தில் ஆஜரானேன்.

ஒருநாள் சாயுங்காலம் வீட்டுக்குப் போவதற்காக பத்தேரி பேருந்து நிலையத்திலிருந்து பேருந்தில் ஏறினேன். உள்ளே கூட்டம் மிக அதிகமாக இருந்தது. பெண்களின் இருக்கைகள் முழுவதையும் ஆண்களே கைப்பற்றியிருந்தார்கள். பெண்கள் நிறைய பேர்கள் நின்று கொண்டிருந்தார்கள். ஒரு வாய்த்தகராறில் சென்று மாட்டிக்கொள்ள இயலாதென்று நானும் அவர்களில் ஒருத்தியாக நின்றுகொண்டிருந்தேன். பேருந்து புறப்படுவதற்கு முன் பேருந்து நிலையப் பணியிலிருந்த காவலர் பேருந்தின் ஒரு புறமாக வந்து ஆண்களிடம் பெண்களுக்கான இருக்கைகளை விட்டுக் கொடுக்கும்படி கேட்டுக்கொண்டார். அமர்ந்திருந்தவர்கள் யாரும் இது காதில் விழுந்தது போலவே காட்டிக் கொள்ளவில்லை. பெண்களும் இதை அனுசரிப்பதுபோல் பேசாமல் நின்றிருந்தார்கள். நான் வெளியே பார்த்தபோது அந்தக் காவலர் எதிர்பார்ப்புடன் என்னைப் பார்த்தார். "அப்போது இவுங்களுக்கு உட்காரவேண்டாமாம் சார்" என்று அமர்ந்திருந்தவர்களில் ஒருவர் எங்களைப் பார்த்தபடி காவலரிடம் சொன்னார்.

"அதை முடிவு செய்றதுக்கு நீங்க யாரு? எங்களுக்கும் உட்காரணும்." தவிர்க்க முடியாத நிலையில் நானும் பதில்

சொன்னேன். உடனே அந்த இருக்கையில் அமர்ந்திருந்த மூன்று ஆண்களும் எழுந்தார்கள். எனது பின்புறமிருந்த நான்கு இருக்கைகளும்கூட பெண்களுக்கானவைதான். இதில் அமர்ந்திருந்தவர்களும் எழுந்து விட்டார்கள். பெண்கள் அமர்ந்தார்கள். நான் சாய்ந்து நின்றிருந்த இருக்கையின் பக்கத்து இருக்கையில் ஒரு பெண்ணும் இரண்டு ஆண்களும் அமர்ந்திருந்தார்கள். இருக்கையிலிருந்து எழுந்தவர்களில் ஒருவர். “இவுங்க என்ன ஆம்பிளைங்கயில்லியா? இவுங்களையும் எழும்பச் சொல்றதுதானே” என்று என்னைப் பார்த்துக் குரலெழுப்பினார். நான் காதில் விழாததுபோல் பேசாமல் நின்றிருந்தேன். இதையெல்லாம் கவனித்தபடியே என் முன்னால் அறுபது வயதிருக்கும் ஒரு திடகாத்திரமான பெரியவர் நின்று கொண்டிருந்தார். அப்போது பேருந்து ஒரு கிலோ மீட்டர் தான் கடந்திருக்கும். அந்த வயதான மனிதர் என்னைக் கேலி செய்வதுபோல் சத்தமாகச் சிரித்தபடி மற்றவர்களிடம், “இவளுக்கென்னா இப்போ...” என்று துவங்கி என் மீது வசை மாரியே பொழிந்துத் தள்ளி விட்டார். “இங்க இருக்கிற பெண்கள்லே இவளுக்கு மட்டும் என்ன பெரிய இது...?” பெரியவர் பேசி முடித்ததும் மற்றவர்கள் சிரித்தார்கள்.

என்ன செய்வதென்று தெரியாமல் நான் முதலில் சற்றுப் பதற்றமடைந்துவிட்டேன். பிறகு, நடத்துனரிடம் பேருந்தை நிறுத்தும்படி சொன்னேன். நான் உறுதியாகச் சொன்னபோது வேறு சில பயணிகளும் என்னுடன் சேர்ந்து கொண்டார்கள். பேருந்து நின்றது. நான் கைப்பையிலிருந்து பேனாவையும் நாட்குறிப்பையும் எடுத்து மூன்று பயணிகளின் பெயரையும் முகவரியையும் குறித்துக் கொண்டேன். “என்ன ஆனாலும் சரி, இந்த ஆளை சும்மா விடக் கூடாது” என்று முகவரி தந்தவர்கள் சொன்னார்கள். எழுதி முடித்த பிறகுதான் பேருந்தைப் புறப்பட அனுமதித்தேன். பிரச்சனைக்குரிய ஆள் கோளியாடியில் இறங்கினார். அந்த நபரின் பெயர் எனக்குத் தெரியாது. அவர் இறங்கிய பின் அவரது பெயரையும் மற்ற விவரங்களையும் சில பையன்கள் சொன்னார்கள்.

அன்றிரவே நான் ஆய்வாளரைத் தொடர்பு கொண்டேன். இந்தச் சம்பவத்தை அவரிடம் தெரிவித்துக் கொள்வதற்காக. என்னைத் திட்டிய அந்த மனிதர் மேலிடங்களில் செல்வாக்கு மிக்க ஒரு ஒப்பந்தக்காரர் என்றும் அந்தப் பையன்கள் சொல்லியிருந்தார்கள். அவர் ஆய்வாளரை

அழைத்து விவரங்களைச் சொல்வதற்குள் நானே சொல்லி விடவேண்டுமென்று நினைத்தேன்.

தொலைபேசியை எடுத்த ஆய்வாளர் மிகவும் கோபித்துக் கொண்டார். உனக்கு ஏதாவது பராதியிருந்தால் அதைச் சொல்லவேண்டிய இடம் காவல் நிலையம்தானே தவிர சி.ஐக்கு ஃபோன் செய்வதல்ல, என்று சொல்லி தொலைபேசியை வைத்துவிட்டார். மறுநாள் காலையில் நான் காவல்நிலையத்திற்குச் சென்றதும் உதவி ஆய்வாளரிடம் புகார் மனு கொடுத்தேன். காவல் நிலையத்திலிருந்த எல்லோருமே இந்த விஷயத்தை அறிந்தார்கள். ஆனால் யாருமே இதை ஒரு பொருட்டாக எடுத்துக் கொள்ளவில்லை. வழக்கைப் பதிவு செய்யவேண்டுமென்று நான் நிர்ப்பந்தம் செய்தேன். பதினொரு மணிக்கு ஆய்வாளர் வந்து என்னை அழைத்து வரச் சொன்னார்.

அறைக்குள் ஏறியதுதான் தாமதம், ஆய்வாளர் பெருங்குரலெடுத்துச் சொன்னார். "நீ என்னைப் பற்றி என்ன நினைச்சுருக்கே? இப்பிடி பல அதிகாரிகளை நீ கூப்பிட்டிருக்கலாம், என்னை நீ அந்த லிஸ்டுலே சேத்துக்க வேண்டாம்" என்று சொல்லிவிட்டு என்னைப் போகச் சொன்னார். திரும்பி காவல்நிலையத்தில் வந்ததும் ஆய்வாளர் எஃப்.ஐ.ஆர். போட சொல்லியிருப்பதாக உதவி ஆய்வாளர் சொன்னார். மகளிர் அமைப்புக்கான புகாரும் மகளிர் செல்லுக்கான புகாரும் என் பையிலிருந்தன. பனிரெண்டு மணிக்கு முதல் தகவலறிக்கை தயாரானது. அன்று நான்கு மணிக்கே பிரதி பிடிபட்டார். இந்த வழக்கும் பிரதிக்குத் தண்டனை வழங்கி எனக்கு சாதகமாக தீர்ப்பானது. இப்போது வழக்கு மேல் முறையீட்டில் இருக்கிறது.

12. அமைப்பிற்குள் பிரச்சனைகள்

1998இல் பத்தேரியில் வேலை பார்க்கும்போதுதான் கேரளா போலீஸ் அசோசியேஷனுடன் எனக்கு முரண்பட வேண்டியதாயிற்று. 1991 இல் நாங்கள் பணியில் சேர்ந்த காலம் முதல் 1996வரை இந்தக் காவலர் சங்கத்தின் ஆண்டுத் தேர்தல் ஏதேதோ காரணங்களால் நடைபெறவில்லை. சங்கத்தின் தனித்தன்மையை இழந்துவிடச் செய்யும் இந்நிலையாடை எதிர்க்கும் பெரும்பாலானோர்களில் நானும் சேர்ந்து கொண்டேன். பல இடங்களிலிருந்து தலைமைகளுக்கெதிராகவும் உடனே தேர்தலை நடத்த வேண்டிய தேவையை வலியுறுத்தியும் ரகசியக் கூட்டங்கள் கூடி விவாதம் நடந்து வந்தது. மிகுந்த அக்கரையுடன் நானும் அந்தக் கூட்டங்களில் கலந்துகொண்டு விவாதங்களிலும் பங்கு வகித்தேன். இதுபோன்ற கூட்டங்களில் கலந்துகொண்ட ஒரேயொரு பெண் நான் மட்டும்தான்.

1996இல் தேர்தல் நடந்து நானுட்பட்டிருந்த பிரிவு வெற்றி பெற்றது. தேர்தலின்போது ஒரே ஒரு இடம் மட்டும்தான் பெண்களுக்கென ஒதுக்கப்பட்டிருந்தது. ஒதுக்கீட்டுக்கு வெளியே எனக்கு ஒரு இடம் தரப்படுவதற்கானத் தகுதிகளை அப்போது நடந்து வந்த கூட்டங்களில் நான் வெளிப்படுத்தியிருந்தேன். ஒதுக்கீடு மூலம் ஸஃபீலாபாய் எனும் பெண் காவலர் பரிந்துரைச் செய்யப்பட்டார். பெண்காவலர்கள் பிரிவு என்பது தனிப்பட்டிருந்தது. பெண்கள் என்ற தலைப்பின்கீழ் இவர்களது இடம் மிகவும் சுருங்கியதும் பெண்காவலர்கள் என்று வரும்போது இருபத்துமூன்றில் ஒருவர் என்ற விகிதமே மிகப் பெரியதுமாக இருந்தது.

அடுத்த ஆண்டுத்தேர்தலுக்கான ஆலோசனைக் குழுவின் அங்கமாக 'உயிர்கொடுக்கப்பட்டது' எலிஸபெத் எனும் பெண்காவலருக்கு. இப்படியாக நாமகரணம் சூட்டும்போது மற்றவர்களை அறிவிக்க வேண்டிய பொறுப்புகள் எதுவும் தலைவர்களுக்கு இருக்கவில்லை. தலைவர்கள் சொல்வதை

அப்படியே ஏற்றுக்கொள்வதாக இருந்தது அமைப்பின் செயல்பாடுகள். மூன்றாவது வருடம் ஃபிலோமினா எனும் பெண்காவலர் பரிந்துரை செய்யப்பட்டிருப்பதாக அறிவிக்கப்பட்டது. யாரிடமும் ஆலோசனை மேற்கொள்ளாமல் தலைவர்கள் ஃபிலோமினாவை வேட்பாளராக அறிவித்த செயல்பாட்டை நான் கடுமையாக விமர்சித்தேன். இதுபோன்ற படைப்பாளிகளை எதிர்ப்பதாகவே இருந்தது எனது தீர்மானம். எதிர்த்தரப்பின் வேட்பாளரான பேபிக்கு ஆதரவாக விடுப்பில் வந்து நான் பிரச்சாரம் செய்தேன். ஆனால் பேபி தோல்வியடைந்து விட்டார். பிறகு எல்லாமே வெற்றி பெற்றவர்களின் கட்டுப்பாட்டிற்குள் வந்து விட்டன. என்னைப் பயமுறுத்தியும் மிரட்டியும் அவர்கள் மகிழ்ச்சியடைந்தார்கள்.

தண்டனைகளின் நகர்வலம்

சங்கத்தில் தேர்தல் நடந்த பிறகு, தலைவர்களின் சொற்படி உதவி ஆய்வாளரும் ஒருதலைப்பட்சமாக காவலர்களை பணியில் ஈடுபடுத்துவது வழக்கமாகப்போயிருந்தது. தலைமையுடன் கூறாக நடப்பவர்களுக்கு பலவிதமான அனுகூலங்களை அள்ளித்தருவதும் வெளிப்படையாகவே நடந்து கொண்டிருந்தது. தலைமையின் ஒத்தாசையுடன் அவசியத்திற்கும் அனாவசியத்திற்கும் பணியிலிருந்து விடுப்பு வாங்குவதும் வழக்கமாகி விட்டது.

ஒருநாள், உதவி ஆய்வாளர் என்னிடம் சில பெட்டிக் கேஸ்களை எழுதுவதற்காக ஒப்படைத்தார். எழுத்தரும் கிட்டத்தட்ட அதே அளவிலானப் பெட்டிக் கேஸ்களை எழுதுவதற்குத் தந்தார். இரண்டையும் பார்த்தபோது எழுத்தர் தந்த வழக்குகள்தான் பழையவை. நான் சாயுங்காலம்வரை ஓய்வே இல்லாமல் எழுதினேன். எழுத்தர் தந்ததை முடித்து விட்டேன். உதவி ஆய்வாளர் தந்ததில் மிகச் சில எழுதி முடிக்கவேண்டியதாக பாக்கியிருந்தது. மறுநாள் காலையில் வேலையைக் குறித்து வாங்குவதற்கானப் பணிக் குறிப்பை உதவி ஆய்வாளரிடம் சமர்ப்பித்தபோது நேற்று தந்த பெட்டிக் கேஸ்கள் எழுதி முடித்தாகி விட்டதா என்று கேட்டார். இல்லை என்றும், எழுத்தர், பழைய சில பெட்டிக் கேஸ்களைத் தந்ததால் தாங்கள் தந்ததில் இன்னும் கொஞ்சம் பாக்கியிருக்கிறதென்றும் சொன்னேன். உடனே, உதவி ஆய்வாளர் என் கையிலிருந்த நோட்டுப் புத்தகத்தை வாங்கி என் முகத்தில் விட்டெறிந்தார். நான் தலையைத் திருப்பிக் கொள்ள அது என் கன்னத்தில்

பட்டு வலித்தது. "நீ இனி ரைட்டர் சொல்றதை மட்டும் கேட்டால்போதும்" என்று சொல்லி விட்டு அவரது பணிகளில் மூழ்கிவிட்டார். ஓய்வில்லாமல் செய்த வேலைக்குக் கிடைத்த அங்கீகாரம். எனக்கு அழுகை வந்தது. கொஞ்சநேரம் கழிந்ததும் உதவி ஆய்வாளர் என்னை அழைத்து "பரவாயில்லை, விடு எதையும் மனசுலே வெச்சிக்க வேண்டாம்" என்று மட்டும் சொன்னார்.

தேர்தல் முடிந்த பிறகான பணி வேறுபாடுகளில் என்மீது காண்பித்த வேறுபாடு எழுத்து பூர்வமானதுகூட. எல்லாருடைய நோட்டுப் புத்தகங்களிலும் வேலையை மட்டும் குறிப்பிட்டபோது எனது புத்தகத்தில் நேரத்தையும் சேர்த்துக் குறிப்பிட்டுத் தந்தார்கள். *(VHF upto 18 hrs* என்று எழுதி உதவி ஆய்வாளர் கையொப்பமிட்டிருப்பார்.) மிகச் சரியாக மாலை ஆறுமணிவரை காவல் நிலையத்தில் இருக்க வேண்டுமென்ற மௌனமான அந்த தாக்கீது எனக்குள் மிகப்பெரிய சுவாசத் தடங்கலை உருவாக்கியது.

மற்றப் பெண்காவலர்களுக்குக் கிடைத்த மதிய உணவுக்கான ஒரு மணி நேர இடைவேளையை நானும் எடுத்தேன் என்பதுதான் இப்படியாக அவர்கள் நேரத்தைக் குறிப்பிட்டெழுதுவதற்கான மனோவிகாரத்தின் பின்னணி. எனது இரண்டாவது குழந்தைக்கு பால் கொடுப்பதற்காக அப்போது நான் மதியம் வீட்டுக்குச் செல்வதுண்டு. இந்தச் சலுகையைதான் சங்கத்தின் தலைவர்கள் எனக்கெதிராகப் பயன்படுத்துவதற்கான ஆயுதமாகப் பிரயோகித்தார்கள். அவர்களில் சிலர் இந்த விஷயத்தை உதவி ஆய்வாளரிடம் சொல்ல, அவர் என்னை அழைத்து நீங்கள் பணிநேரத்தின்போது வெளியே போவதாக ஒரு புகார் வந்திருக்கிறது. ஆகவே இனி நீங்கள் வெளியே போகும்போது வி.எச்.எஃப். செட்டை யாரும் எடுக்கமாட்டார்கள் என்று மற்றவர்களின் முன்னிலையில் வைத்தே சொல்லி விட்டார். அப்போதிலிருந்துதான் வேலை நேரத்தைக் குறிப்பிட்டு எழுதத் துவங்கினார்கள்.

அதுவரை வயர்லெஸ் அழைப்புவந்தால் பக்கத்தில் நான் இல்லையென்றால் பதில் சொல்லவாவது மற்றக் காவலர்கள் முன் வருவார்கள். வயர்லெஸ் பணி பெண்காவலர்களுக்கு மட்டுமே அளிக்கப்படும் பணி என்பதால் ஆண்காவலர்களின் உதவி இயல்பாகவே மிகக் குறைவாக இருக்கும். உதவி ஆய்வாளரின் வெளிப்படையான இந்த உத்தரவு அவர்களுக்கு

இன்னும் சாதகமாக அமைந்தது. ரம்லா இல்லாத எத்தனையோ நாட்கள் நான் டாய்லெட்டுக்குள் நுழைந்து கதவை மூடத்துவங்கும்போது செட்டிலிருந்து தொடர்ந்து அழைப்புகள் வருவதும் பதில் சொல்ல யாருமே முன்வராத நிலையில் தேவையை முடிக்காமல் ஓடிவந்து தொடர்புகொள்வதும் நிகழ்ந்திருக்கிறது.

வயர்லெஸ் செட்டில் ஒரு காவல்நிலையத்தை மூன்று தடவை அழைப்பதற்குள் குறிப்பிட்ட அந்த நிலையம் தொடர்புக்கு வந்து விடவேண்டுமென்பது தான் விதி. அல்லது கண்காணிப்பாளரே நேரடியாக எதிர்முனையில் தொடர்புக்கு வந்து விடுவார். ஆகவே, இரண்டு தடவை அழைப்பதற்குள் நானே வந்து விடவேண்டுமென்பதால் என் மன அமைதி கூட இல்லாமலாகி விட்டது. மூன்று நாட்கள் நான் இந்த அவஸ்தையை அனுபவித்தேன். இந்த மூன்று நாட்களும் ஆறுமணிக்குப் பிறகுதான் சாப்பிடவே முடிந்தது. எந்த நிமிடம் வேண்டுமானாலும் பணிவிலக்கம் செய்யப்படலாம் என்று பயந்திருந்தேன்.

நான்காம்நாள் காலையில் நான் கண்காணிப்பாளரைப் பார்ப்பதற்கான அனுமதி கேட்டு ஒரு விண்ணப்பத்தை உதவி ஆய்வாளரிடம் தந்தேன். அனுமதியும் கிடைத்தது. கண்காணிப்பாளரிடம் தருவதற்கான ஒரு புகார் மனு எழுதி வைத்திருந்தேன். அதில் உதவி ஆய்வாளரின் ஒருதலைப்பட்சமான நடைமுறையைக் குறித்தும் பெண் காவலர்களை காவல்நிலையத்திற்குள் மட்டும் பிணைத்துப்போடும் பணி வரையறைகள் குறித்தும் எழுதியிருந்தேன்.

ஓய்வு நேரங்களில் எங்களுக்கு அமர்ந்திருக்கவோ, படுக்கவோ காவல் நிலையத்தில் எந்தவிதமான வசதிகளும் கிடையாது. ஓய்வறையிலுள்ள கட்டில்களை எப்போதும் வெளியிலிருந்து வரும் ஆண்காவலர்களே கைப்பற்றியிருப்பார்கள். இப்படியான விஷயங்களையும் அதில் நான் குறிப்பிட்டிருந்தேன். உதவி ஆய்வாளரிடம் ஏதாவது மாற்றமோ அல்லது இதுபோன்ற நடவடிக்கைகளை நிறுத்திக் கொள்ளவோ பரிந்துரை செய்ய வருத்தத்துடன் வேண்டிக் கொண்டதுடன் எனது நோட்டுப் புத்தகத்தையும் அதற்கு ஆதாரமாகக் காண்பித்தேன். கண்காணிப்பாளர் நோட்டுப் புத்தகத்தை வாங்கிப் பார்த்தார். எல்லாவற்றையும் தெளிவாகப் புரிந்து கொண்டபிறகு என்னிடம்

மிகுந்தப் பரிவுடன், "நீ போகலாம். இனி இது போன்ற சிரமங்கள் எதுவுமிருக்காது" என்றும் சொன்னார். எனது புகாரையும் அவரே வைத்துக்கொண்டார். மிகுந்த மன அமைதியுடன் நான் காவல் நிலையத்திற்குத் திரும்பி வந்தேன்.

இரண்டுநாட்களுக்குப் பிறகு ஒரு வயர்லெஸ் தகவல் மூலம் மாவட்டத்திலுள்ள எல்லாப் பெண்காவலர்களையும் கண்காணிப்பாளர் அழைத்தார். அனைவரும் கண்காணிப்பாளர் முன் ஆஜரானோம். அனைவரது முன்னிலையிலும் வைத்து நான் தந்த புகார் மனுவைப் பற்றி ஆட்சேபகரமாகப் பேசியதுடன் இந்தப் பிரச்சனை தொடர்பாக எல்லா பெண்காவலர்களையும் மகளிர் செல்லிற்கு ஒட்டுமொத்தமாக மாற்றியும் விட்டார். வந்தப் பெண்கள் அனைவரும் என் காது கேட்கும்படியும் கேட்காதபடியும் என்னை சபித்தார்கள். அவர்களுடைய எல்லா சுகசவுகரியங்களையும் இதனால் இழந்துபோய் விட்டதாகவும், புகார் மனு கொடுத்தவள்மீது மட்டும் நடவடிக்கையெடுத்தால் போதுமே எதற்கு மற்றுள்ளவர்களுக்குத் தண்டனை என்பது போன்ற அவர்களது கூரான வார்த்தைகளும் என்னை மிகவும் வேதனைப்படுத்தின. ஒரு வாரத்திற்குள் கண்காணிப்பாளரிடம் உண்மைக்குப் புறம்பாக புகார் மனு கொடுத்த குற்றத்திற்காக என்மீது ஒழுங்கு நடவடிக்கை எடுக்கப்படுவதான உத்தரவை நான் கைப்பற்றினேன். ஒரு மாதத்திற்குள் அவரவர்கள் விருப்பப்பட்ட இடங்களுக்கு மாறுதல் செய்யப்பட்டார்கள்.

மிகுந்த மன அழுத்தத்திலிருந்து ஒரு விடுதலை கிடைத்தது. நாங்கள் குடும்ப சகிதம் பத்தேரியில் ஒரு திரைப்படம் பார்க்கச் சென்றோம். சாதாரணமாக நாங்கள் தியேட்டருக்குச் சென்றால் அதன் மேலாளர் எங்களை உட்காரச் சொல்லி தேனீர் தந்து உபசரிப்பார். அன்று அவர் இப்படிச் செய்யவில்லை. மாறாக, தாஸேட்டனை அழைத்து மிக ரகசியமாகச் சொன்னார். இரண்டு நாட்களுக்கு முன் எஸ்.ஐயும் அவரது ஆட்களும் இங்கே வந்திருந்தார்கள் என்றும் நீங்கள் சினிமா பார்க்க வந்தால் உடனே அந்த விவரத்தை எஸ்.ஐ.யிடம் தெரிவிக்க வேண்டுமென்றும் சொல்லியிருக்கிறார்கள் என்றும் சொல்லிவிட்டு, "நான் இப்போ என்ன செய்யலாம் சொல்லுங்க" என்று கேட்டார். "எஸ். ஐ. உங்ககிட்டே சொன்ன விஷயத்தை தேவைப்பட்டா உங்களாலெ சொல்ல முடியுமா?" என்று கேட்டேன்.

"என் தலையே போறதா இருந்தாலும் சரி, நான் உண்மையைச் சொல்லுவேன்" என்று தைரியமாகச் சொன்னார் அந்த மேலாளர். இவரது உறுதியின் பேரில் நான் கண்காணிப்பாளரிடம் இதைப் புகார் செய்தேன். சினிமா தியேட்டர் வரைக்கும்கூட வந்து விட்ட பத்தேரி சரக உதவி ஆய்வாளரின் தலையீடு எனது தனிப்பட்ட வாழ்க்கையினுள் நடத்தும் அத்துமீறல் என்றும் என்னை நிம்மதியாக வாழ அனுமதிக்காத உதவி ஆய்வாளரின்மீது நான் புகார் தருவதாகவும் எழுதிக் கொடுத்தேன். புகார் கொடுப்பதற்கு முன் நானும் மரியாவும் தியேட்டர் மானேஜரைப் போய்ப்பார்த்து விவரத்தை எழுதித்தர முடியுமா என்று கேட்டோம். "எழுதித் தர்றதுக்கான எந்தத் தேவையுமில்லை. எங்கே வேணுமோ அங்கே நேரிலேயே சொல்றேன்" என்று முதலிலிருந்த அதே உறுதியுடன் மீண்டும் சொன்னார். சம்பவம் நடந்த மூன்றாவது நாள்தான் நான் புகார் கொடுத்தேன். மானேஜரின் நிலைப்பாடு முழுமையான ஆதாரபூர்வமாக இல்லாத நிலையில் புகார் கொடுப்பதில் அர்த்தமில்லை என்பதால்தான் தாமதமானது. கண்காணிப்பாளரிடம் புகார் செய்த இரண்டு நாட்களுக்குப் பிறகு இலாகாபூர்வமான மிகவும் ஆச்சரியமான ஒரு உத்தரவு எனக்குக் கிடைத்தது. நான் அதுல்யா தியேட்டரில் போய் இலவச அனுமதிக் கேட்டு தகராறு செய்ததாக ஒரு புகாரை, நான் புகார் கொடுத்த தேதிக்கு முந்திய நாளில் அந்த மேலாளர் கண்காணிப்பாளரிடம் கொடுத்ததாகவும் அந்தப் புகாரின்பேரில் மற்றொரு பனிஷ்மென்ட்ரோல் என்மீது போடப்பட்டிருப்பதாகவும் அறிவிக்கும் ஒரு உத்தரவுதான் அது.

தொடர் நடவடிக்கைகள் எங்கள் இருவரையும் மனோரீதியாக மிகவும் தளரச் செய்திருந்தது. ஒருநாள் வீட்டுக்கு வந்ததும் எனது நிலையைப் புரிந்து கொண்ட தாஸேட்டன் கொஞ்ச நாட்கள் மருத்துவ விடுப்பு போடும்படி வற்புறுத்திச் சொன்னார். அம்பலவயல் காவல்நிலையத்தில் போய் சிக்பாஸ் போர்ட் (உடல்நிலை சரியில்லாதபோது விடுப்பில் செல்வதற்கான அனுமதிச் சான்று) கேட்டு விண்ணப்பித்தேன். உதவி ஆய்வாளர் அனுமதித்து விட்டார். மருத்துவரை சந்தித்து பத்து நாட்களுக்கான மருத்துவ ஓய்வு எழுதி வாங்கினேன். விடுப்பு காலம் முடிந்து வரும்போது காவல்நிலையத்தில் என்னை எதிர்பார்த்து மற்றொரு ஒழுங்கு நடவடிக்கை உத்தரவு காத்திருந்தது. அது, விதிக்குப் புறம்பாக மருத்துவ

விடுப்பில் சென்றதற்கானது. சாதாரணமாக எல்லாக் காவலர்களும் செய்து வருவதும் இதற்குமுன் பல முறை நானே செய்ததும்தான் இப்படியான மருத்துவ விடுப்பில் செல்வது. இந்த பனிஷ்மென்ட்ரோலை கையில் வாங்கும்போது எனக்கு விசேஷமான எந்த மன உணர்வுகளும் ஏற்படவில்லை.

ரகசியக் கூட்டம்

தற்போதைய காவலர் சங்கத்தின் காவலர் விரோத நடவடிக்கைகளுக்கெதிராக பேசிவரும் சில காவலர்களுடன் சேர்ந்து அதன் போதாமைகளைப் பற்றி விவாதிப்பதில் நானும் ஆர்வம் செலுத்திவந்தேன். இதில் ஆர்வமுள்ள சில காவலர்கள் அமைப்புக்குள்ளேயே ஒரு குழுவாக மாறியிருந்தார்கள், நான் உட்பட்ட இந்தக் குழுவினர் தற்போதைய அமைப்பின் தலைமைக்கெதிராக பிரச்சாரம் செய்து வந்தோம்.

அந்தக் காலகட்டத்தில்தான் கூத்துப்பரம்பில் நடந்த துப்பாக்கிச்சூடு வழக்கில் காவலர்களை பிரதியாகக் கொண்டு அரசு நடவடிக்கை மேற்கொள்ளப்பட்டது. அந்த வழக்கில் சில காவலர்கள் சிறையிலடைக்கப்பட்டார்கள். இந்தக் காவலர்களுக்கு சட்ட உதவிகளுக்கான எந்த நடவடிக்கைகளையும் தற்போதுள்ள தலைமை செய்யவில்லை என்பது மட்டுமல்ல, அந்த காவலர்களுக்கு எந்தவிதமான சட்ட உதவிகளும் செய்யப்படக் கூடாதென்றும் பிரச்சாரம் செய்தார்கள்.

தற்போதைய காவலர் சங்கம் இப்படியாக காவலர்களுக்கெதிரான முடிவை மேற்கொண்ட நிலையில் அவர்களுக்குத் தெரியாமல் அந்த காவலர்களுக்கு சட்ட உதவி செய்வதற்கான பொருள் உதவியை திரட்டுவது குறித்து ஆலோசனை செய்வதற்கான திருச்சூரில் 'போலீஸ் வெல்ஃபேர் அசோசியேஷன்' என்ற பதிவு செய்யப்படாத பெயரில் ஒரு கூட்டம் நடந்தது. அந்தக் கூட்டத்தில் பதினான்கு மாவட்டங்களிலிருந்தும் ஏறத்தாழ முப்பது உறுப்பினர்கள் கலந்துகொண்டார்கள். இந்தச் செய்தி எப்படியோ வெளியே தெரிந்து விட்டது, பாலகிருஷ்ணன் புதியேடத்து, தாராசிங், விசுவாம்பரன், மணியப்பன் போன்ற காவலர்களுடன் நானும் தலைமறைவானேன். இது தொடர்பாக திருச்சூர் நகரக் காவல்நிலையத்தில் ஒரு வழக்குப் பதிவு செய்யப்பட்டது. இந்தக் கூட்டம் நடப்பதற்கு ஒரு

வாரத்திற்கு முன்தான் நான் கல்பற்றா காவல்நிலையத்திலிருந்து சட்டபூர்வமான மருத்துவ விடுப்பில் சென்றிருந்தேன்.

கூட்டம் நடந்த ஐந்தாவது நாள், கூட்டத்தில் பங்கு வகித்ததாக தகவல் கிடைத்த அனைவரையும் கேரளத்தின் நாலாதிசைகளுக்குமாக, இடமாறுதல் செய்தார்கள். இந்த இடமாற்ற உத்தரவிற்கெதிராக நாங்கள் நீதிமன்றத்தை அணுகினோம். நீதிமன்றத் தீர்ப்பு எங்களுக்கெதிராக இருந்ததால் ஐந்து மாதங்களுக்குப் பிறகு நாங்கள் அந்தந்த காவல் நிலையத்தில் பணியில் சேர்ந்தோம். இப்படியாகத்தான் நான் திருவனந்தபுரம் மகளிர் காவல்நிலையத்தில் பணியாற்ற நேர்ந்தது.

வினயாவுக்கு என்ன யோக்கியதை?

2001இல் காவலர் சங்கத் தேர்தலில் அதிகாரபூர்வமான அமைப்பிற்கெதிராக நானுட்பட்ட குழுவினர் பரவலாக பிரச்சாரத்தில் ஈடுபட்டோம். கூத்துப்பரம்பு துப்பாக்கிச் சூடு வழக்கின் பிரதிகளுக்கு பொருளாதார உதவி செய்தவதற்காக இந்தக்குழு மேற்கொண்ட பிரயத்தனங்கள்தான் எங்களின் பிரச்சார ஆயுதம். திருச்சூரில் கூடிய ரகசியக் கூட்டமும் அது தொடர்பாகக் கிடைத்த இடமாற்றத் தண்டனைகளையும் காவலர்களுக்காக நாங்கள் செய்த மிகப்பெரிய தியாகமாகச் சித்திரிப்பதற்கு எங்களால் இயன்றது. தேர்தலில் விருப்பமில்லாத மனதுடன் எனக்கும் ஒரு இடம் தந்தார்கள். எங்களது அணி அதிகாரபூர்வ அணியை தோல்வியடையச் செய்து அதிகாரத்திற்கு வந்தது.

தேர்தல் நடந்த பிறகு பொறுப்பாளர்களைத் தேர்வு செய்வதற்காகக் கூடிய கூட்டத்தில் மிகுந்த விவாதங்களுக்குப் பிறகுதான் என்னை செயற்குழு உறுப்பினராக தெரிவு செய்தார்கள். ஒரு பெண்காவலரை செயற்குழு உறுப்பினராகத் தெரிவு செய்தது, அதிகாரத்திற்கு வந்த அமைப்பின் விசாலமான மனோபாவத்தையே காட்டுகிறதென்று தேர்ந்தெடுக்கப்பட்ட பொறுப்பாளர்களில் சிலர் கேலியாகவும் காரியமாகவும் என்னிடம் சொன்னார்கள்.

இத்தனைக் காலமும் ஒருவர் மாறி ஒருவராக அதிகாரத்திற்கு வந்த சங்கத் தலைவர்களால் ஓட்டு வங்கியாக மட்டுமே பார்க்கப்பட்டு வந்த பெண் காவலர்களின் ஒரேயொரு கோரிக்கை, விருப்பமான இடத்திற்கு இடமாறுதலும்

போதுமான அளவிலான அனுமதியும் மட்டும்தான். காவல்துறையின் பல்வேறு பிரிவுகளும், ஆண்காவலர்களுக்கு மட்டுமே ஒதுக்கப்பட்டிருப்பதுமான ஸ்பெஷல் பிராஞ்ச், விஜிலன்ஸ், கிரைம் டிட்டாச்மென்ட், நார்கோட்டிக் செல் பட்டாலியன்கள் அது தொடர்பான டாக் ஸ்குவாடு, பாம் ஸ்குவாடு, டியர் கியாஸ் செக்ஷன், டெலி கம்யூனிகேஷன் போன்ற இடங்களில் பெண் காவலர்களுக்கும் வாய்ப்பளிக்கப்படுவது குறித்தும் அதன்மூலம் அந்தந்தப் பிரிவுகளில் பதவி உயர்வுப் பெறுவதற்கான வாய்ப்புக்களை உருவாக்குவதைக் குறித்துமெல்லாம் நான் சங்கப் பொறுப்பாளர்களுடன் பலமுறை வாதப்பிரதிவாதங்கள் நடத்தியிருக்கிறேன்.

பொறுப்புகளைப் பகிர்ந்துகொள்ளும்போது முதல் ஐந்து இடங்கள் வரைக்கும் யாராவது என் பெயரைப் பரிந்துரை செய்வார்கள் என்று நான் எதிர்பார்த்தேன். யாருமே அப்படிச் செய்யப்போவதில்லை என்பது உறுதியாகத் தெரிந்தது. இப்படி ஏதாவது முக்கியமானப் பொறுப்புக் கிடைத்தால் மட்டுமே பெண்காவலர்களின் துயரங்களைச் சேர்க்க வேண்டியவர்களிடம் கொண்டு போய்ச் சேர்க்க முடியும் என்று நான் நம்பினேன். எனக்காக நானே கேட்டுப் பெறுவதைத் தவிர வேறு எந்த வழியுமில்லை என்பதும் எனக்குத் தெரிந்தது.

தேர்தல் நடந்து முடிந்து ஒரு வாரத்திற்குப் பிறகுதான் மாநில நிர்வாகக் குழு உறுப்பினர்களுக்கானத் தேர்வு நடைபெற்றது. ஒவ்வொரு மாவட்டத்திலிருந்தும் ஒருவர் செயற்குழுவிலிருந்து இதற்காகத் தேர்ந்தெடுக்கப்படுவார்கள். விஷயங்களை அந்தந்த இடங்களுக்குக் கொண்டு சேர்க்க இந்த எண்ணிக்கையே போதுமானதாக இருந்தது. இந்தப் பொறுப்பை எனக்குத் தர வேண்டுமென்று நானே கேட்டுக் கொண்டேன். நான் ஏதோ மடத்தனமாக உளறி விட்டதைப்போல், எனக்குப் பல வருடங்களுக்குப் பிறகு லோக்கல் பிரிவில் காவலராகச் சேர்ந்த ஒருவர் கேட்டார்: “உங்களுக்கு அதற்கான யோக்கியதை என்ன இருக்கிறது?” இதற்கு என்னிடம் பதில் இருக்கவில்லை. கேட்டவரின் ஒரே யோக்கியதை அவரது பெயரைச் சொல்லவும் ஏந்திப்பிடிக்கவும் ஆண் காவலர்கள் இருக்கிறார்கள் என்பது மட்டும்தான். அப்படியாக நான் மாவட்டக் குழுவிலேயே பிணைத்துப் போடப்பட்டேன். மாநிலக் குழுவில் திருவனந்தபுரத்திலிருந்து மது சார் உட்பட்ட ஒரு பிரிவினர்

எனக்காகப் பேசினார்கள். இது மிகச் சிறிய பிரிவு என்பதால் இந்த இடத்திலும் நான் வெறும் பதவி ஆசை பிடித்தவளாக முத்திரை குத்தப்பட்டேன். வயநாட்டிலிருந்து ஒருவர் கூட எனக்கு ஆதரவாக இல்லை.

செயற்குழுவிலிருந்தபடியே முடிந்தவரைக்கும் எதையாவது செய்யலாமென்று கருதிய நான் ஒரு தடவை ஆயுதப்படை முகாமில் ரிசர்வ் இன்ஸ்பெக்டர் ராதாகிருஷ்ணன் சாரைப் பார்த்து 1951 முதல் 2000வரை வந்திருந்த இலாகாபூர்வமான சுற்றறிக்கைகளைப் பரிசோதனை செய்து அதில் பெண் காவலர்களுக்கானவற்றை வாசித்துப் பார்த்தேன். பெண்களுக்கான வாய்ப்புகளை மறுக்கும் விதமாக வந்திருந்த இரண்டு சுற்றறிக்கைகளைத் தவிர வேறெதுவும் அதில் இல்லை. 1951 முதல் துவங்கிய பெண் காவலர்களின் வரலாற்றைப் பற்றி நாங்கள் விவாதித்தோம். 1951 இல் திரு கொச்சி அரசுதான் முதலில் பெண்காவலர்களை நியமிப்பதற்கானத் தீர்மானத்தை முன்வைத்தது. இதற்குப் பிந்தைய கால வளர்ச்சி மிகவும் மந்தகதியிலிருந்தது. நான் இந்த விவரங்களையும் இதற்கான வழிமுறைகளையும் எழுதியெடுத்துவிட்டு இதை செயற் குழுவில் விவாதத்திற்கு வைத்தேன். ஆனால், நான் சிரமப்பட்டு சேகரித்த இந்தக் குறிப்புகளை என்னவென்று வாசித்துப் பார்ப்பதற்கும் கூட தலைவர்களாகப் பிறந்தவர்கள் தயாராக இல்லை. அவர்கள் அந்தக் குறிப்புகளை சிரித்தபடியே நீக்கி வைத்தார்கள். 'ஆட்டுபவர்களின் கையில் நெசவு வேலை'யைக் கொடுப்பதில் என்ன பயனிருக்கிறது? நான் அந்தக் காகிதங்களை அங்கிருந்து எடுத்தேன்.

இந்த விவரங்கள் தொடர்பாக நானும் டி.ஐ.ஜி. சந்தியா மேடமும் திருவனந்தபுரத்தில் வைத்துப் பலமுறை பேசியிருக்கிறோம். இங்கிலாந்திலிருந்து ஒரு பெண்மணி எனக்கனுப்பி வைத்த 'Sex Discrimination Act in America' என்ற புத்தகத்தை மேடம் என்னிடமிருந்து படிப்பதற்காக வாங்கினார்கள். இதையெல்லாம் அடிப்படையாகக் கொண்டு 2001 ஜனவரி மாதம் திருவனந்தபுரத்தில் சந்தியா மேடத்தின் தலைமையில் ஒரு செமினார் நடத்தினோம். அதன் பலனாக நான் முன் வைத்த பல விஷயங்கள் நடைமுறைப்படுத்தப் பட்டன.

காவலர் சங்கத்தின் வரலாற்றில் குறிப்பிடத்தகுந்த சாதனையாக எப்போதுமே உரிமை கொண்டாடப்பட வேண்டிய ஒரு

வாய்ப்பை தலைவர்கள் தங்களது அறியாமையால் இழந்து போய்விட்டார்கள். ஆண்களாகிய நாங்கள் செய்வதும் சொல்வதும்தான் சங்கத்தின் செயல்பாடுகள் எனும் ஆண் காவலர்களின் அதிகார மனோபாவத்தை நான் பல தடவை நேரடியாக அனுபவித்திருக்கிறேன்.

சங்கத்தின் மாநிலத் தலைவரான பாலகிருஷ்ணன் புதியேடத்து, என்னிடம் கொண்டிருந்த மிகுந்தப் பரிவின் காரணமாக 'காவல்' எனும் காலாண்டு மாதப்பத்திரிகையின் ஆசிரியர் குழுவில் என்னையும் இணைத்துக் கொண்டார்.

அதுவரையிலும் 'பெண்கள்' எனப்படுபவர்களை ஒரு பொருட்டாகவே எடுத்துக்கொள்ளாத அந்த இதழில் பெண் நிலைவாதம் குறித்தும் பெண் காவலர்கள் குறித்துமெல்லாம் கட்டுரைகளைக் கேட்டு வாங்குவதற்கு இந்த இடத்தை நான் உபயோகித்து வந்தேன்.

13. தலைநகரில் சிலகாலம்

மகனுக்கு ஒரு வயது பூர்த்தியான மறுநாள் நான் திருவனந்தபுரத்திற்குப் புறப்பட்டேன். அங்கே ஒரு ஹாஸ்டலில் தங்குவதற்கான ஏற்பாட்டையும் செய்து கொண்டேன். பெரிய பிரச்சனைகள் எதுவுமில்லாமல் ஒரு மாதம் அங்கே பணியாற்றினேன். இடமாறுதல் பெற்று வந்து பாலகிருஷ்ணன் சாரும் விசுவாம்பரன் சாரும் மகளிர் காவல்நிலையக் கட்டடத்திலுள்ள கன்டோன்மென்ட் காவல்நிலையத்திலும், காவல்துறைக் கட்டுப்பாட்டுப் பிரிவிலுமிருந்தார்கள். அவர்களின் அறிவுரைக்கிணங்க ஒரு மாதம் கழிந்ததும் நான், டி.ஜி.பி.யைப் போய்ப் பார்த்து திரும்பவும் வயநாட்டிற்கு இடமாறுதல் கேட்டு விண்ணப்பித்தேன். அன்றே என்னை வயநாட்டிற்கு இடமாற்றம் செய்து டி.ஜி.பி. உத்தரவு பிறப்பித்தார்.

மறுநாள் மிகுந்த மகிழ்ச்சியுடன் ஹாஸ்டலிலும் காவல்நிலையத்திலும் விடைபெற்று விட்டு பெட்டிப் படுக்கையுடன் வயநாட்டிற்குப் புறப்பட்டேன். எதிர்பாராமல் நான் திரும்பி வந்ததை வீட்டிலுள்ளவர்களால் நம்பமுடியவில்லை. என் மகள் மகிழ்ச்சியால் துள்ளிக் குதித்தாள். மகனை ஆவேசத்துடன் அள்ளியணைத்தேன். இனி வயநாட்டில்தான் வேலை என்றறிந்ததில் அப்பாவுக்கும் அம்மாவுக்கும் ரொம்பவும் மகிழ்ச்சி. தாஸேட்டன் டவுனுக்குப்போய் கறியெடுத்துக்கொண்டு வந்தார். அன்று மதியம் ஆனந்தமாக அனைவரும் சேர்ந்து ஒன்றாக உட்கார்ந்து சாப்பிட்டோம். இந்த மகிழ்ச்சி மூன்று நாட்கள்தான் நீடித்தது.

மூன்றாவது நாள் நான் வயநாடு மாவட்டக் கண்காணிப்பாளரைப் போய்ப் பார்த்தேன். அவர் என்னை பத்தேரி ஆய்வாளர் அலுவலகத்திற்கு பாஸ்போர்ட் செய்தார். நான் அன்றே அந்த அலுவலகத்தில் பணியில் சேர்ந்தேன். இரண்டு நாட்கள் கழிந்தபோது மீனங்காடி காவல்நிலையத்திற்கு ஒரு வேலையாகப் போயிருந்தேன். வேலை முடிந்து

அலுவலகத்திற்குத் திரும்பியதும் ஆய்வாளர் அவரது அறைக்கு என்னைக் கூப்பிட்டுச் சொன்னார்: நீ முடிந்தவரை இன்றே திருவனந்தபுரத்திற்குப் போக வேண்டுமென்று சொல்லி தட்டச்சு செய்யப்பட்ட ஒரு பாஸ்போர்ட்டை நீட்டினார். எனக்கு மயக்கம் வருவது போலிருந்தது.

அம்பலவயல் காவல்நிலையத்தில் பணியிலிருந்த தாஸேட்டனை தொலைபேசி மூலம் வரவழைத்தேன். இரண்டு பேருமாக வீட்டிற்குச் சென்றோம். ஒரு சிறு தோள் பையில் ஒரு ஜோடி சாதாரண உடையையும் ஒரு ஜோடி சீருடையும் மட்டும் எடுத்துக் கொண்டேன். நான் கொடுத்த ஏதாவதொரு புகாரைக் குறித்து விசாரணை செய்வதற்காகவும் இருக்கலாம் என்றும் மனதிற்குள் ஆறுதல்பட்டுக்கொண்டேன். என்மீது தொடர்ந்து மேற்கொள்ளப்படும் ஒழுங்கு நடவடிக்கைகள் சில உயரதிகாரிகள் மனப்பூர்வமாக உருவாக்கியெடுப்பது என்பதான சில உண்மைகளை வெளிப்படுத்தும் ஒரு புகாரை முன்பு நான் டி.ஜி.பியிடம் கொடுத்திருந்தேன். சாயுங்கால ரயிலில் நான் கோழிக்கோட்டிலிருந்து திருவனந்தபுரத்திற்குப் புறப்பட்டேன்.

மறுநாள் அதிகாலையில் திருவனந்தபுரத்திற்கு வந்து சேர்ந்தேன். ரயில் நிலையத்தில் வைத்தே குளித்து முடித்து மாற்றுடைகளை அணிந்துவிட்டு ஒன்பது மணிக்கெல்லாம் டி.ஜி.பி. அலுவலகத்திற்குப் போய்ச் சேர்ந்தேன். பாஸ்போர்ட்டை டியூட்டி அதிகாரியிடம் கொடுத்தேன். அட்மினிஸ்ட்ரேஷன் டி.ஐ.ஜியிடம் அறிக்கையைத் தாக்கல் செய்ய வேண்டுமென்றுதான் பாஸ்போர்ட்டில் குறிப்பிடப்பட்டிருந்தது. காலையில் பத்தரைமணிக்கு முன் பாஸ்போர்ட்டை டி.ஐ.ஜியிடம் கொடுத்திருந்தாலும் சாயுங்காலம், ஐந்தரை மணிக்குதான் உள்ளே அழைக்கப்பட்டேன். அதுவரை காவல்துறைத் தலைமை அலுவலகத்தின் முன்புறமிருக்கும் செயர்களிலொன்றில் அப்படியே தளர்ந்து போய் அமர்ந்திருந்தேன்.

டி.ஐ.ஜியின் முன்போய் நின்றபோது அவர் மிக மரியாதையுடன் உட்காரச் சொன்னார். உட்கார்ந்தேன். என்னிடம் மிகுந்தப் பரிவுடன் சுகசேம விசாரணைகள் நடத்தினார். ஆர்வமில்லையென்றாலும் கேட்டுக்கொண்டிருந்ததுடன் தகுந்த பதில்களைச் சொல்லிக்கொள்ளவும் செய்தேன். அதில் சங்கத்துடன் தொடர்புள்ள இரண்டு விஷயங்களைச் சுட்டிக்காட்டினார். அதிலிருந்து என்னைச் சிக்கலில் மாட்ட வைத்திருப்பவர்கள் எனது சங்கத்தைச் சார்ந்தவர்கள்தான்

என்பதையும் புரிந்து கொண்டேன். "ஏன் வினயா, டிரான்ஸ்ஃபர் ஆகும்போது அசோசியேஷன் தலைவர்களுக்குத் தெரிவிக்க வேண்டாமா? சரி, சாமி அருளினாலும் ஆசாமி அருளவில்லை, என்ன செய்ய முடியும்?" என்று சொல்லி விட்டு பாஸ்போர்டில் குறிப்பெழுதி என்னிடம் தந்தார். கோபத்தையும் வேதனையையும் மனதில் அடக்கிக்கொண்டு எனக்கு தெய்வ அருள் மட்டும் போதும் என்று சொல்லிச் சிரித்தபடி அதை வாங்கினேன். சுகசேம விசாரணைகளின்போது சங்க உறுப்பினர்களுக்கு என்மீது கோபமெதுவும் கிடையாது என்று வலியுறுத்திச் சொல்லவும் அவர் முயற்சி செய்தார். "அசோசியேஷன்காரர்களுக்கு உங்கள் மீது பெரிய கோபமெல்லாம் கிடையாது, அப்படி இருந்திருந்தால் நீங்கள் டெஸ்டில் பாஸாகியிருக்க முடியுமா?" என்று கேட்டார். நான் நல்ல விதமாக பரேடு செய்ததால்தான் டெஸ்டில் பாஸானேன் என்று பதில் சொன்னேன்.

டெஸ்டைப் பற்றிய டி.ஐ.ஜியின் விமர்சனம் மிகச் சரியானதும்கூட. சங்கத்தின் விருப்பங்களுக்கேற்ப வெற்றிபெறச் செய்வது; ஒத்திசைவு கொண்டவர்களின் பதவி உயர்வுக்காக, சங்க உறுப்பினர்களல்லாத, பணிமூப்பு உள்ளவர்களைத் தோற்கடிப்பது போன்ற ஈனச் செயல்பாடுகளையும் சங்கம் செய்துகொண்டிருந்தது. காவலர்களுக்காக செயல்படுகிற அமைப்பு என்று பெருமை பேசிக்கொள்ளும் சங்கத் தலைவர்கள் இப்படியாக பலபேர்களது எதிர்காலத்தைப் பாழாக்கியிருந்தார்கள். இனிப்பெல்லாம் வினியோகித்து விடைபெற்றுவிட்டுப் புறப்பட்ட இடத்திற்கே திரும்பவும் வந்து சேர்ந்ததை நான் மிகுந்த அவமானமாக உணர்ந்தேன். சங்கத்தலைவர்கள், எந்த விதமான சட்டப் பின்னணியுமில்லாமல், அதிகாரம் தந்த வெறுமொரு அகங்காரத்துடன் என்னை இடமாறுதல் செய்தது என் வாழ்க்கையின் மிகப்பெரிய மைல்கல்லாக அமைந்தது. இங்கே கிடைத்த ஒவ்வொரு அனுபவமும் எனக்குப் பல வகைகளில் மனத்திடத்தை ஊட்டியது.

ஏற்கனவே தங்கியிருந்த ஹாஸ்டலில் கட்டில் காலியாக இல்லை என்பதால் அங்கே தங்க முடியவில்லை. இரண்டு மாதம் வரை காவல் நிலையத்திலேயே சமாளித்துக்கொள்ள வேண்டியதாயிற்று. மற்றவர்களின் பெட்டியின்மீது, ஏராளமான சுண்டெலிகளுடன் சேர்ந்துப் படுத்துத் தூங்குவேன். காலையில்

மற்றவர்கள் வருவதற்குள் குளித்து முடித்து, மாற்றுடைகள் அணிந்து, யாருக்கும் தொந்தரவுத் தராதவாறு உடுப்புகளைத் துவைத்து கொடியில் போட்டு உலர்த்தியெடுப்பேன். இஸ்திரி போடுவதற்கான வசதியில்லையென்பதால் உடுப்புக்களை மடித்து தலையணையாக வைத்திருந்து இந்தக் குறைபாட்டையும் சமாளித்து வந்தேன்.

திருவனந்தபுரத்தில் மகளிர் காவல்நிலையம் செயல்பட்டு வந்தது, கன்டோன்மென்ட் காவல்நிலையத்தின் ஒரு சிறு அறையில்தான். இந்த அறையைத் திரையிட்டு இரண்டாக மறைத்திருந்தார்கள். ஒரு பகுதி பணி புரிவர்களது இருப்பிடமாகவும் மறு பகுதி உடைமாற்றும் அறையாகவும் சமையலறையாகவும் பயன்படுத்தப்பட்டு வந்தது. முன்பகுதியில் ஒரு கட்டிலும் இரண்டுச் செயர்களும் பின்பகுதியில் எல்லோருடைய பெட்டிகளும் நிறைந்திருந்தன. பதினைந்து பெண் காவலர்கள் இந்த சிறு அறைக்குள் சமாளித்து வாழ்ந்து கொண்டிருந்தார்கள். செயர்கள், எழுத்தருக்கும் அடிஷனல் எஸ். ஐக்கும் பயன்படுத்துவதற்குரியவை,

வெளியே பணிக்குச் சென்றால், கிடைக்கும் நேரத்தில் காவல்நிலையத்தில் ரிப்போர்ட் செய்யவேண்டும்; சாயுங்காலம்வரைக்கும் இந்த அறைக்குள்ளேயே இருக்க வேண்டும். இதுவெல்லாம்தான் இங்குள்ள விதிமுறைகள். சாயுங்காலம் வரை இவர்களுக்குள் ஒரு சில விஷயங்களைப் பற்றிய விவாதங்கள்தான் நடக்கும். கூட்டுக்கறி வைப்பது குறித்தும் மீன் வறுப்பது குறித்தும் சேலையின் மாடல்குறித்தும் பிள்ளைகளைக் குறித்தும் கணவனுக்குக் கீழ்ப்படிந்து வாழும் பெருமையைக் குறித்தும்தான் தீவிரமாக சர்ச்சை செய்வார்கள். இந்த விவாதங்களில் பங்கு பெற்ற சில நாட்களுக்குள் எனக்கு அலுப்புத் தட்டி விட்டது.

ஏதாவது புத்தகத்தை எடுத்து வெளியே கொண்டுபோய் வாசிப்பதை வழக்கமாக்கிக் கொண்டேன். பிறகு, இப்படி முன்பக்கம் போய் அமர்ந்திருப்பது மிகப் பெரிய குற்றம் என்பதான விவாதங்கள் துவங்கின. நான் அதைக் கண்டு கொள்ளாததுபோல் நடித்தேன். இதில் எனக்கு ஒரு சிறு மகிழச்சி என்னவென்றால் அவர்களது விவாதத்திற்கு ஒரு புது விஷயமாவது கிடைத்ததே என்பதுதான்.

வேலை முடிந்து அனைவரும் போனபிறகு நான் சாதாரண உடையில் வெளியே இறங்கி நடப்பேன். நான் இப்படி வெளியே இறங்கி நடப்பது அவர்களுக்குப் பலவிதமான மனச்சங்கடங்களை உருவாக்கின. இரவு எட்டு மணிக்குதான் நான் திரும்பி வருவேன். அங்கே இரண்டு பாரா காவலர்களும் ஜி. டி. பொறுப்பிலிருப்பவரும் தினமுமிருப்பார்கள்.

திருவனந்தபுரத்தில் வஞ்சியூரிலுள்ள பெண்கள் வாசிப்புச்சாலையான 'சகி'க்கு அடிக்கடி நான் செல்வதுண்டு. இங்கே பெண்களின் பிரச்சனைகளைக் குறித்து நடக்கும் விவாதங்களிலும் அவர்கள் நடத்தும் வகுப்புகளிலும் நானும் கலந்து கொள்வேன். நீங்கள் பேசுகிற விஷயங்களைப் பற்றி விரிவாக, ஒரு கட்டுரையாக எழுத முடியுமா என்று அதில் ஒரு உறுப்பினர் கேட்டார். நானும் ஒப்புக் கொண்டேன். அதுவரை எதுவும் எழுதாமலிருந்த நான் ஒரு வாரத்திற்குள் அவர்கள் கேட்டதுபோல் ஒரு மூன்று பக்கக்கட்டுரை எழுதிக் கொடுத்தேன். அடுத்தமாதம் வெளிவந்த 'சகி' பத்திரிகையில் 'ஒடுக்குமுறைகள் பலவிதம்' எனும் தலைப்பில் அது பிரசுரமானது. 'சகி' வெளிவந்த அன்று வழக்கம்போல் நான் வஞ்சியூர் பக்கமாக நடந்துகொண்டிருந்தேன். 'சகி'க்குள் வெளிச்சம் தெரிந்ததால் நான் உள்ளே போனேன். அப்போது மணி ஏழு இருக்கும். 'சகி'யில் வேலை பார்க்கும் சந்தியாவும் மற்றொரு பெண்ணும் அமர்ந்து ஏதோ அச்சுப்பிழையைத் திருத்திக் கொண்டிருந்தார்கள், கிட்டத்தட்ட ஆயிரம் பிரதிகளைத் திருத்தவேண்டியதிருந்தது. நானும் அவர்களுடன் சேர்ந்துகொண்டேன். எட்டுமணிக்கெல்லாம் வேலை முடிந்தது. அவர்களுடன் போய் ஓட்டலில் சாப்பிட்டு விட்டு ஒன்பதுமணிக்கு காவல்நிலையத்திற்குச் சென்றேன். வழக்கமாக பத்துமணிக்குப் பிறகு மூடப்படும் மகளிர் காவல் நிலையத்தின் கதவுகள் அன்று ஒன்பது மணிக்கே மூடப்பட்டிருந்தது. கதவையடைத்து உள்ளே தாழ்ப் போட்டிருக்கிறார்கள். நான் கதவைத் தட்டினேன். ஜி.டி. பொறுப்பிலிருந்த தலைமைக்காவலர் எதையோ சொல்லித் திட்டியபடி வந்து கதவைத் திறந்து விட்டு மிகுந்தக் கோபத்துடன் என்னைப் பார்த்துச் சீறினார்: "உன்னோட இந்த அழிச்சாட்டியமெல்லாத்தையும் வயநாட்டுலெ வெச்சுக்கோ, கண்ட கண்ட எடங்கள்லே போய் சுத்திட்டு வந்திருக்கறதப் பாரேன்" என்றெல்லாம் சொல்லியபடி வாசலிலேயே

நின்றிருந்தார். "எனக்கு உடுப்பு மாற்றணும்" என்று சொல்லி விட்டு நான் உள்ளே நுழைந்தேன். சேலையில் பின்னை உருவத் துவங்கும் போது அவர் மீண்டும் அலறினார், "போ... போ... வெளியே போயிரு... என்னோட ஜி.டியிலே நான் இதை அனுமதிக்க முடியாது." வெளியே போகச்சொல்லி விரலைத் தூண்டிக்காட்டி உத்தரவிட்டார்.

நான் வெளியே வந்தேன். வருகையாளர்கள் அமர்ந்திருப்பதற்கு வரிசையாக போடப்பட்டிருந்த ஒரு செயரில் உட்கார்ந்தேன். வழக்கமாக நான் இதில் அமர்ந்துதான் வாசிப்பேன். அன்று கன்டோன்மென்ட் நிலையத்தில் ஜி.டி. பொறுப்பிலிருந்தவர் ரஷீது எனும் ஒரு தலைமைக்காவலர். எனது அப்போதைய நிலையில் அவருக்குப் பரிதாபம் தோன்றி, கன்டோன்மென்ட் நிலையத்திற்குள் எங்கு வேண்டுமானாலும் படுத்துக் கொள் என்று சொன்னார். நான் கொஞ்ச நேரம் வெளியிலேயே நின்றிருந்தேன். கிட்டத்தட்ட மணி பனிரெண்டு இருக்கும் போது பாரா பணியிலிருந்த பெண்காவலர் வெளியே வந்து என்னைக் கூப்பிட்டார். நான் போகவில்லை. அன்று மகளிர் உதவி ஆய்வாளரின் அறையில் படுத்துத் தூங்கினேன்.

மறுநாள் காலையில் ஏழுமணிக்குப் பிறகுதான் மகளிர் காவல் நிலையத்தின் கதவு திறந்தது. பிறகு அவர்களது எல்லா வேலைகளும் முடிந்த பிறகுதான் எனக்கு என்னுடைய அத்தியாவசியத் தேவைகளைக்கூட நிறைவேற்ற முடிந்தது. அவர், இந்தச் சம்பவத்தை மிகப் பெரிய பிரச்சனையாக உதவி ஆய்வாளரிடமும் சித்திரிப்பதற்கு முயற்சி செய்தார்.

அன்று காலையில் ஒன்பது மணியிருக்கும். என்னை ஆய்வாளர் கூப்பிட ஆளனுப்பினார். போய், நானும் சில விஷயங்களைச் சொன்னேன். என் கையிலிருந்த 'சகி' இதழை ஆய்வாளர் வாங்கிப் பார்த்தார். பார்த்துக் கொண்டிருக்கும்போதே கேட்டார்: "அந்த நேரம் நீங்க டியூட்டிலேயா இருந்தீங்க?" நான் இல்லையென்று சொன்னதும் "பிறகென்ன?" என்று தலைமைக் காவலரிடம் ஆச்சரியமாகக் கேட்டார். தலைமைக் காவலரால் பதில் பேசவே முடியவில்லை. நான் எழுதிய கட்டுரையின் புள்ளி விவரங்களைப் படித்துப் பார்த்த ஆய்வாளருக்கு ஆச்சரியமாக இருந்தது. ஆய்வாளர் எங்கள் இரண்டு பேரையும் அழைத்துக் கொண்டு உதவி ஆணையரிடம் சென்றார். என் எதிரில் வைத்தே அவரிடம் நான் எழுதிய கட்டுரையை வாசிக்கக் கொடுத்தார். நாங்கள் அந்த இடத்தில் நிற்கும்போதே

உதவி ஆணையர் அதை வாசித்து முடித்து விட்டு மிகுந்த மகிழ்ச்சியுடன் என்னைப் பாராட்டினார். என்மீது குற்றம் சுமத்திய தலைமைக் காவலரிடம் எதையும் கேட்கவுமில்லை. "அது டியூட்டி நேரமொண்ணுமில்லியே?" என்று மட்டும் என்னிடம் கேட்டுவிட்டு "நிறைய எழுதணும்" என்று சொல்லி வாழ்த்தினார். எனக்குத் தண்டனை வாங்கித் தர வந்த தலைமைக்காவலர் எதுவுமே பேசாமல் திரும்பினார்.

இந்த சம்பவத்திற்குப் பிறகு நான் தங்கியிருக்கும் இடத்தை காவல் நிலையத்திலிருந்து மாற்றி விடுவதற்கு அவர்கள் கடுமையான முயற்சிகளை மேற்கொண்டார்கள். இந்த முயற்சியில் என்னைப் பாராட்டிய அந்த ஆய்வாளரின் பங்கும் உதவிக் கமிஷனரின் பங்குமிருந்தது. சம்பளம் கிடைக்காததாலும் இரண்டாவது இடமாறுதல் கிடைத்ததாலும் நான் அப்போது மிகுந்த பணச் சிக்கலிலிருந்தேன். சாப்பிடுவதற்குக்கூட பணமில்லாததால் காவல்நிலைய கான்டீனில் கடன் வைக்கத் துவங்கியிருந்தேன். இரண்டு மாதமாகியும் சம்பளம் கிடைக்காததால் நான் புகார் அனுப்பிக் கொண்டிருந்தேன்.

புகார்களின் மீது எந்த விதமான நடவடிக்கைகளும் எடுக்கப்படவில்லை என்றதும் பணியில் ஈடுபட்டபடியே மூன்று நாட்கள் நீராகார விரதத்தை மேற்கொண்டேன். மூன்றாவது நாளன்று இரவில் நான் மிகவும் தளர்ந்துபோய் தூக்கத்தில் ஏதேதோ புலம்பியிருக்கிறேன். அன்று காவல் நிலையப் பொறுப்பிலிருந்தவர் சந்திரமதி சார். அவர் என்னைத் தட்டியெழுப்பி "ஏன் இப்பிடி பட்டினி கிடக்குறே?" என்று கேட்டார்.

மறுநாள் காலையில் வழக்கம்போல் குளித்து முடித்து வெளியே வந்தபோது என்னுடன் சேர்ந்து இடமாறுதல் பெற்று வந்த விசுவாம்பரன் சார் என்னை அழைத்து காவல்துறையில் உண்ணாவிரதமிருப்பது பெரிய குற்றமென்றும் இது மேலும் ஒரு ஒழுங்கு நடவடிக்கையெடுக்கப்படுவதற்கான காரணமாக மட்டுமே அமையும் என்றும் சொன்னார். இன்றே டி.ஐ.ஜியைப் போய்ப் பார்க்கும்படியும் அறிவுரை சொன்னார். பிறகு, மகளிர் உதவி ஆய்வாளர் என்னை ஓட்டலுக்கு அழைத்துச் சென்றார். அப்படியாக எனது உண்ணாவிரதம் எந்தப் பயனுமில்லாமல் முடிவுக்கு வந்தது.

நான் போய் டி.ஐ.ஜியைப் பார்த்தேன். அவர் எனக்கு சம்பளம் எழுதுவதற்கான ஏற்பாடுகளைச் செய்தார். நான்கு நாட்களுக்குள் சம்பளம் கிடைக்கவில்லையென்றால் தனது கணக்கிலிருந்து பணம் தருவதாகவும் அவர் உறுதியளித்தார். மூன்றாவது நாள் எந்த நிபந்தனைகளுமில்லாமல் மூவாயிரம் ரூபாய் தந்தார். முடங்கிப்போன இந்த 1999 மார்ச், ஏப்ரல் மாதச் சம்பளத் தொகை எனக்கு இன்றைய தேதிவரைக்கும் வந்து சேரவில்லை. உதவி ஆய்வாளர் முதல் டி.ஜி.பிவரை இதுவரைக்கும் பல மனுக்கள் அனுப்பிப் பார்த்து விட்டேன்.

ஒரு நைட்டி பிரச்சனை

எனது நண்பனான உதயன், கன்டோன்மென்ட் காவல்நிலையத்தில் பாராவாக இருந்த ஒரு நாள் அவனது ஓய்வு நேரத்தில் (இரவு மணி பத்து முதல் பனிரெண்டுவரை) நாங்கள் மகளிர் காவல்நிலையத்தின் வெளிக் கூடத்திலமர்ந்து பேசிக்கொண்டிருந்தோம். இதை அப்போது பணியிலிருந்த பலர் பார்த்தார்கள். அன்றிரவு பனிரெண்டு மணிக்கு தான் நான் தூங்கச் சென்றேன்.

மறுநாள் காலையில் பத்துமணிக்கு என்னை உதவி ஆய்வாளர் அழைத்து நேற்றிரவு நைட்டியணிந்து வெளியே சென்றிருந்தாயா என்று கேட்டார். முதல் நாளிரவு, காவல் நிலையத்தின் எதிரிலுள்ள ஆட்கள் கூட்டமில்லாத நடைபாதைக் கடைக்கு நான் நைட்டியணிந்துதான் சாப்பிடப் போயிருந்தேன். சாப்பிட்டுவிட்டுத் திரும்பி வந்தபோது கண்டோன்மென்ட் நிலையத்தின் உதவி ஆய்வாளர் லுங்கியை மடித்துக் கட்டிய நிலையில் ஒரு காவலருடன் பேசிக் கொண்டிருந்தார். என்னைக் கண்டதும் “இந்த டிரெசிலா வெளியே போயிருந்தே?” என்று கேட்டார். “நீங்க இந்த டிரெஸ்லதானே இங்க நிக்கிறீங்க?” என்று நானும் திருப்பிக் கேட்டுவிட்டு உள்ளே போய்விட்டேன்.

உதவி ஆய்வாளரின் விசாரணை நான் கடைக்கு நேற்றிரவு சாப்பிடப் போன இந்த விஷயத்தைப்பற்றியதாக இருக்கும் என்றுதான் நான் முதலில் நினைத்தேன். ஆமாம் என்றோ இல்லையென்றோ பதில் சொல்லாமல் “அதனால என்ன சார்? நைட்டிங்குறது பர்தாவுக்கு சமமான ஒரு டிரெஸ் தானே?” என்று திருப்பிக் கேட்டேன். “இல்லை.... நீ நேத்து வெளியே போயி ஏதோ போலீஸ்காரங்கிட்டே பேசிட்டிருந்ததாகவும் உன் டிரெசைப் பாத்த மற்ற போலீஸ்காரங்க சுத்தி நின்னு உன்னயே

ஆசையாக் கவனிச்சதாகவும் எல்லாம் இங்கே பேசிக்கிடுறாங்க. எதுக்கு வினயா மற்றவங்க இந்த மாதிரியெல்லாம் பேசும்படியா நடந்துக்குறே, இனி நைட்டியோடெல்லாம் வெளியே போகாதே என்ன?" உதவி ஆய்வாளர் உபதேசம்போல் சொல்லி முடித்தார். "மாட்டேன் சார், இனி ஒருபோதுமே நான் நைட்டி போட்டுட்டு வெளியே போகமாட்டேன்" என்று உதவி ஆய்வாளருக்கு வாக்குக் கொடுத்தேன்.

அன்றிரவு நான் சேலையணிந்து கன்டோன்மென்ட் நிலைய உதவி ஆய்வாளரை எதிர்பார்த்து நின்றிருந்தேன். அவர், எட்டரை மணிக்கு வந்தார். அவசர வேலைகளை எல்லாம் முடித்துவிட்டு அவர் ஓய்வெடுக்கும்போது நான் அவரிடம் போய்ச் சொன்னேன். "ஒரு விஷயம் பேசவேண்டியதிருக்கு சார். நான் நேற்றைக்கு நைட்டி உடுத்துக்கிட்டு ஸ்டேஷனுக்கு வந்தப்போ உங்க போலீஸ்காரங்களுக்கு எப்படியெல்லாமோ இருந்ததா அறிஞ்சேன். அவங்களுக்கு இனிமேல் அப்படியான எந்த விகாரங்களும் ஏற்படாம இருக்கறதுக்காக இனிமேல் நீ நைட்டி போட்டுட்டு வெளியே போகக்கூடாதுனு எங்க எஸ்.ஐ. சொல்லிட்டாங்க. அதனாலதான் நான் இப்போ சேலை உடுத்தியிருக்கேன். அதேபோல, நான் கலியாணம்லாம் செய்துட்டு புருஷனை ஊர்லே விட்டுட்டு இங்க வந்து தனியா வாழுறேன். இங்குள்ள ஆண்கள் இப்படிச் சட்டைபோடாம நடக்குறத பார்க்கிற எனக்கும் எப்படியெல்லாமோ இருக்கு. அதனாலெ, சார் அவங்கிட்டே சட்டைபோட்டுட்டு நடக்கச் சொல்லணும்." சார் கொஞ்சம் வெளிறித்தான் போனார். என்றாலும் உடனேயே நோட்டீஸ் வெளியிடும்படி அப்போது ஜி.டி. பொறுப்பிலிருந்தவரிடம் உத்தரவிட்டார்.

ஆண்காவலர்களுக்கு இது ஒரு பெரிய அடியாகிவிட்டது. அவர்களுக்கு உடை மாற்றுவதற்கான வசதிகள் எதுவும் காவல்நிலையத்தில் கிடையாது. எல்லோரும் பார்க்கும்படி மேஜையின் பின்பக்கம் நின்றுதான் அவர்கள் சீருடையை மாற்றுவார்கள். மட்டுமல்ல, பணிநேரம் முடிந்தபிறகு, ஓய்வு நேரங்களில், சாயுங்காலத்திற்குப்பிறகு சட்டையில்லாமல் இருப்பது சிலரது பழக்கமாகவுமிருந்தது. இந்த சம்பவத்திற்குப்பிறகு அனைவரும் எந்நேரமும் சட்டையணிந்து நடக்கத் துவங்கினார்கள். அதில் வழக்கமாக சட்டையணியாமலிருக்கும் ஒரு காவலர் என்னைக் குறைசொன்னவர்களைத் திட்டினார். "ஏன் இவங்க

ஒரு பெண்காவலரின் வாழ்க்கைக் கதை | 143

அம்மாமார்களெல்லாம் நைட்டி போடமாட்டாங்களாமா? அக்கா தங்கச்சிகளும் போடுறதில்லையா? அப்பவெல்லாம் இவங்களுக்கு ஏதாவது தோணவா செய்யிது? பெருசாச் சொல்ல வந்துட்டாங்க.” அவர் வேட்டியை மடித்துக் கட்டியிருந்தார். நான் சொன்னேன்: “சார், காலைப் பாத்தாக்கூட எனக்குக் கிளர்ச்சி ஏற்படுவதுண்டு.” உடனே தன்னையறியாமலேயே அவர் வேட்டியைத் தாழ்த்தி விட்டுக்கொண்டார். பரஸ்பரம் அவர்களுக்குள் ஏற்பட்ட ஒரு சமரசத்தின் அடிப்படையில் நோட்டீஸ் வைக்கவில்லையென்றாலும்கூட பிறகு யாருமே சட்டையணியாமல் நடப்பதில்லை.

சட்டசபைப் பணிக்கான நிபந்தனை

சட்டசபைப் பணிக்காகச் செல்லும் ஆண்காவலர்கள் சீருடையாக வெள்ளை நிறத்தில் பான்டும் சர்ட்டும் அணியவேண்டுமென்ற நிர்ப்பந்தமிருந்தது. ஆனால், அதே பணிக்குச் செல்லும் பெண்காவலர்கள் எந்த விதமான சீருடைகளும் அணியத் தேவையில்லை என்பதுவும் நல்ல சேலைகளை உடுத்தினாலே போதுமென்பதுவும் விதி. பெண்காவலர்கள் சேலை உடுத்தினால் போதுமென்று தீர்மானிக்க சட்டசபையின் விதி கர்த்தாக்களைத் தூண்டிய அந்த மனோபாவத்தின் காரணிகள் என்னவென்பதை நீண்ட யோசனை செய்த பிறகும் என்னால் கண்டுபிடிக்க முடியவில்லை.

சட்டசபைப் பணிக்கு முறைவைத்து அனுப்பி வைக்கப்படுவதுதான் வழக்கம். எனக்கான முறை வந்தபோது உதவி ஆய்வாளர் என்னை அழைத்துச் சொன்னார்: “நீங்க சேலை உடுத்தணும். அப்படின்னாதான் டியூட்டி தர முடியும். இந்நிபந்தனையில் எனக்கு உடன்பாடில்லை. ஆகவே அவர் என்னை அனுப்பவில்லை. அசெம்பிளி டியூட்டிக்கென தனியாக படி கிடைக்கும். நான் பான்டும் சர்ட்டும் அணிவேன் என்பதால் அவர்களுக்குப் பிடித்த யாருக்காவது இந்த சலுகையைத் தருவார்கள். நான் நிறைய கடிதப் போக்குவரத்துகள் செய்தபிறகுதான் பான்டும் சர்ட்டும் அணிந்து சட்டசபைப் பணிக்கு அனுப்புவதற்கான நிர்ப்பந்தம் அவர்களுக்கு ஏற்பட்டது. பான்டும் சர்ட்டும் அணிந்து ஒரேயொரு தடவைதான் என்னால் சட்டசபைப் பணிக்குச் செல்ல முடிந்தது. நான் திருவனந்தபுரத்திலிருக்கும்போது நடந்த சட்டசபைக் கூட்டத்தின் கடைசி நாள் மட்டும். உதவி ஆய்வாளர் சொன்ன பிறகும் நான் சேலை உடுத்தவில்லை என்ற

காரணத்திற்காக என்மீது ஒழுங்கு நடவடிக்கை எடுக்கப்பட்டு என்னுடைய மூன்று ஊதிய உயர்வுகளை நிறுத்திவைப்பதாகவும் தீர்ப்பு வந்தது.

முன்பக்கமாக அமர்ந்திருக்கக்கூடாது

கன்டோன்மென்ட் காவல்நிலையத்தின் ஒரு செயரிலமர்ந்து எதையோ வாசித்துக் கொண்டிருந்தேன். அந்தக் காவல்நிலையத்தின் ஜி.டி. பொறுப்பிலிருந்த ரஷீது எனும் தலைமைக்காவலர் என்னிடம் அந்த இடத்திலிருந்து எழுந்திருக்கும்படி சொன்னார். அப்போது மற்றச் செயர்களில் ஆண்காவலர்களும் அமர்ந்திருந்தார்கள். நான் காரணம் கேட்டேன். "ஒண்ணுமில்லெ, எழுந்திருங்க, அவ்வளவுதான்" என்று தயக்கமே இல்லாமல் சொன்னார்.

"காரணம் சொல்லாம என்னாலெ எழுந்திருக்க முடியாது" என்றேன்.

"காரணம், நீங்க பெண் என்கிறதுதான்."

"நான் ஒரு போலீஸ்காரியும் கூட" என்றேன்.

"நீங்க எழுந்திருக்கலேன்னா எனக்கு ரிப்போட் பண்ணவேண்டியதிருக்கும்."

"சார். இங்கே இருக்கிற ஐந்து போலீஸ்காரங்களையும் எழுந்திருக்கச் சொல்லாமெ என்னை மட்டும் எழுந்திருக்கச் செய்ய உங்களால முடியாது."

உடனே அவர் எழுந்து வந்து மற்ற செயர்களில் அமர்ந்திருந்த ஐந்து காவலர்களிடமும் எழுந்திருக்கும்படி சொன்னார். அவர்கள் அனைவரும் எழுந்தபிறகுதான் நானும் எழுந்தேன். அதன்பிறகு கன்டோன்மென்ட் நிலையத்தின் வரவேற்பு மேஜையின் கண்ணாடிச் சட்டத்தின் கீழ் தெளிவான ஒரு தகவல் பலகை இடம் பிடித்தது. 'வருகையாளர்களுக்கான இருக்கைகளில் வருகையாளர்கள் அல்லாத காவலர்கள் அமரக்கூடாது.' - இந்த அறிவிப்பின் மூலம் மகளிர் காவல்நிலையத்தைவிட்டு நான் வெளியே வருவதைத் தடுப்பதுதான் பலரது நோக்கம். நான் காவல் நிலையத்திலிருந்து இறங்கி வெளியே வராந்தாவில் நிற்பேன். வருகையாளர்களது இருக்கைகளில் காவலர்கள் யாராவது அமர்ந்தால் நானும் உடனே விதியை மீறுவேன். நான்

அமருவதற்காகச் சென்றாலே போதும், அவர்கள் சேர்ந்து எழுந்து விடுவார்கள்.

கன்டோன்மென்ட் நிலையத்தின் மனமகிழ்மன்றக் கூடத்தில் எழுதும் வசதியுடன் கூடிய ஒவ்வொருவரது பெயர்களையும் குறிப்பிட்டுப் பிரித்து டிராயர்களுடன் கூடிய அரைவட்டத்திலான ஒரு மேஜை இருந்தது. மகளிர் காவல்நிலையத்தின் எழுத்தருக்கும் இதிலொரு இடமுண்டு. இந்த இருக்கை பெரும்பாலும் காலியாகவே கிடக்கும். மகளிர் காவல்நிலைய எழுத்தர் ஒரு போதுமே இதில் அமரமாட்டார். ஆகவே, நான் வழக்கமாக, அதிலமர்ந்து வாசிப்பதும், ஏதாவது எழுதவேண்டுமென்றால் எழுதுவதும், நான் பாதுகாத்து வரும் செய்திப்பத்திரிகை ஆல்பத்தை அதிலமர்ந்து ஒட்டுவதும் வழக்கம். இதிலிருந்து எழுந்து போகும்படி யாரும் என்னை வற்புறுத்தவில்லை.

ஒரு நாளிரவு காவல்நிலையத்தில் பாராபணியில் நிற்கும்போது கன்டோன்மென்ட் ஆய்வாளர் கூப்பிடுவதாக ஒரு காவலர் வந்து சொன்னார். நான் உடனே ஜி.டி. பொறுப்பிலிருந்த தலைமைக்காவலரிடம் சொல்லி விட்டு ஆய்வாளரை சந்திக்கச் சென்றேன். அதே கட்டடத்தில்தான் ஆய்வாளர் அலுவலகமும் செயல்பட்டது.

என்னை உள்ளே அழைத்த ஆய்வாளர் ஒரு சிறு புன்சிரிப்புடன் பேச்சைத் துவங்கினார்.

“நீங்க இங்கே ஒரு போலீஸ்காரனோட ரொம்ப நெருக்கம்னு கேள்விப்பட்டேனே?”

“ஒரு போலீஸ்காரனோட மட்டும்னா? இல்லெ சார். தவறு. நான் இங்கே ஐந்து போலீஸ்காரங்ககூட நல்ல நெருக்கமா இருக்கறேன்.”

“ஆங்...? அது சரி! ஆனால் இனிமேல் அது கூடாது.”

“அது ஏன் சார்? அவங்கள்லாம் என்னோட நண்பர்கள். நண்பர்கள் கூட பேசாம இருக்க வேண்டியத் தேவை என்ன சார்?”

“நீங்க நேரங்கெட்ட நேரத்துலெ போலீஸ்காரங்ககூட பேசுறதா எனக்குப் புகார் வந்துருக்கு.”

“நேரங்கெட்ட நேரத்திலா? நான் ராத்திரி ஒன்பது மணிவரை மட்டும்தான் அவங்க கூட பேசுறது வழக்கம். அதுக்குப்பிறகு அவங்கல்லாம் போயிடுவாங்க, அப்புறம் நான் யார்கிட்ட போய் பேசுறது?”

எங்களுடைய பேச்சு தொடர்ந்துகொண்டிருந்தபோது கண்டோன்மென்ட் நிலையத்தின் உதவி ஆய்வாளர், ஆய்வாளரின் இந்த அறைக்குள் நுழைந்தார். நான் நிறுத்திய பேச்சை அவர் தொடர்வதுபோல் சொன்னார்:

“இல்ல சார், நான் நேற்றைக்குக்கூட பார்த்தேன். இவுங்க அந்த ஆள்கூட பேசுறதை...”

“அப்படியா? இனிமேல் நீங்க அதைப் பார்த்தா உடனே மெமோ எழுதித் தந்துருங்க சார்.”

என்னுடைய இந்தப் பதில் ஆய்வாளருக்கு எந்தவித கோபத்தையும் உருவாக்கியது போல் தெரியவில்லை.

“இனிமேல் இப்படி நடக்க வேண்டாம். நீங்க போகலாம்.”

“ஒரு வேளை தவறுதலா இப்படி நடந்துபோச்சுன்னா 47 இன் கீழ் வழக்குப் பதிவு செய்யலாம்.” (பொதுவாக, விபச்சாரம் செய்ததாக பிடித்தால் கே.பி. ஆக்ட் 47 இன் படிதான் பெட்டிக்கேஸ் பதிவு செய்யப்படும்.) நான் சிரித்தபடியே ஆய்வாளரின் அறையிலிருந்து வெளியே வந்தேன். உதவி ஆய்வாளரைப் பார்த்து இரண்டு கண்களையும் சிமிட்டிக் காட்டவும் மறக்கவில்லை.

முன்வாசலிலும் நிற்கக்கூடாது

அப்போதைய ஆய்வாளர் மாறுதலாகி புதிய ஆய்வாளர் வந்தார். இவரும் என்னை கண்காணிப்புக்கு படுத்தி விட்டார். வருகையாளர்களுக்கான இருக்கைகளில் அமரவும் முடியாத நிலை வந்தபோது முன்புறமிருந்த இரும்புக் கிராதியை ஒட்டி வெளியே பார்த்துக் கொண்டு நிற்பது காவலர்களின் வழக்கமாக மாறியிருந்தது. கன்டோன்மென்ட் காவல்நிலையத்தின் முன்புறம் எப்போதும் கலகலப்பாக இருக்கும். நேர் எதிரில் தலைமைச் செயலகமும் மெயின் ரோடுமிருந்தது.

கன்டோன்மென்ட் காவல்நிலையம், மகளிர் காவல்நிலையம், சரக அலுவலகம், கட்டுப்பாட்டு அறை, உதவி ஆணையர் அலுவலகம் போன்ற எல்லா அலுவலகங்களுக்குச் செல்வதற்கும்

ஓரேயொரு பாதை மட்டும் தானிருந்தது. எனவே எல்லா அதிகாரிகளும் இந்த வழியாகத்தான் தினமும் செல்வார்கள். முன்புறம் நின்று கொண்டிருப்பதால் பலரும் என்னைப் பார்க்க முடியும். மிகச் சீக்கிரமாகவே ஆய்வாளரின் ஆணைப்படி சில காவலர்கள் வந்து என்னிடம் முன்பக்கம் நிற்க வேண்டாமென்று சொன்னார்கள். நான் காரணம் கேட்டபோது, "பொதுவாக லேடீஸ் இப்படி வெளியே நிற்பதில்லை" என்பதுதான் அவர்களது பதிலாக இருந்தது.

அதிகாரிகள் யாரும் இப்படியெல்லாம் என்னிடம் உபதேசம் செய்வதில்லை. அவர்களுக்கு மனத் தொந்தரவை உருவாக்குவதற்காகவே நான் மற்ற ஆண்காவலர்களுடன் சேர்ந்து முன்புறம் நின்றுகொண்டிருப்பேன். இப்போது மகளிர் காவல்நிலையத்தில் பல காவலர்கள் இப்படி எந்த பயமுமில்லாமல் முன்புறம் நின்று பேசிக்கொண்டிருப்பதை நான் திருப்தியுடன் கவனித்திருக்கிறேன்.

14. அம்மாவின் தேவை

விடுமுறையில் ஒருநாள் வீட்டுக்கு வந்திருந்த நான் பைக்கில் பத்தேரிக்குப் புறப்படும்போது மகள் அம்மு என்னையே பார்த்துக்கொண்டு நின்றிருந்தாள். அவளையும் கூட்டிப் போகலாமென்று கூப்பிட்டேன். என்னுடன் வருவதற்கு ஆசைப்பட்டுதான் அவள் பார்த்துக்கொண்டு நிற்பதாக நான் நினைத்தேன். ஆனால் நான் தவறாக எதையோ கேட்டுவிட்டதுபோல் அவள் முகத்தைச் சுளித்தபடியே சொல்கிறாள்:

"அய்யய்யே... நான் வரமாட்டேன். பொம்பளைங்களா வண்டி ஓட்டு வாங்க. அம்மா வண்டி ஓட்டுறதைச் சொல்லி எங்க கிளாஸ்லே உள்ள பையன்க என்னைக் கேலி செய்யுறாங்க... நான் வரமாட்டேன்." அவள் வர மறுத்தே விட்டாள்.

புறக்கணிப்பின், ஆட்சேபனையின் மனவலியை நான் இப்போது உணர்வது என் செல்லமகளிடமுமிருந்துதான். அவளைப் பொறுத்தவரை அவளுடைய அம்மா தட்டுக் கெட்டுத்திரிபவள். நான் சேலையுடுத்தாததும், முடி வளர்த்தாததும், கம்மல் போடாததுமெல்லாம் அவளைத் தொந்தரவுபடுத்துகிறது. திருமணம் போன்ற விழாக்களுக்குப் புறப்படும்போது இன்னிக்கு சேலைக்கட்டுங்கம்மா என்று கெஞ்சுவாள். அவளுக்கு காது குத்தாமலிருப்பதிலும் முடிவளர்த்த அனுமதிக்காமலிருப்பதிலும் அவளுக்கு என்மீது கோபமுமிருக்கிறது.

மற்றொரு நாள் விடுமுறையின்போது வீட்டுக்கு வந்த என்னைக் கண்டதும் அவள் மகிழ்ச்சியால் துள்ளிக் குதித்தாள். நான் அவளை அணைத்தவாறே வீட்டுக்குள் வந்தேன். மகன் சாலு, என் தோளிலேறி ஏற்கனவே இடம் பிடித்திருந்தான். பையை அறைக்குள் வைத்துவிட்டு உடைகளை மாற்றிக் கொண்டிருக்கும்போது என் மகளிடம் கேட்டேன்.

“அம்மாவைக் கண்டால் உனக்கு ஏன் இவ்வளவு மகிழ்ச்சி? நான் உனக்குப் பிடித்தமான எதையும் கேட்டு செய்து தருவது கிடையாது. அப்புறம், உனக்குப் பிடித்தமான சேலையை அம்மா உடுத்தமாட்டேன், வண்டி ஓட்டுறேன். இதெல்லாம் என் மகளுக்குப் பிடிக்காதுதானே? அப்புறம் எதுக்கு இந்த அம்மாவைத் தேடுது?” என் மகளின் கண்கள் கலங்கிவிட்டன. தழுதழுத்தக் குரலில் அவள் சொன்னாள்.

“ஆனாலும் என் அம்மாவை எனக்கு ரொம்பப் பிடிக்கும். அம்மா எங்கயும் போக வேண்டாம்.”

திருவனந்தபுரத்திலிருந்துத் திரும்ப வருவதற்கு முன் அம்முவை சில நாட்கள் நான் தங்கியிருந்த ஹாஸ்டலில் கூடவே வைத்திருந்தேன். அங்கே சாலைகளில் பெண்கள் வாகனங்கள் ஓட்டுவதையெல்லாம் காட்டிக் கொடுத்தேன். பெண்கள் வாகனம் ஓட்டுவதொன்றும் தவறான விஷயங்கள் இல்லையென்பதை இதன்மூலம் அவளுக்குப் புரிய வைத்தேன். பிறகு என்னுடன் பைக்கில் வருவதற்கு அவள் தயங்குவதில்லை.

அம்மா பெயர் வேண்டாம்

அம்முவை திருவனந்தபுரத்தில் டாக்டரிடம் காட்ட வேண்டுமென்ற நோக்கத்துடன்தான் அவளை இங்கே அழைத்துக்கொண்டு வந்திருந்தேன். தொடர்ந்து ஜலதோசமும் அதனால் வரும் சுவாசத்தடையும் காரணமாக சிரமப்படும் அவளை நல்ல டாக்டரிடம் காட்டிப் பரிசோதிக்க வேண்டியதிருந்தது. திருவனந்தபுரம் மருத்துவக்கல்லூரியில் ஒரு நிபுணரிடம் அம்முவைக் காண்பிப்பதற்கு ரதீஸ் ஒப்புதல் வாங்கியிருந்தான். இரவு எட்டுமணிக்குப் பிறகுதான் அந்த மருத்துவர் பரிசோதனையைத் துவங்குவார். தங்கும் விடுதியில் ஏழுமணிக்கெல்லாம் முன்புறக் கதவை மூடிவிடுவார்கள். அதற்குப் பிறகு வெளியே போகவேண்டுமென்றால் விசேஷ அனுமதி பெற வேண்டும். நான் விடுதியின் காப்பாளரைப் பார்த்து விவரத்தைச் சொன்னேன். அன்றிரவு ஒன்பது மணிவரைக்கும் எனக்கு விசேஷ அனுமதி வழங்கப்பட்டது.

மருத்துவர், கம்ப்யூட்டர் கீ போர்டில் விரலையமர்த்தியபடியே அடிப்படை விவரங்களைக் கேட்டு அதில் பதிவு செய்தார். எல்லாவற்றையும் கம்ப்யூட்டரில் பதிவு செய்தபிறகுதான் அவர் பரிசோதனையைத் துவங்கினார்.

"குழந்தையோட பெயர்?"

"ஆதிரா."

"வயசு?"

"ஏழு."

'அப்பா பெயர்?'

"சார், நான் அம்மாதான். என்னோட பெயர் போதும்."

"அம்மாவோட பெயர் வேண்டாம்."

"சார், இவளோட அப்பா வயநாட்டுலெ இருக்காரு. இங்கெ அவரோட பெயரைக் குறிப்பிடறதுலே எந்த பிரயோஜனமுமில்லே, என்னோட பெயரையே எழுதலாம் சார்."

"சரி, உங்க பெயர்?"

"வினயா."

"அப்பா பெயர்?"

"மோகன்தாஸ்."

எல்லாம் முடிந்த பிறகு அம்முவைப் பரிசோதித்து மருந்து எழுதித் தந்தார். கூடவே, கம்ப்யூட்டரில் பதிவு செய்த தகவலின் ஒரு பிரதியும். அந்தப் பிரதியைப் பார்த்ததும் நான் ஆச்சரியப்பட்டுப்போனேன். அதில் அம்மாவுக்கு இடமும் இல்லை. பெயருமில்லை. அப்பாவின் பெயர் மட்டும்தான் குறிப்பிடப்பட்டிருந்தது.

அங்கிருந்து திரும்பி வரும்போது நான் மனதிற்குள் தீர்மானித்து முடிவு செய்தேன். இனி இது போன்ற யாராவது கேட்டால் அப்பா யாரென்றே தெரியாது என்று சொல்லி விடவேண்டும். ஒரு தனிமனிதனுக்கு அப்பா யாரென்று தெரியாது என்பதற்காக சிகிச்சையையோ கல்வியையோ மறுத்துவிட முடியாதல்லவா? அம்மாவை விடவும் அம்மாவின் வாயிலிருந்து வரும் ஏதாவதொரு பெயருக்குத்தானா மதிப்பு? எவ்வளவு அருவருப்பான ஏற்பாடு இது?

15. அந்தஸ்து - அதிகாரம் – அவமானம்

பெண்கள்மீது சமூகம் கட்டமைத்துப் போற்றி வரும் பாரம்பரிய உடைகளும் கருதுகோள்களும் உருவாக்கி வைத்திருக்கும் வரையறைகள், அதிகாரங்களைப் பயன்படுத்துவதில்கூட அவளை திறனற்றவளாக மாற்றி வைத்திருப்பதை திருவனந்தபுரத்திலிருக்கும்போது நான் நேரடியாகவே தெரிந்து கொண்டேன். சேலையும் ஜாக்கெட்டும் சட்டத்தை அமுல்படுத்துபவர்களுக்கு மட்டுமல்ல, சாதாரணப் பெண்களுக்கும்கூட எவ்வளவு பெரிய சுமை என்பதை ஒவ்வொரு பெண்ணும் தனது சுய அனுபவம் வழியாகவே உணர்ந்து கொண்டிருக்கிறாள். பெண்ணுடலின் சுயத்தை ஒருபோதுமே பாதுகாத்துக் கொள்ள இயலாத பேருந்திலும், ரயிலிலும், பணியிடங்களிலும், ஏறத்தாழ பெருமளவிலான உடல் பகுதிகளும் வெளியே தெரியும்படியான சேலையை அணிந்திருக்கும் ஒரு பெண் படுகிறபாடு இருக்கிறதே? பரிதாபமான ஒரு விஷயம் அது. உறுத்தும் நோட்டங்களிலிருந்தும் சந்தர்ப்பம் வாய்க்கும்போதும் சந்தர்ப்பங்களை உருவாக்கியும் தங்களைத் தொடுவதிலிருந்தும் கிள்ளுவதிலிருந்தும் தற்காத்துக் கொள்வதே அவளது முதல் நோக்கமாக இருக்கிறது. சதாசர்வகாலமும் தனது ஆடைகளுக்கும் சமூக விதிகளுக்கும் அவள் தண்டனைக் கைதியாக வாழ்கிறாள்.

நான் காவல்நிலையத்தில் தங்கியிருந்தபோது ஒருநாள், இரவு பாராவிலிருந்த ஒரு பெண்காவலரை ஏதோ ஒரு ரகளைக்காரியை கைது செய்வதற்காக இரவு எட்டரை மணிக்கு ஸ்குவாடு ஜீப்பில் அழைத்துக்கொண்டு போயிருந்தார்கள். பத்து மணியிருக்கும். அவிழ்ந்துபோன சேலையை கையிலும் தோளிலும் தாறுமாறாக அள்ளிப்போட்டுக் கொண்டு அடிப்பாவாடையுடன் பதற்றத்துடன், தனியாக, அழுதுகொண்டே வந்தார் அந்தப் பெண்காவலர். ரகளையில் ஈடுபட்ட அந்தப் பெண்ணை மிகுந்தச் சிரமப்பட்டுப் பிடிக்க முயற்சித்தபோது அவள் பெண்காவலரின் சேலையைப்பிடித்து

இழுத்தெடுத்திருக்கிறாள். குத்தியிருந்த பின்கள் எல்லாம் அந்தப் பெண்ணின் உறுதியான இழுப்பில் விடுபட்டு விட்டது. மேலும் அவமானப்பட்டுவிடாமலிருக்க ரகளை செய்தவளை அங்கேயே விட்டுவிட்டு சேலையைப் பறித்து வாங்கி ஒருவழியாகத் தப்பித்து ஆண்காவலர்களின் தயவால் ஜீப்பிலேறி காவல்நிலையத்திற்கு அவள் வந்து சேர்ந்த காட்சிதான் அது.

தன்னுடைய அதிகாரத்தைப் பயன்படுத்தும் பொறுப்பிலுள்ள ஒரு பெண்ணே, சேலை பறிக்கப்பட்டு அடிப்பாவாடையுடன் நிற்க நேர்ந்த அவமானமான நிலையில் தனது கடமையை நிறைவேற்ற முடியாமல் அழுதுகொண்டே வந்து காவல் நிலையத்தில் அபயம் புகுந்து கொள்ளவேண்டியதாக இருக்கிறது.

இதுபோன்ற சம்பவங்களை நான் பலமுறை பார்த்ததுண்டு. எனக்கு இதில் நேரடியான அனுபவம் எதுவுமில்லை என்பதால் மற்றவர்களிடம் இது போன்ற திமிர்த்தனம் உண்டாதவற்கான காரணமென்ன என்று யோசித்திருக்கிறேன். பிறகு இதே அனுபவம் எனக்கு ஏற்பட்டபோதுதான் பெண் காவலர்களது சீருடையின் போதாமையைப் பற்றியும் சீருடை என்பதற்கான பயன்பாட்டுப் பொருள் என்னவென்றும் தெரிந்துகொள்ள முயன்றேன். அப்போது எனக்குப் பல்வேறு உண்மைகள் தெரிய வந்தன. அதிலொன்றுதான் பல நூற்றாண்டுகளாக பெண்கள் அனுபவித்து வரும் அடிமைத்தனத்தின் தொடர்ச்சியான இந்த 'சேலை சீருடை' எனும் அனுகூலம் போல் தோற்றம் தரும் அடிமைத்தனமும்.

இரவு பாராவாக பணியிலிருக்கும்போது ஒருநாள், இரவு மணி ஒன்பதரை இருக்கும். பொது மருத்துவமனையில் தகராறு செய்துகொண்டிருந்த ஒரு பெண்ணைக் கைது செய்து கொண்டு வருவதற்காக நான் ஒரு ஸ்குவாடுடன் சென்றிருந்தேன். அங்கே சென்றபோது டாக்டரை மோசமான வார்த்தைகளால் திட்டியபடி சம்ஹாரரூபியாக நிற்கும் ஒரு பெண்ணைப் பார்த்ததும் உண்மையிலேயே நான் பயந்து போய் விட்டேன்.

எல்லாத் தைரியங்களையும் திரட்டியெடுத்துக்கொண்டு அவளது பக்கத்தில் சென்றேன். என்னைப் பார்த்ததும் அவள் திட்டுவதை நிறுத்தி விட்டாள். மிகுந்த அமைதியுடன் என் பக்கத்தில் வந்தாள். நானும் மிகுந்த பரிவுடன் "சரிம்மா, நீ வா" என்றபடி அவளது கையைப் பிடித்துக்கொண்டேன். அவள் குதறிவிட

முயற்சிக்கவில்லை. காதில் மிக மெதுவாகச் சொல்கிறாள்: "சார், போயிருங்க. சேலையை உரிஞ்சு விட்டுருவேன். அவமானப்பட்டுராதீங்க... போங்க." நாங்கள் மிகவும் மெதுவாகப் பேசிக்கொண்டிருந்ததால் மற்றவர்களுக்கு எதுவும் பிடிபடவில்லை. "நீ இங்கிருந்து போனாதான் எங்களுக்கும் போக முடியும். நான் உன்னை ஒண்ணும் செய்யமாட்டேன்." அவள் திரும்பி நடந்தாள்.

நான் ஜீப்பிலேறி தலைமைக்காவலரிடம் விஷயத்தைச் சொன்னேன். நாங்கள் வெறுங்கையோடு திரும்பிச் சென்றோம்.

பாதுகாப்பான ஒரு சீருடை அணிந்திருக்காத காரணத்தால், பலபேர்களது முன்னிலையில் அவமானப்பட்டு விட வேண்டாமென்று நினைத்து அந்தப் பெண்ணின் விருப்பத்திற்கு இணங்கினேன்.

இரவு பாராவிலிருந்த மற்றொரு நாள், ஒன்பதரை மணிக்கு, தம்பானூர் பேருந்து நிலையத்தில் ஒரு பெண ரகளையில் ஈடுபடுவதாகவும் அவளைக் கைது செய்ய வேண்டுமென்றும் ஸ்குவாடு பணியிலிருந்த ஒரு காவலர் என்னைக் கூப்பிட்டுச் சொன்னார். (இரவில் ஸ்குவாடு பணியிலிருக்கும் ஆண் காவலர்களுக்கு உதவுவது மட்டும்தான் மகளிர் காவல்நிலையத்திலுள்ள பெண் காவலர்களின் பணி.) நான் உடனேயே சேலையை வரிந்துக் கட்டிவிட்டு மற்ற காவலர்களுடன் ஜீப்பிலேறினேன். தம்பானூர் பேருந்தில் நிலையத்திற்கு வந்தபோது ஆட்கள் கூடி நின்றிருந்தார்கள். ஆனால், அங்கே எந்தப் பெண்ணுமில்லை. ஆட்களை விலக்கிவிட்டுப் பார்த்தபோது ஒரு போலீஸ் ஜீப் நின்றிருந்தது. எதுவும் விளங்காமல் நான் சுற்றுமுற்றும் பார்த்தேன். "சார் கீழே. கீழே" என்று சுற்றி நின்றவர்கள் சொல்ல, என்னுடன் நின்றிருந்த காவலர்களும் நானும் ஜீப்பின் அடியில் பார்த்தோம்.

ஜீப்பின் மெயின் லிவரில் இரண்டு கைகளை சுற்றிப் பிணைத்தபடி அலறிக் கூப்பாடு போட்டதால் ஏற்படும் பெருமூச்சுடன் ஒரு பெண் படுத்திருந்தாள். பார்த்ததுமே அவள் யாரென்பது தெரிந்து விட்டது. 'சுண்டி சியாமளா' என்ற பட்டப்பெயரில் அறியப்படும் ஏரியாவில் பெரிய வில்லியான ஒரு பெண். நான் குனிந்து "சியாமளா... சியாமளா.." என்று தொட்டுக் கூப்பிட்டேன். அவள் தலையைத் திருப்பி என்னைப் பார்த்தாள். பிறகு, ஒரு கையை விடுவித்து விட்டு

திடீரென்று, குனிந்து நின்றிருந்த என் சேலையின் மடிப்புப் பகுதியை சேர்த்துப் பிடித்து விட்டுக் கேட்டாள்: “சாரே உரிஞ்சுவிட்டுரவா?” நான் வெலவலத்துப்போய் விட்டேன். அந்த நடுச்சாமத்திலும் என்னைச் சுற்றி பெரிய ‘ஆண்கள்’ கூட்டம் நின்றிருந்தது. நான் உடனே அவளை விட்டு விட்டேன், கூட நின்றிருந்த ஆண்காவலர்களிடம் சற்றுக் கோபத்துடன் சொன்னேன். “நீங்க அவளை இழுத்து வெளியே போடுங்க, யாரும் எதுவும் சொல்ல மாட்டாங்க. அவ என் சேலையை உரிஞ்சுடுவாளாம்.” காவலர்கள் அவளை வெளியே இழுத்துப் போட்டார்கள். நானும் சேர்ந்து அவளை இழுத்து ஜீப்பிலேற்றினோம். ஒரு வழியாக அவளை மகளிர் காவல் நிலையத்திற்குக் கொண்டு வந்து சேர்த்தோம். ஜீப்பினுள் தரையில் கிடந்துதான் காவல்நிலையம் வரை வந்தாள். எழுந்து வர மறுத்ததால் எல்லோரும் சேர்ந்து கைகளையும் கால்களையும் பிடித்துதான் அவளை உள்ளே தூக்கிக் கொண்டு வந்து சேர்ந்தோம். நான் அப்போது வேர்த்துக் குளித்திருந்தேன்.

அவளது கையில் துணியால் ஒரு கட்டும் போடப்பட்டிருந்தது. அதிலிருந்து இரத்தம் வடிந்து காய்ந்த ஒரு அடையாளம். திருவனந்தபுரம் நகரிலிருந்து இப்படியான ஏதாவது பெண்களை காவல்துறையினர் பிடித்தால் உடனே கையில் மறைத்து வைத்திருக்கும் பிளேடையோ குப்பிச் சில்லுகளையோ வைத்து தனது உடலைக் கிழித்துக் கொள்வதை அவர்கள் வழக்கமாக வைத்திருந்தார்கள். இப்படியாக ஒரு காயத்தை ஏற்படுத்தினால் அவர்களை மருத்துவமனையில் சேர்க்க வேண்டும். மருத்துவர்களின் கண்களிலிருந்து தப்பி அங்கிருந்து சுலபமாக ஓடி விடுவதென்பதுவும் வழக்கமாக நடப்பதுதான், காவலர்களைக் கண்டதும் அன்று காலையில் அவள் கீறி வைத்த காயம்தான் அந்தக் கட்டு.

சியாமளாவைக் காவல்நிலையத்தில் சேர்த்துவிட்டு நான் கைகால் முகம் கழுவிய பிறகு எழுதுவதற்காக வந்தமர்ந்தேன். அன்று, காசோலை மோசடி வழக்கு சம்பந்தமாக வங்கி மேலாளராகிய ஒரு பெண்ணும் வியாபாரம் செய்யும் மற்றொரு பெண்ணும் காவல் நிலையத்திற்கு வந்திருந்தார்கள். கன்டோன்மென்ட் நிலையத்திலும் ஏதோ வழக்கு சம்பந்தமாக வந்த, பார்ப்பதற்கு கௌரவமானவர்கள் போன்ற தோற்றத்துடன் இரண்டுபேர் இருந்தார்கள். மற்றபடி, வழக்கம்போல் காவலர்கள்.

ஒரு அரைமணி நேரம்தான் சென்றிருக்கும். என்னை மோசமான வார்த்தைகளால் சியாமளா திட்ட ஆரம்பித்தாள். காவல் நிலையத்திலுள்ள எல்லாக் காவலர்களைப் பற்றியும் அவளுக்கு நன்றாகவே தெரியும். அடிக்கடி காவல்நிலையத்திற்குக் கொண்டுவரப்படுவதால் எங்களைப் பற்றிய எல்லா விவரங்களும் அவளுக்கு அத்துபடி. அவள் அதிகமாகக் குடித்துமிருந்தாள். என்னைப் பார்த்து எல்லோருக்கும் கேட்கும்படியாகச் சொன்னாள்:

"இவளுவெ எல்லாம் தலையையும் மொட்டையடிச்சுட்டு வயநாட்டிலேருந்து இங்க வந்திருக்கறது. அங்க நல்ல ஆம்பிளைங்க கெடைக்காமதான்.." என்றெல்லாம் ஆரம்பித்து எழுதவோ, பேசவோ முடியாத மிக மோசமான வார்த்தைகளால் என்னவெல்லாமோ பேசிக்கொண்டிருந்தாள். அவளை இங்கே கொண்டு வந்த கோபத்தை இப்படியாகத் தீர்த்துக் கொண்டிருந்தாள். எதையாவது புலம்பி விட்டுப் போகட்டும் என்று நினைத்து எழுதிக் கொண்டிருந்த நான் தலையை நிமிர்த்தினேன். கன்டோன்மென்ட் நிலையக் காவலர்களும் மகளிர் நிலையத் தலைமைக்காவலரும் அங்கிருந்த மற்ற ஆட்களும் சியாமளாவின் பேச்சை ரசித்தபடியே வாய்க்குள் சிரித்துக் கொண்டு நின்றிருப்பதுபோல் தெரிந்தது. ஒருவர்கூட அவளிடம் பேசாமலிருக்கும்படி சொல்லவில்லை. எனக்குத் தாங்க முடியாத கோபமும் வருத்தமும் ஏற்பட்டன. நான் எழுந்து அவளது பக்கத்தில் சென்று "பேச்சை நிறுத்துடி" என்று சத்தமிட்டேன். "இல்லைன்னா என்ன செய்துருவே?" என்று கேட்டு விட்டு "தூ..." என்று காறித் தரையில் உமிழ்ந்தாள்.

பிறகு நான் எதைப் பற்றியுமே யோசிக்கவில்லை. அவளது இரு கன்னங்களிலும் ஓங்கி அறைந்தேன். "போதும் சார். அடிக்காதீங்க சார்" என்று அவள் அழத் துவங்கிய பிறகுதான் அடிப்பதை நிறுத்தினேன். மேல் மூச்சு கீழ்மூச்சு வாங்க இருந்த இடத்தில் திரும்ப வந்தமர்ந்து விட்டேன். மற்றவர்களது முகத்தில் தென்பட்ட சிரிப்பு மாய்ந்திருந்தது. அவளை அடிக்கும் போது யாரும் தடுக்கவுமில்லை. மறுநாள் பணிக்கு வந்த பாரா காவலர் பிரதியை ஏற்றுக் கொள்ள மறுத்து விட்டார். அவர்கள் ஆய்வாளரிடம் என்னைப் பற்றி புகார் சொன்னார்கள். சியாமளா என்னைப் பற்றி பேசிய அபவாதங்களையும் அவர்கள் எதற்காகவோ ஆய்வாளரிடம் சொன்னார்கள். அவர் இதைப் பெரிதாக எடுத்துக் கொள்ளவுமில்லை.

இந்தச் சம்பவத்திற்குப் பிறகு நான் காக்கிச் சேலை உடுத்துவதை முழுவதுமாக விட்டுவிட்டேன். பரேடுக்கு மட்டுமே அணிந்து கொள்ளும் பான்டையும் சர்ட்டையும் அணியத் துவங்கினேன். நிறைய எதிர்ப்புகள் வந்தன. கண்டுகொள்ளவே இல்லை. மூன்றுமாதம் வரை சீருடையாக பான்டும் சர்ட்டும் தொப்பியும் பெல்ட்டும் அணிந்து லத்தியுடன் வேலை செய்தேன்.

இன்சைடு யூனிஃபாம்

ஒரே வேலையைச் செய்யும் ஆணுக்கும் பெண்ணுக்கும் எதற்கு இரண்டு விதமான சீருடைகள்? பெண்காவலர்களுக்கு அவுட்சைடு யூனிஃபாமை பரிந்துரைக்க உயரதிகாரிகளைத் தூண்டிய அந்த மனோபாவம் எது? பெண், இன் சைடு செய்து கொள்வதால் என்ன பிரச்சனை ஏற்பட்டு விடப்போகிறது? இப்படியான சிந்தனைகள் என் மன அமைதியை எப்போதுமே தொந்தரவு செய்துகொண்டிருந்தன. பதில் கிடைக்காத இந்தக் கேள்விகளுடன் ஒரு முறை நான் சந்தியா (ஐ.பி.எஸ்) மேடத்தைப் பார்க்க காவல்துறை தலைமை அலுவலகத்திற்குச் சென்றிருந்தேன்.

அலுவலகத்திற்கு வந்த சந்தியா மேடத்திடம் நான் விஷயங்களைச் சொன்னேன். “ஏன் மேடம் பெண்காவலர்களுக்கு இன்சைடு யூனிஃபாம் அனுமதிக்கப்படுவதில்லை?” குறிப்பான பதில் எதுவும் சொல்லாமல் அவர் சிரித்தார். “நான் இப்படியான ஒரு யூனிஃபாம் தைக்கலாமா மேடம்?” நான் வெளிப்படையாகவே கேட்டேன், “அதனாலென்ன?” எனும் மேடத்தின் பதில் எனக்கு தைரியமூட்டியது.

ஐ.பி.எஸ். அந்தஸ்திலுள்ள பெண்களுக்கு இன்சைடு செய்து கொள்ளலாம். காவலர்களுக்கு இது கூடாது என்பதிலிருக்கும் அர்த்தமின்மையை என்னால் ஏற்றுக்கொள்ள முடியவில்லை. ஐ.பி.எஸ்சாக இருந்தாலும் காவலராக இருந்தாலும் பெண்ணுடலின் தன்மை பொதுவானதுதானே? தர அடிப்படையில் உடலின் தன்மைகளில் மாற்றமெதுவும் உருவாவதில்லை. பிறகேன் இந்த அர்த்தமற்ற வேறுபாடு? ஆண் ஐ.பி.எஸ்சும் ஆண் காவலரும் இன்சைடு செய்துகொள்ளலாம். அதாவது, பெண்ணொருத்தி, ஆணுடன் சமத்துவமாக அமருவதற்குக் குறைந்தபட்சம் ஒரு ஐ.பி.எஸ்சாகவாவது இருக்க

வேண்டும் என்பதுதானே இதன் பின்னணியில் செயல்படும் ஆணாதிக்க சிந்தனை?

சந்தியா மேடத்தை சந்தித்த அன்றே நானும் ரதீசும் சேர்ந்து திருவனந்தபுரம் பீமாப்பள்ளிக்குச் சென்று இரண்டு ஜோடி சீருடைக்கான துணி வாங்கினோம். அன்றே அதைத் தைக்கவும் கொடுத்தோம். மறுநாள் சாயுங்காலம் ஒரு ஜோடி சீருடை தயாராகிவிட்டது. மறுநாள் காலையில் இன்சைடு யூனிஃபாம் அணிந்து பணிக்கு வந்தேன். உதவி ஆய்வாளர் மேலும் கீழுமாகப் பார்த்துவிட்டுக் கேட்டார்:

“இதென்ன இன்சைடு பண்ணியிருக்கே?”

“இதுதானே மேடம் சரியான யூனிஃபாம்?”

“இன்சைடு பண்ணுறதுக்கான உரிமை ஐ.பி.எஸ்காரங்களுக்கு மட்டும் தான்.”

“அப்போ ஆண் போலீஸ்காரங்க இன்சைடு பண்ணிக்கிறது?”

“அது ஆண்களோட விஷயம். நமக்குத் தேவையில்லாதது... சரி, நீ என்ன வேணும்னாலும் பண்ணு.” உதவி ஆய்வாளருக்கு சலிப்புத் தட்டிவிட்டது.

பிறகு அவர் இதைப்பற்றி என்னிடம் எதுவுமே பேசவில்லை. மற்ற பெண்காவலர்களுக்கு என்மீது பகையுணர்வு உருவானது. முன்பெல்லாம் எந்த வேலையிருந்தாலும் தேடிப்பிடித்து என்னை நியமித்தவர்கள் வேண்டுமென்றே என்னை புறக்கணிக்க முயற்சி செய்தார்கள். வேறு வழியில்லாதக் கட்டங்களில் மட்டுமே என்னை வெளியே பணிக்கு அனுப்பி வைத்தார்கள்.

காலணியில் செய்த பகை தீர்த்தல்

ஒரு தடவை பணியின்போது கிடைத்த ஓய்வு நேரத்தில் வழக்கம்போல் நான் நடப்பதற்காக வெளியே இறங்கி, சுமார் ஒரு மணி நேரத்திற்குப் பிறகு திரும்பி வந்தேன். அன்று சாயுங்காலம் செனட் அரங்கில் ஏதோ பணியிருந்தது. வந்ததுமே உடுத்தியிருந்த உடுப்பை மாற்றிவிட்டு சீருடையை அணிந்து கொண்டேன். நான் வழக்கமாக வைத்திருக்கும் இடத்திலிருந்து சற்று விலகியிருந்த ஷூவை எடுத்து காலில் அணிந்தபோது வலது கால் ஷூ கீழே தொங்கிக் கிடப்பது தெரிந்தது. வாங்கி ஒரு மாதம் கூட ஆகவில்லை. காலைத் தூக்கிப் பார்த்தபோது அடிப்பகுதி சோல் முழுவதுமாக விடுபட்டிருந்தது.

நான் பதறிப்போய் விட்டேன். பணிக்குச் செல்வதற்கு நேரமாகிவிட்டது. கோபத்தையும் வருத்தத்தையும் மனதில் அடக்கிக் கொண்டு "என் ஷூவை யாரோ கிழித்திருக்கிறார்கள்" என்று அதைக் கையிலெடுத்து அங்கிருந்த காவலர்களிடம் காட்டினேன். "எலியோ வேறு எதுவோ கடித்துப் போட்டிருக்கலாம்." அவர்களில் ஒருவர் வெகுசாதாரணமாக பதில் சொன்னார். அதிகமான பேச்சு வார்த்தைகளுக்கு இடந்தராமல் மற்ற நேரங்களில் அணியும் கறுப்பு ஷூவை அணிந்துகொண்டு அன்று பணிக்குச் சென்றேன்.

பணியிலிருக்கும்போது எனக்கு பதற்றமாகவுமிருந்தது. சீருடையை காவல் நிலையத்தில் வைத்து விட்டுத்தான் சாயுங்காலம் நான் தங்கும் விடுதிக்குச் செல்வேன். ஷூவைக் கிழித்ததுபோல் உடுப்புகளையும் ஏதாவது செய்து விட்டால்? தினமும் சீருடையைக் கையிலேயே கொண்டு திரிவதும் நடக்கக் கூடிய காரியங்களல்ல. எதுவுமாகட்டும் என்று நான் ஒரு புகார் மனு எழுதி ஆய்வாளரிடம் நேரடியாகச் சென்று ஷூவையும் காண்பித்து விவரங்களைச் சொன்னேன்,

ஆய்வாளர் உடனேயே காவல்நிலையத்தின் ஜி.டி. பொறுப்பிலிருந்த தலைமைக் காவலரைக் கூப்பிட்டு "இனி இவரோட ஏதாவது பொருளுக்கு இழப்பு ஏற்படும்னா ஜி.டி. சார்ஜிலிருக்குற ஆள்பேர்ல நான் எஃப்.ஐ.ஆர். போடுவேன்" என்று சொன்னார். இந்தப் பயமுறுத்தல் நன்றாகவே வேலை செய்தது. பிறகு என்னுடைய எந்தப் பொருளுக்கும் எந்தக்கேடும் நேரவில்லை.

16. உருமாற்றம்

அவ்வப்போது சேலையணிந்து திருவனந்தபுரத்திற்குச் செல்லும் எனது பயணம், உடைகள் அணிவதிலிருக்கும் வசதிகளையும் வசதியின்மைகளையும் பற்றி என்னைப் பெரிய அளவில் யோசிக்கத் தூண்டியது. திருவனந்தபுரம் ரயில் நிலையத்தில் குளித்து முடித்து சுத்தமே இல்லாத அந்த இடத்தில் வைத்தே அருவருப்புடன் சேலையணிந்துகொள்ள வேண்டிய நிலையிலிருந்த நான் என்னைப்பற்றி சிந்தித்தேன். யார் யாருடையவோ விருப்பங்களை நிறைவேற்றுவதற்காக நான் ஏன் இந்த வேஷங்களைச் சுமந்துத் திரிய வேண்டும்? பயணங்களின்போது சகபயணிகளின் உடைகள் பற்றிய விஷயங்களையும் கூர்ந்துக் கவனித்துவந்தேன். உடைகளை எந்நேரமும் பாதுகாக்க வேண்டும். அதிலேயே கருத்தாக, கவனமாக இருக்க வேண்டும் என்பது போன்ற அறிவுறுத்தல்களைக் கடைப்பிடிப்பதற்கு அவர்கள் பெரும்பாடுபட்டார்கள். ஒவ்வொரு பெண்ணும் தங்களது உடல்களை சேலைக்குள் ஒடுக்கிக்கொள்வதற்கு எவ்வளவு சிரமங்களை ஏற்றுக்கொள்ள வேண்டியதிருக்கிறது? பேருந்தினுள் ஓரமாக அமர்ந்திருந்த சுரிதார் அணிந்த இளவயதுப் பெண்ணொருத்தி முன்பக்கமாக சாய்ந்துப் பேசும்போது சுரிதாரை தாழ்த்திவிட மறந்து விட்டாள். அதன் நாடா வெளியே தொங்கியதைப் பார்த்து ஒரு சிலர் சிரித்ததையும் பதற்றத்துடன் அந்தப் பெண் சுரிதாரைத் தாழ்த்தி விட்டுக்கொண்டதையும் கவனித்தபோது எனது யோசனை மேலும் தீவிரமடைந்தது. வேறு பலவற்றையும் போல் ஆடைகள் உடுத்துவதிலும் பெண்கள் தேவையே இல்லாத பல சிரமங்களை சகித்துக்கொள்கிறார்கள்.

ஒரு விடுமுறையின்போது வீட்டுக்குச் சென்றிருந்த நான் தாஸேட்டனிடம் சொன்னேன்: "நான் பான்டும் சர்ட்டுக்கும் மாறிடலாம்னு முடிவு செய்திருக்கேன். அதுதான் ரொம்ப சவுகரியமாக இருக்கும்."

"ரொம்ப மகிழ்ச்சி. அதுதான் உனக்கு நல்ல அவலட்சணமாவுமிருக்கும்." தாஸேட்டன் கேலி செய்தார்.

தாஸேட்டனுக்கு இது பிடிக்காது என்பது எனக்கு ஏற்கனவே தெரியும். இதன் பிறகு எங்காவது நாங்கள் சேர்ந்து போகும்போது நான் கைப் பையை எப்போதும் வலது கையில் பிடித்துக் கொள்ளத் துவங்கினேன். பேருந்துக்குள் இப்படி நிற்கும்போது இடது கையால்தான் மேலே உள்ள கம்பியைப் பிடித்துக் கொள்ள முடியும். பின்னால் நின்றுகொண்டிருக்கும் தாஸேட்டன் "பையை இடது கையில்பிடி.... பையை இடது கையில் பிடி.... எல்லாந் தெரியுது" என்று முணு முணுப்பார். நான் கண்டு கொள்ளவே மாட்டேன். அதிகமாகத் தொந்தரவு செய்தால் "இரண்டுமே என் கைதானே?" என்று மெதுவாகக் கோபப்படுவேன். பின் பக்கம் நின்றபடி என் உடலை மறைப்பதுபோல் சீட்டில் கை வைத்து சாய்ந்து நின்று கொள்வார் தாஸேட்டன். இப்படியாக நாங்கள் சேர்ந்து செய்யும் பயணங்களின்போது தாஸேட்டனுக்கு மிகுதியானப் பொறுப்புகளிருந்தன. அப்போது ஒரு நாள் சில வாலிபப் பையன்கள் எங்கள் வீட்டிற்கு வந்திருந்தார்கள். அவர்கள் உருவாக்கப் போகும் ஒரு அமைப்பைப் பற்றி பேசிக் கொண்டிருந்தோம். தாஸேட்டன் எங்களைக் கவனிக்காமல் சமையலறையில் ஏதோ செய்து கொண்டிருந்தார். இடையே, சமையலறை வாசலில் வந்து நின்று, வலதுபுறமிருந்து கீழே சரிந்து கொண்டிருந்த எனது சேலையை மேலே இழுத்து விடச் சொல்லி அந்தப் பையன்களுக்குத் தெரியாமல் சைகை செய்தார். எனக்கு இது தெரிந்திருந்தும் கவனிக்காதது போலிருந்து விட்டேன். பேச்சுத் தொடர்ந்து நடந்து கொண்டிருந்தது. தாஸேட்டன் பொறுமையிழந்து கொண்டிருப்பதையும் கவனித்தேன். அந்தப் பையன்கள் போனபிறகு சற்றுக் கோபத்துடன் சொன்னார்:

"உனக்கு அந்தச் சேலையைக் கொஞ்சம் இழுத்து விட்டா என்னவாம்?"

"எதுக்கு? என் உடம்பிலுள்ள உறுப்புதானே அதுவும்? மறைக்கிறதுக்காக பிளவுஸ் வேறெ போட்டிருக்கேனே. அப்புறம் என்ன?"

"கவனிக்காம இருக்குற அந்தப் பையன்மாரைக் கவனிக்க வைக்கணுமா?"

ஒரு பெண்காவலரின் வாழ்க்கைக் கதை | 161

'ஆமா, எப்பவும் இதே கவனத்தோடே இருக்கிறேன். வேற எதைப் பற்றிய யோசனையும் இல்லாமெ."

தாஸேட்டன் முகத்தைக் கறுவிக்கொண்டதோடு சரி, எந்தப் பதிலும் சொல்லவில்லை.

விடுமுறை முடிந்துப் பணிக்குச் செல்வதற்கு முதல்நாள், பயிற்சியின்போது நான் வாங்கி வைத்திருந்த ஜீன்சையும் சர்ட்டையும் அணிந்து கண்ணாடியின் முன்நின்று பார்த்தேன். எதிர்பாராமல் அங்கு வந்த தாஸேட்டன் என்னை ஆச்சரியமாகப் பார்த்தபடி, "ஹை... உனக்கு இது ரொம்ப நல்லாயிருக்கே..." என்றார். நான் கொடுத்த கை மருந்து வேலை செய்திருக்கிறதென்பதை நான் புரிந்து கொண்டேன். பிறகு எந்தப் பயணங்களாக இருந்தாலும் சரி, பான்டும் சர்ட்டும் அணிந்து கொள்வதையே வழக்கமாக்கிக்கொண்டேன். படிப்படியாக, எதிர்ப்புகளைக் கண்டுகொள்ளாமல் காவல்நிலையத்திற்குள் சேலையும், பான்ட் சர்ட்டுமென மாற்றி மாற்றி உடுத்துக் கொள்ளத் துவங்கினேன். கடைசியில் சேலையை விட்டு விட்டு பான்டும் சர்ட்டும் மட்டும் போட்டுக்கொண்டேன்.

உயர் நீதிமன்றத்தில் முதல் ரிட் மனுவைத் தாக்கல் செய்துவிட்டு திருவனந்தபுரத்திற்கு பேருந்தில் வரும்போது என் பக்கத்திலமர்ந்திருந்த பிரின்ஸ் எனும் பையன் தன்னை அறிமுகம் செய்துவிட்டு நான் கொடுத்த ரிட் மனுவைப் பற்றி பேசிக்கொண்டிருந்தான். நீண்ட நேரப் பேச்சின் இறுதியில் அவன் கேட்ட ஒரு கேள்விக்கு என்னால் எந்தப் பதிலும் சொல்ல முடியவில்லை.

"ஆன்ட்டி எதுக்கு முடி வளத்துறீங்க?"

"அடையாளம் தெரியத்தான்," நான் பதில் சொன்னேன். உடனே வருகிறது. அடுத்தக் கேள்வி.

"எதுக்காக?"

எனக்கு பதில் சொல்லத் தெரியவில்லை. இதே கேள்வியை நான் எனக்குள்ளேயே பலமுறை கேட்டுக் கொண்டேன். பதில் தெரியாத இந்தக் கேள்வி என்னை மிகவும் அலட்டிக்கொண்டிருந்தது,

பெண், ஆண் என்று பிரித்தறிவதற்கான ஏதாவதொரு அடையாளத்தை பெண்தான் சுமந்துத் திரிய வேண்டும்.

கம்மல், பொட்டு, முடி, ஆடை என்றெல்லாம். இந்த அடையாளப் படுத்துதல்களின் பொறுப்பை ஏன் பெண் மட்டும்தான் ஏற்றுக்கொள்ளவேண்டும்? எதற்காக இப்படி அடையாளப்படுத்திக் கொள்ள வேண்டும்? கூட்டத்தினரிடையே நான் இருக்கும்போது அறிந்தவர்கள் மட்டும் என்னை அடையாளம் கண்டுகொண்டால் போதுமே? இந்தப் பொதுவான அறிதல்களுக்குள் நின்று பெண் என்பதையும் அறிந்தால் போதுமே?

இப்படியெல்லாம் சிந்தித்துக்கொண்டிருந்த மற்றொரு பயணத்தின்போது என் பக்கத்தில் அமர்ந்து பேசிக்கொண்டிருந்த ஒரு பெரியவரிடம் கேட்டேன்:

“பெண்கள் எதுக்காக முடி வளர்த்தணும்னு நினைக்கிறீங்க?”

“அழகுக்குதான், வேறெதுக்கு?”

“அப்படின்னா பழைய காலத்திலே ஆண்கள் குடுமா* வளர்த்தியது?”

“அதுவும் அழகுக்குத்தான்.”

“அப்படீன்னா பிற்காலங்கள்லே ஏன் அதை வெட்டிக்கிட்டாங்க?”

“அதுவும் அழகுக்குதான்.” அவர் சிரித்தார்.

“குடுமா இருப்பதுதானே அழகு?”

“உண்மைதான். ஆனால் இந்த அவசர வாழ்க்கையிலே அதைக் கட்டவும் பராமரிக்கவுமான சிரமங்கள்தான் அதை வளர்த்தாமே இருக்கிறதுக்கும் காரணமாகியிருக்க வேணும்.”

அவரது பதில்கள் எனக்குத் திருப்தியை அளித்தன. சாதிய, சமய ஆச்சாரங்களை மீறிய சமூக புனரமைப்பாளர்கள், தங்களது சிந்தனைகள் சார்ந்து குடுமாவை வெட்டியெறிந்தபோது, சாதாரண மனிதர்கள் இந்தப் பெரியவர் விவரித்தக் காரணங்களுக்காக வெட்டியெறிந்தார்கள். கால ஓட்டத்திற்கேற்ப உடையிலும் தலைமுடியிலும் காரணங்களின் தேவைகளின் அடிப்படையில் மாற்றங்களை ஏற்படுத்துவதில் ஆண்கள்

★ முன்புறம் சாய்த்துக்கெட்டி வைக்கும் ஒரு வகைக்குடுமி.

கவனம் செலுத்தினார்கள். ஆனால் சாதி மத வேறுபாடுகளின்றி பெண்கள் தலை முடி வளர்த்த வேண்டுமென்ற ஆச்சாரம் காலங்களைக் கடந்தும் தொடர்வது ஏன்? கட்டிவைக்கவும் சீவி ஒதுக்கவுமான இத்தனைச் சிரமங்களிருந்தபிறகும் இந்த வழக்கத்தை உடைத்தெறிவதற்கு எந்த ஒரு பெண்கள் கூட்டமும் முன்வராமலிருப்பதற்கானக் காரணம் என்ன?

நான் பல பெண்களிடம் முடிவளர்த்துவதற்கானக் காரணத்தை பற்றி ஆராய்ந்திருக்கிறேன். அதில் ஒரு பெண்ணுடைய பதில் விசித்திரமாக இருந்தது. ஆனால் உண்மையும் அதுதான். 'எல்லாரும் வளர்த்துகிறார்கள். நானும் வளர்த்துகிறேன்.' இந்தப் பதிலைக் கேட்டபோது எனக்குக் குட்டி நரியின் கதைதான் ஞாபகத்திற்கு வந்தது. குட்டி நரியிடம் எதற்காக ஊளையிடுகிறாய் என்று கேட்டபோது எல்லோரும் ஊளையிடுகிறார்கள் ஆகவே நானும் ஊளையிடுகிறேன் என்று பதில் சொன்னதாம். சரியான பதில் இல்லாத எந்த ஒரு ஆச்சாரவிதிகளையும் அப்படியே ஆதரித்துப் போற்றி வருவது மூடத்தனம் என்பதை புரிந்துகொண்டு தலைமுடியை வெட்டிவிடுவது என்று மனதிற்குள் நான் உறுதி செய்து கொண்டேன்.

ஒருநாள் வீட்டிற்கு வந்ததும் தாஸேட்டனிடம் சொன்னேன். "முடியை நான் பாய் கிராப் பண்ணப்போறேன்."

"அப்படியே தலையையும் மொட்டையடிச்சுட்டு நடந்தேன்னு வெச்சுக்கோ, ரொம்ப ரொம்ப அழகாயிருக்கும். பெண்களுக்கு தலைமுடி இருக்கறதுதான் அழகு தெரியுமா?" எதிர்பார்த்த பதில்தான். நான் எனது சேலைக் கசாயத்தையே புகட்டி விடத் தீர்மானித்தேன். சீப்பில் முடியிருப்பதையும் கீழே எங்காவது முடிகிடப்பதையும் பார்த்தால் தாஸேட்டனுக்குக் கோபம் வந்துவிடும். எனவே நான் இதில் கவனமாக இருப்பேன். இப்படியான கவனத்தை இதற்காக நான் மாற்றிக் கொண்டேன்.

ஒருநாள் நான் முடி திருத்திய சீப்பின் ஒரு ஓரத்தைப் பிடித்து முகத்தை எட்டுக் கோணலாக மாற்றி அருவருப்புடன் கோபப்பட்டார்.

"சீப்பிலேருந்து முடியை எடுக்க முடியாதாமா?" சீப்பை என் முன் தூக்கிப் போட்டார்.

“என்னைப் பிடிக்கும்னா எந்தலைமுடியையும் பிடிக்கணும். வேணும்னா எடுத்து க்ளீன் பண்ணுங்க, பெண்ணுக்கு முடிதான் அழகுன்னு நீங்கதானே சொன்னீங்க? அது தலையிலே இருந்தா அழகாவும் சீப்பிலே இருந்தா அருவருப்பாவும் தெரியுதா?”

நான் என் பணியைத் தொடர்ந்தேன். தாஸேட்டனே சீப்பை சுத்தம் செய்தார். வேறு வழியே இல்லை. ஒரே ஒரு சீப்புதான் இருந்தது. குளித்து முடித்து உடம்பைத் துவட்டிய பிறகு தாஸேட்டனின் பக்கத்தில் வந்து ஏதாவது சில்மிஷம் செய்துகொண்டிருப்பேன். இடையே தலையைச் சாய்த்தபடி முடியை வேகமாக இரண்டுத் தட்டுத்தட்டுவேன், தாஸேட்டனின் முகத்தில் சாரலடிக்கும், தலைமுடியால் தாஸேட்டன் கிட்டத்தட்ட முடியாமலாகிவிட்டார்.

அழகின் பெயராலும் ஆச்சாரத்தின் பெயராலும் தாங்கள் சுமந்து திரியும் பாரம் எத்தகையது என்பதையெல்லாம் அவர்கள் ஒருபோதுமே மற்றவர்களுடன் பகிர்ந்து கொள்வதில்லை. எல்லாவற்றையும் தங்களுக்குள்ளேயே சகித்துக்கொள்வதால் சம்பந்தப்பட்டவர்களுக்கு அது தெரிவதுமில்லை. எல்லா ஆச்சாரமுறைகளையும் பொறுப்புகள் என்பதான கற்பிதங்களுடன் தன்னைத் தானே சபித்து, வாழ்பவள்தான் ‘நல்ல பெண்’ என்று சொல்லப்படுகிறாள் என்பதை நான் புரிந்து கொண்டேன். எதுவாயினும், கை, கால், நாக்கு, தலை மயிர் என்று எல்லாவற்றையும் பொத்திப் பாதுகாத்து, அப்படியான ஒரு நல்ல பெண்ணாக இருக்க வேண்டாம். தேவையற்ற தளைகளிலிருந்து விடுபட்ட ஒரு தனித்துவமுள்ள பெண்ணாக இருந்தாலே போதும். பெண்கள் என்பதற்கானப் புறக்கணிப்பு, ஆண்களுக்குக் கிடைக்கும் முன்னுரிமை இரண்டையுமே நான் விரும்பவில்லை. மனிதர்கள் எனும் பொதுத்தன்மையிலான உரிமையையே நாம் முன்வைக்க வேண்டும் என்று நான் முடிவு செய்தேன்.

நான் திருவனந்தபுரத்தில் தங்கியிருந்த விடுதியிலும் முடி தொடர்பான பிரச்சனைகளிருந்தன. குளித்து முடித்தபிறகு குளியறையிலுள்ள தண்ணீர் வெளியேறும் அரிப்பில் தங்கி நிற்கும் முடியை, ஜன்னலில் பாதுகாப்பாக வைத்திருக்கும் ஈர்க்கிலால் எடுத்து கழிவுத் தொட்டியில் போட்டுவிட வேண்டும். சிலர் இதைச் செய்வதில்லை என்பதால் குளியலறைக்குள் தண்ணீர்த் தேங்கி நிற்கும். அடுத்ததாக குளிக்க வருபவரிடமிருந்து திட்டு வாங்காமலிருப்பதற்காக

அருவருப்பை சகித்துக் கொண்டு இந்த ஈர்க்குச்சிப் பயிற்சியை நான் திறன்படச் செய்து முடித்து விடுவேன். இந்தப் பிரச்சனையைப் பற்றி பல்வேறு அணிகலன்களுடன் வெளியே புறப்படும் எந்த நாரீமணிகளும் மூச்சு கூட விடுவதில்லை.

ஒரு வெள்ளிக்கிழமையன்று பரேடிற்குச் செல்வதற்காக காலையில் குளித்து முடித்து விட்டு சாப்பாடு எடுப்பதற்காக அவசர அவசரமாக உணவு விடுதிக்குச் சென்றேன். வெளியே வரும்போது முன்புறமாகக் குலைந்துக் கிடந்த முடியை தலையை வீசிப் பின்புறமாகப் போட்டேன். என் பின்னால் நின்றிருந்த மேட்ரனின் முகத்தில் தண்ணிர் தெறித்துவிட்டது. அவர் அலறினார். "எத்தனைத் தடவை சொல்றது. முடியைக் கட்டிவைக்காம மெஸ்சுக்குள்ளே வரக்கூடாதுன்னு." உணவு விடுதிக்கு வரும்போது தலைமுடியைக் கட்டி வைக்கவோ அல்லது துவர்த்தால் சுற்றி வைக்கவோ வேண்டும். அதுதான் விதி, வெறும் வயிற்றில் கிடைத்த அவரது திட்டுக்கு பதில் எதுவும் சொல்லாமல் வெளியேறினேன்.

ஒவ்வொருவரிடமிருந்தும் திட்டு வாங்கவும் எந்தவிதமான பயனுமில்லாததுமான இந்தத் தலைமுடி எதற்காக? திருமணம் போன்ற நிகழ்ச்சிகளுக்கு சீவி, சிங்காரித்து அழகுப் பதுமைகளாகப் போகவேண்டுமென்றால் விலைக்கோ. வாடகைக்கோ விக்குகள் கிடைக்குமல்லவா? இயற்கையில் உதடுகளுக்கு செக்கச்சிவந்த நிறமொன்றும் கிடையாதுதானே? அழகியாகத் திகழுவதற்கு உதட்டுச்சாயம் தீட்டுவதுபோல் தேவைப்படுகிற தினத்தில் மட்டும் இதை எடுத்துப் பொருத்திக்கொண்டால் போயிற்று. திட்டு வாங்கிக் கட்டுவதற்கான ஒன்றை வாழ்நாள் முழுவதும் சுமந்து திரிய வேண்டுமா?

நாங்கள் தங்கியிருந்த விடுதியை மூடிய பிறகு வசிப்பிடத்தை வேறொரு விடுதிக்கு மாற்றினோம். புதிய விடுதிக்குப் போய்ச்சேர்ந்த மறுநாள் இந்தச் சுமையை என் உடலிலிருந்து நான் களைந்து விட்டேன். திருவனந்தபுரம் ஸ்டாட்ச்யூவில் ஒரு அழகு நிலையத்திலுள்ள ஆண் அழகு நிபுணர்தான் இதைச் செய்தார். "எந்த ஸ்டைலில் கட் பண்ண வேண்டும்?" என்று அவர் கேட்டதும் "எந்த ஸ்டைலாக இருந்தாலும் பிரச்சனையில்லை. தலையில் கொஞ்சம் முடி மிச்சமிருக்கட்டும். காற்றில் பறக்கக்கூடாது. ஆளைத் தொந்தரவுப்படுத்தாத ஏதாவதொரு ஸ்டைல்"

என்றேன். முக்கால்மணி நேரத்திற்குள் என் தலை, முடி என்ற மாற்றுப்பெயரை உதறி விட்டு தனது உண்மையான பெயரைச் சூட்டிக்கொண்டது. அந்த அழகு நிலையம், கட்டடத்தின் மூன்றாவதோ நான்காவதோ தளத்திலிருந்தது. முடி வெட்டி விட்டு மகிழ்ச்சியுடன் படியிறங்கி வரும்போது ஏதோ பெருஞ்சுமையொன்றை இறக்கி வைத்ததுபோலிருந்தது. கீழே வந்ததும் தொலைபேசி நிலையத்திலிருந்து தாஸேட்டனைத் தொடர்புகொண்டு 'தாஸேட்டா, முடியை வெட்டிட்டேன்' என்றேன். "நல்லதாப்போச்சு" தாஸேட்டனின் குரலில் மகிழ்ச்சிதானிருந்தது.

அன்று குளிக்கும் போது உடம்பிலிருந்து ஏதோ ஒரு சுமை இறங்கியிருந்ததுபோல் தோன்றியது. முடி, கொஞ்சமோ அதிகமோ இனி வாளித் தண்ணீருக்குள் தலைகீழாக நின்று சாகச வித்தைக் காட்டவேண்டிய தேவையெதுவும் இருக்காது. நிமிர்ந்து நின்று வாளித் தண்ணீரை மொண்டு தலையில் ஊற்றிக் கொள்ளலாம். ஒரு வாளித் தண்ணீரிலேயே நன்றாகக் குளித்து விட முடியும். குளித்து முடித்த பிறகு கூந்தலைச் சேர்த்துப் பிடித்து வளைந்து நிற்கும் சிரமங்களுமில்லை. நிமிர்ந்து நின்றே துவட்டிக்கொள்ளலாம். குளியலறையிலும்கூட தலை குனிந்து வாழ வேண்டாம். நான் மகிழ்ச்சியை முழுமையாகவே அனுபவித்தேன்.

17. சின்னச்சின்ன மகிழ்ச்சிகள்

எனது உடையும் தலைமுடியும் என் வயதை நேர்ப்பகுதியாக பிறருக்குக் காட்டியது. ஒரு சிறுமியிடம் பேசுவதுபோலவே என்னிடம் சிலர் பேசியதுடன் அவர்களது பல வேலைகளை என்னிடம் சொல்லவும் செய்தார்கள். மற்றவர்களது இந்த நடவடிக்கை எனக்கு பல சிரமங்களைத் தந்தாலும் கூட இன்னொரு பக்கம் சிரிப்புதான் வந்தது.

* * *

எரணாகுளம் மாவட்டம், சோட்டானிக்கரை பகவதியம்மன் கோயிலில் ஆண்கள் சட்டையணிந்து கொண்டுபோகக் கூடாதென்பது ஆலய விதி, (இந்த நிபந்தனைக்கானக் காரணம் குறித்து நான் பலரிடம் விசாரித்திருக்கிறேன். இதுவரைத் தெளிவான ஒரு பதிலுமே எனக்குக் கிடைக்கவில்லை) தேவியைத் தொழுவதற்காக நான் ஆலயத்தினுள் நின்று கொண்டிருக்கிறேன். அப்போது ரொம்பக் கோபத்துடன் வந்த ஒரு காவலாளி என் பிடரியில் கை வைத்துத் தள்ளியபடி "சட்டையைக் கழட்டுடா" என்று ஆலயத்தின் நிசப்தத்தைக் கலைப்பதுபோல் சொன்னார். "நானொரு பெண். பெண்களும் சட்டையைக் கழற்றணுமா?" என்று கேட்டேன். அவருக்கு ஒரு மாதிரியாகி விட்டது. மன்னிப்புக் கேட்டார்.

* * *

நானும் என் தோழி எலிசபெத்தும் சட்டை வாங்குவதற்காக கோழிக்கோட்டில் ஒரு ஜவுளிக்கடைக்குள் நுழைந்தோம். சட்டையைத் தேர்வு செய்த பிறகு அதைப் போட்டுப் பார்ப்பதற்கான அறை எங்கே இருக்கிறதென்று சுமார் 22 வயதிலுள்ள ஒரு விற்பனையாளரிடம் கேட்டேன். உடனே அந்தப் பையன் என் சட்டைக் காலரைப் பிடித்தபடி விளையாட்டாகச் சொன்னான். "இதுக்கொரு டிரெஸ்ஸிங் ரூம் வேணுமாக்கும் சட்டையைக் கழட்டுடா." நான் அவனது கையை

விடுவித்தபடி என் தோழியைச் சுட்டிக் காட்டிச் சொன்னேன். "எனக்கில்லே, இவளுக்குப் போட்டுப் பார்க்க."

* * *

நெரிசலான ஒரு ஜீப்பில் கொளகப்பாறையிலிருந்து அம்பலவயல் காவல் நிலையத்திற்குப் போய்க்கொண்டிருந்தேன். வழியில் இரண்டு பெண்கள் கையைக் காண்பித்து வண்டியை நிறுத்தியதும் கிளீனர் என் தோளில் தட்டி "நீ எழும்பி பெண்களுக்கு இடங்கொடுடா" என்றான். நான் எழுந்து ஜீப்பின் பின்புறம் வந்து தொங்கியபடியே அம்பலவயலுக்கு வந்து சேர்ந்தேன்.

* * *

பெரிய அளவில் நெரிசலில்லாத ஒரு ரெயிலில் ஜெனரல் கம்பார்ட்மென்றில், பர்த்தில் படுத்தபடி கோழிக்கோட்டிற்குச் சென்று கொண்டிருந்தேன். சிறிது நேரம் கழிந்ததும் கீழே நின்றிருந்த ஒரு இளைஞன் என் தலையில் தட்டிச் சொன்னான்: "கொஞ்சம் தள்ளிப் படுப்பா." நான் விலகிப் படுத்தேன். என் கால் மாட்டில் தலையும் தலைமாட்டில் கால்களையும் நீட்டியபடி என் பக்கத்திலேயே அவனும் படுத்துக் கொண்டான்.

* * *

பகல்நேர விரைவு ரயிலின் பெண்கள் பெட்டியில் இரண்டுப் பையன்கள் குதித்தேறினார்கள். வாசலில் நின்றுகொண்டிருந்த என்னைக் கண்டு தான் அவர்கள் ஏறியிருக்கிறார்கள் என்பது தெரிந்தது. "இது லேடீஸ் கம்பார்ட்மென்ட்" என்று நான் சொன்னேன். "பரவாயில்லேடா, அப்படியே கடலைப் போட்டுட்டே போகலாம்" என்றான் ஒருவன். "கொஞ்சநேரமா நானும் பாக்குறேன். எதுவுமே மசியமாட்டேங்குதுடா" நான் கேலியாகப் பரிதாபம் காட்டினேன். "எங்களுக்கு ஏறுன உடனேயே கெடைச்சுடுச்சு, என்னடா?" என்றான் பக்கத்தில் நின்ற நண்பனிடம். "யார்?" என்று கேட்டேன். அதோ அந்த வெள்ளைச் சுரிதார்." கதவின் பக்கத்திலிருந்து பார்த்தால் தெரிகிற வயதுப் பெண்ணைப் பார்த்தபடியே சொன்னான்.

* * *

ஒரு தடவை ரெயிலில் பயணம் செய்யும் போது சக பயணியான ஒரு பையன் என் பெயரைக் கேட்டான். நான் வினய் என்று சொன்னேன். "உனக்கு ஜிம்முக்குப் போகும் பழக்கமுண்டோ"

என்று கேட்டான். "ஆங்.... எப்போதாவது ஒரு தடவை" என்று பதில் சொன்னேன். "உம்..." அவன் பொறாமையுடன் முனகி விட்டுச் சொன்னான்: "செஸ்டைப் பாத்தாலே தெரியும்."

* * *

மானந்தவாடியிலிருந்து அம்பலவயல் போவதற்காக ஜீப்பிலேறி பின்புற இருக்கையில் முன்னால் சாய்ந்தமர்ந்திருந்தேன். கொஞ்ச தூரம் போனதும் பர்தா அணிந்த மூன்று பெண்கள் ஏறினார்கள். முன்புற இருக்கையில் ஏற்கனவே நான்குபேர் அமர்ந்திருந்தார்கள். பர்தா அணிந்தவர்கள் என் பக்கத்தில் உட்கார்ந்துகொண்டார்கள். நான்கு பேரானதும் நெருக்கமாக இருந்தது. என்னருகில் அமர்ந்திருந்தப் பெண்ணுக்கு என் வயதுதானிருக்கும். அவள் என் தோளில் தட்டிச் சொன்னாள்: "தம்பி நீ முன்னால்போய் இருக்கிறியா?" நான் எழுந்து முன்பக்கம் போய் அமர்ந்தேன்.

* * *

ஒரு ஹர்த்தால் தினம். பணி முடிந்து கல்பற்றாவிலிருந்து பத்தேரிக்கு வந்து சேருவதற்கு எந்த வழியுமில்லாமல் நின்று கொண்டிருந்தேன். திடீரென்று ஒரு ஜீப் வந்தது. ஆனால் ஆண்களின் நெரிசல். படிக்கட்டிலும் இரண்டுபேர் தொங்கிக்கிடந்தார்கள். ஜீப்பின் பக்கத்தில் வந்து விட்டு இடமில்லாமல் திரும்பும் போது தொங்கிக்கிடந்த ஆஜானபாகுவான ஒரு மனிதர் ஒரு காலை விலக்கி வைத்தபடி சொன்னார்: "டேய், வேணும்னா வா, ஒரு கால் வைக்க இடந்தர்றேன்." அவர் தந்த இடத்தில் இரண்டு கால்களையும் பதித்து கம்பியைப் பிடித்துத் தொங்கியபடியே வீடு வந்து சேர்ந்தேன்.

* * *

பத்தேரியிலிருந்து திருவனந்தபுரத்திற்குச் செல்ல கே.எஸ்.ஆர்.டி.சி. பேருந்தில் ஏறினேன். முன்பக்கத்தில் மூன்றுபேர் அமர்ந்திருக்கும் இருக்கையின் இரண்டு புறமும் இரண்டு இளைஞர்கள் அமர்ந்திருந்தார்கள். அவர்கள் அதை விட்டு அசையாமலிருப்பதைக் கண்டதும் நான் அவர்களின் நடுவில் அமர்ந்தேன். இரவு இரண்டு மணியிருக்கலாம். நான் நல்ல தூக்கத்தில் ஆழ்ந்திருந்தேன். எனது இடது புறமிருந்த பையன் என் நாடியைப் பிடித்துப் பலமாகத் தள்ள நான்

திடுக்கிட்டு விழித்தேன். அவன் கோபத்துடன் சொன்னான். "வீட்டுலெ தூங்கறதுபோல பஸ்சிலே தூங்கக் கூடாது. மற்றவங்க மேலெ படாம தூங்கணும்." நான் சேலையோ சுரிதாரோ அணிந்திருந்தால் நீ எவ்வளவு நேரம் வேண்டுமானாலும் என்னைத் தாங்கியிருப்பாய்தானே என்று மனதிற்குள் சொல்லிவிட்டு உணர்வே இல்லாதவள் போல் பேசாமல் அமர்ந்திருந்தேன்.

* * *

ஆலப்புழை மாவட்டத்திலுள்ள பரவூர் கள்ளுக்கடையின் எதிரில், கடைக்குப் போகுபவர்கள், பூஸ்டாகித் திரும்பி வருபவர்களுடைய குணவிசேஷங்களைப் பார்த்து ரசித்துக்கொண்டு நின்றிருந்தேன். கள்ளுக் கடையிலிருந்து இறங்கி வந்து பீடி இழுத்துக் கொண்டு நின்றிருந்த ஒரு பெரியவர் கொஞ்ச நேரம் என்னையே கவனித்துப் பார்த்து விட்டுச் சட்டைப் பையிலிருந்து மணிபர்சை எடுத்தவாறு என்னிடம் சொன்னார்: "குடிக்கக் காசில்லேன்னா இந்தாடா, வாய் பாக்குறதை விட்டுட்டுப் போயி குடி." திரும்பவும் அவர் எதையாவது சொல்வதற்குள் கடைக்குள் நுழைந்து பத்து ரூபாய் கொடுத்து ஒரு கலயம் கள் வாங்கிக் குடித்துவிட்டுத் திரும்பி நடந்தேன்.

* * *

பனிரெண்டு மணிக்கு எரணாகுளத்திற்கு வந்து சேரும் விரைவு ரெயிலுக்காக நான் பதினொரு மணிக்கே ரெயில் நிலையத்திற்கு வந்து சேர்ந்தேன். பயணச்சீட்டை வாங்கி விட்டு காலாற அப்படியே வெளியே வந்தேன். ஒவ்வொரு மூலையிலும் ஒவ்வொருவர் அமர்ந்து காவலர்கள் யாராவது வருகிறார்களா என்று கவனித்தபடியே சிரமப்பட்டு சிகரெட் புகைத்துக் கொண்டிருந்தார்கள். நானும் பெட்டிக்கடையில் போய் ஒரு சிகரெட்டை வாங்கிப் பற்ற வைத்தேன். தொலைவில் ஒரு ஒதுக்குப்புறமாக நின்று மற்ற புகைஞர்களைப் போல் அங்குமிங்கும் பார்த்துக்கொண்டே இழுத்துக் கொண்டிருந்தேன். என் பின்னால் நின்றுகொண்டிருந்த ஒரு ஆள் "கொஞ்சம் தீ கொடு அண்ணா" என்று கேட்டார். ஒரு கையில் சிகரெட்டும் மற்றொரு கையில் பேண்டேஜுமாக நின்றிருந்தார் அவர். நான் கையிலிருந்த சிகரெட்டை அவரிடம் கொடுத்தேன். பற்ற வைத்துத் திரும்பத் தந்து விட்டு "கையொடிஞ்சிருக்கறதாலே தீக்குச்சியை உரசிப் பற்ற வைக்க முடியாது" என்று தனது இயலாமையை சொல்லிக் கொண்டார். சிகரெட் புகைத்து

முடியும் வரை காவலர்கள் கண்டு விட்டால் உருவாகும் பிரச்சனைகளைப் பற்றி பேசியபடியே நின்றிருந்தோம்.

* * *

பள்ளிக்குன்று திருவிழா காலம். இரவுப் பணியை முடித்து விட்டு மறுநாள் காலையில் பதினொருமணிக்கு பள்ளி வாசலுக்குச் செல்லும் ஜனத்திரளைக் கவனித்தபடி சாதாரண உடையில் நின்றுகொண்டிருந்தேன். இரண்டு நாடோடிகள் என் பக்கத்தில் வந்தார்கள். "ஒரு விஷயம் சொல்லலாமா?" என்று அதில் ஒருவர் மிகவும் மெதுவாக என்னிடம் கேட்டார். நான் எதற்காக என்பதுபோல் அவரை ஏறிட்டுப் பார்த்தேன். அவர் உடனே தனது பையைத் திறந்தார். லேகியமும் தைலமும் கலந்த ஒரு வாசம் வெளியானது. அதிலிருந்து ஒரு புட்டியை வெளியே எடுத்துக் காட்டியவர் சொன்னார்: "இது ஒரிஜினல் கரடி நெய். குளிக்கிறதற்கு ஒரு மணி நேரத்துக்கு முன்னாலெ தொடர்ந்து நான்கே நாட்கள் தேய்த்து விட்டாப் போதும். மீசையும் தாடியும் நல்லா வளரும்." "இந்த இரண்டுமே எனக்கு வளர வேண்டாம்." எந்த பாவவேறுபாடையும் காட்டிக்கொள்ளாமல் நான் பதில் சொன்னேன். "உன்னை யாரோ இதுக்கு முன்னாலெ ஏமாத்தியிருக்கிறாங்க, சரிதானே? ஆனா, இது அப்படிப்பட்ட பொருள் கிடையாது." நான் என் இயலாமையை மீண்டும் தெளிவுபடுத்தினேன். "ஆனா, நீ ஒரு நாள் உண்மையாகவே இதற்காக வருத்தப்பட வேண்டியதுவரும். அது மட்டும் நிச்சயம்." அவர்கள் என்னை எச்சரித்து விட்டுப் போனார்கள்.

* * *

தாஸேட்டனைப் பார்ப்பதற்காக ஒரு தடவை நான் அம்பலவயல் காவல் நிலையத்திற்குச் சென்றிருந்தேன். ஆன்ட்ரோ எனும் தலைமைக்காவலர் என்னைப் பார்த்து "நீ யார்?" என்று கேட்டார்.

"நான் வினயா..." சிறு ஆச்சரியத்துடன்தான் நான் பதில் சொன்னேன்.

"வினயாவோட மகனா?"

"இல்லை நானேதான் வினயா." மேலும் அழுத்திச் சொன்னேன்.

"பெயர் வினயான்னு சொல்றே இல்லியா?" இதைக் கவனித்துக் கொண்டு நின்ற மற்றொரு காவலர் சிரித்தபடியே சொன்னார்:

"சார், கொஞ்சம் நல்லாப் பாருங்க. இது வினயாவேதான்."

ஆன்ட்ரோ சாருக்கு ஆச்சரியமாகப் போய்விட்டது.

* * *

பத்தேரியிலிருந்து பேருந்தில் மாடக்கரைக்குப் போகும்போது வீட்டின் பக்கத்திலுள்ள ஒரு இளம் வயதுப்பெண்ணுடன் பெண்கள் இருக்கையின்மீது சாய்ந்து நின்றபடி பேசிக்கொண்டிருந்தேன். பயணச் சீட்டுக்காக வந்த நடத்துனர் என் தோளைப் பிடித்து அழுத்தியவாறு "முன்னாடி போ... முன்னாடி போ..." என்றார். கூட்டம் அதிகமாக இருப்பதால் சொல்கிறாராக இருக்குமென்றுதான் நான் முதலில் நினைத்தேன். மாடக்கரையில் இறங்கப்போகும்போது என்னைப் பார்த்துச் சிரித்தபடியே நடத்துனர் சொன்னார்:

"அதே இடத்துலெ நின்னுரலாம்னு ரொம்ப முயற்சி செய்துப் பாத்தே இல்லியா? சரி, இறங்கு. இறங்கு." நடத்துனர் என்ன நினைத்து என்னை முன்னால் போகச்சொன்னார் என்று அப்போதுதான் புரிந்தது. நான் அதை வெளியே காட்டிக் கொள்ளாமல் இரண்டு கண்களையும் சிமிட்டி திருப்தியை வெளிப்படுத்துவதுபோல் காட்டிவிட்டு இறங்கினேன்.

* * *

கல்பற்றா மகாவீர் மூவீசில் மதியக்காட்சி பார்ப்பதற்காகப் போயிருந்தேன். கிட்டத்தட்ட வரிசையின் நடு இருக்கையில் போய் அமர்ந்தேன். வலது புற இருக்கைகளில் யாருமே இல்லை. கொஞ்ச நேரத்திற்குள் நான்கு பெண்கள் வந்தமர்ந்தார்கள். படம் திரையிடத்துவங்கிய சிறிது நேரத்தில் என் பக்கத்திலிருந்த பெண்ணின் காலில் எனது கால்பட்டு விட்டது. உடனே அந்தப் பெண் என் காலை தட்டிவிட்டு "காலை நீக்கு" என்றாள். நான் "சாரி" சொல்லி விட்டு காலை விலக்கிக் கொண்டேன். கொஞ்ச நேரத்திற்குப் பிறகு திரும்பவும் கால் பட்டுவிட்டது. நான் இதை உணரக்கூட இல்லை.

"காலை நீக்குடா, இந்தப் பய பண்ற வேலையைப் பாரேன். எவ்வளவு நேரமா தொந்தரவு பண்றான்." அந்தப் பெண் சத்தமிட்டாள். பக்கத்திலமர்ந்திருந்த மற்றொரு பெண் "டீச்சர், நீங்க இந்தப் பக்கம் வாங்க, நான் அதிலே இருக்கிறேன்" என்றாள். பிறகு அவர்கள் பரஸ்பரம் இருக்கைகள் மாறியமர்ந்தார்கள். நான் உண்மையிலேயே பயந்து போய்விட்டேன். அடியோ உதையோ வாங்கிய பிறகு நானும் பெண்தானே என்று சொல்லிக்

கொள்வதில் என்ன அர்த்தமிருக்கப்போகிறது. நான் தம் கட்டியபடியே படம் பார்த்து முடித்தேன். படம் முடிந்து வெளியேறும்போது என்னைப் பார்த்து ஏதோ சொல்லிக் கொண்டார்கள். நான் உடனே அந்த ஆசிரியைகளைப் பார்த்து சைட் விட்டேன். அதிலொரு ஆசிரியை காறித் துப்பிவிட்டுச் சொன்னார்: "முட்டையிலேருந்து இன்னும் விரியலே, அதுக்குள்ளே தொடங்கியாச்சு." அப்புறம் என்ன நடந்தது என்றே தெரியாது. நான் ஓடிப்போய் பேருந்தில் ஏறிக் கொண்டேன்.

* * *

நானும் தாஸேட்டனும் பத்தேரியிலிருந்து மானந்தவாடிக்குப் போய்க் கொண்டிருந்தோம். எங்கள் இரண்டுபேருக்கும் இரண்டு இடங்களில் இருக்கை கிடைத்திருந்தது. என் பக்கத்தில் ஒரு பையன் அமர்ந்திருந்தான். என்னை ஒரு பையன் என்று நினைத்து அவன் பல விஷயங்களைப் பேசிக்கொண்டிருந்தான். ரொம்ப சாதுரியமாக பல பொய்களை அவன் நம்புவதுபோல் நான் சொல்லிக்கொண்டிருந்தேன். அவன் இறங்க வேண்டிய இடம் வந்ததும் என்னிடம் கேட்டான்,

"நீ தனியாவா வந்திருக்கே?"

"சே... இல்லை. வேறொரு ஃப்ரெண்டும்கூட வந்திருக்காரு."

"எங்கே ?"

"அதோ" நான் திரும்பி எதிர்புறம் மூன்று வரிசைக்குப் பின்னால் ஓரமாக அமர்ந்திருந்த தாஸேட்டனைச் சுட்டிக்காட்டினேன். தாஸேட்டன், "இவ யார் கூடடா கடலைப் போட்டுட்டு இருக்கா?" என்பதுபோல் எங்களையே பார்த்தபடி அமர்ந்திருந்தார்.

"யாரு, அந்தச் சொட்டையா?" பையனுக்குப் பிடிக்கவில்லை.

"அவர்தான், அவரேதான்." நான் சொன்னேன்.

"அந்த ஆளு ஏன் இப்பிடிப் பாக்குறாரு?" சிறு வெறுப்புடனும் சந்தேகத்துடனும் பையன் கேட்டான்.

"அந்த ஆளு ஒரு டைப்பு." நான் உதட்டைக் கோணியபடி சொன்னேன். பேருந்து நிறுத்தம் வந்ததும் பையன் இறங்கிச் சென்றான். தாஸேட்டன் தனது விசாரணையைத் துவங்கினார்.

18. முதல் ரிட் மனு

திருவனந்தபுரத்திற்கு இரண்டாவது முறையாக இடமாறுதல் கிடைத்து விடுதியில் தங்கியிருந்தபோது அங்கே இருந்த இளவயதினர் சிலரின் செயல்பாடுகளை நான் ஆச்சரியத்துடன் கவனித்தேன். அதில் என்னை மிகவும் கவர்ந்தது, ஜர்னலிசம் பயிலும் பெண்களின் ஆய்வு முறைகள்தான். அவர்கள் பல்வேறு மாதப் பத்திரிகைகளையும் தினசரிகளையும் வெட்டியெடுத்து ஆல்பமாகத் தயார் செய்து பாதுகாத்து வந்தார்கள். தனிப்பட்ட சில விஷயங்களை அவர்கள் ஆய்வு செய்பவர்கள் என்றும் அது குறித்த செய்திகளையும் படங்களையும்தான் சேகரிக்கிறார்கள் என்பதையும் புரிந்து கொண்டேன். இப்படி சேகரிப்பதும் இது சம்பந்தமாக ஆழமானத் தேடுதல்களும்தான் ஆய்வு எனப்படுகிறது என்ற விஷயம் என்னைப் பொறுத்தவரை புதியதொரு அறிவாக இருந்தது.

அவர்களைப்பின்பற்றி நானும் சில குறிப்புகளை சேகரிக்கத் துவங்கினேன். இந்திய அரசியலமைப்புச் சட்டத்தின் 15 ஆம் பிரிவுக்கு எதிராக ஆண், பெண் வேறுபாடுகளை அதிகார வர்க்கம் எப்படிப் பாதுகாத்து வருகிறது என்பதைப் பற்றிய தேடுதல்களைதான் நான் ஆய்வுப்பொருளாக எடுத்துக் கொண்டேன். பத்திரிகைச் செய்திகள், சொற்பிரயோகங்கள், படங்கள், விண்ணப்பப் படிவங்கள், பதவிகளின் பெயர்கள், அகராதிகள், சீருடைகள், திரைப்படங்கள், கதைகள், கட்டுரைகள், விளம்பரங்கள், விளம்பர வாசகங்கள் இப்படியாக பலவற்றை நான் கூர்ந்து கவனிக்கவும் கிடைக்கிற ஆதாரங்களை சேகரிக்கவும் இது சம்பந்தமான எனது கருத்துக்களைக் குறித்து வைக்கவும் ஆரம்பித்தேன். கூடவே, பெண்களின் பொதுவான உடல் மொழிகள், குணவிசேஷங்கள், ஆடை, தலைமுடி, ஆபரணங்கள், சடங்குகள், ஆச்சாரங்கள் போன்ற வற்றையும் நான் ஆய்வு செய்தேன். அரசியலமைப்புச் சட்டம் அளித்திருக்கும் பெண் ஆண் சமத்துவத்திற்கெதிராக நிலைபெற்று வரும் சமூகக் கட்டமைப்பை மறுகட்டுமானம்

செய்யும் ஒரு முயற்சியைக்கூட ஏன் 'யாருமே' செய்ய முன் வரவில்லையென்று நினைத்து விட்டு இந்த யாருமே என்ற இடத்தை நான் ஏன் இட்டு நிரம்பக்கூடாது என்று சிந்தித்தேன்.

நான் சேகரித்துவைத்திருந்த பல்வேறு ஆதாரங்களுடன் பெண்கள் வாசிப்புச் சாலையான 'சகி'யில் போய் அமர்ந்து ஒவ்வொன்றையும் விரிவாக எழுதி தனித்தனி நோட்டுப் புத்தகங்களில் அதை ஒட்டி வைத்தேன். வினயாவின் ஃபைல் என்று ஒரு ஃபைலையும் அதை வைப்பதற்கான ஒரு இடத்தையும் எனக்கு அங்கே ஒதுக்கித் தந்தார்கள்.

விடுமுறையில் வீட்டுக்குப் போகும்போது நான் இந்த ஃபைலையும் புத்தகங்களையும் கூடவே எடுத்துச்செல்வேன். ஒரு தடவை, வயநாட்டிலிருந்து திருவனந்தபுரத்திற்குச் செல்லும்போது உயர் நீதிமன்றத்தில் இதைப் பற்றி ஒரு ரிட் மனுத் தாக்கல் செய்வது குறித்து யோசனை செய்தேன். வயநாட்டில் வைத்து ஒருமுறை நான் இந்த ஃபைல்களை பி.யூ.சி.எல்லின் பொறுப்பாளரான அருட்தந்தை ஜோசஃப் தேரகத்திடம் காண்பித்தேன். இந்த விஷயங்களில், ரிட் மனுவை ஏற்றுக் கொள்ளுவதற்கான பல நியாயங்களும் இருப்பதாக அவர் சொல்லியிருந்தார்.

மருத்துவவிடுப்பில் ஒருமுறை வீட்டுக்குச் சென்றிருந்த நான் விடுப்புக் காலம் முடிவதற்கு மூன்று நாட்களுக்கு முன்பே திரும்பி பேருந்தில் கோழிக்கோட்டிலிருந்து எரணாகுளத்திற்குப் புறப்பட்டேன். எரணாகுளம் உயர்நீதி மன்றத்தில் செயல்படும் இலவச சட்ட உதவி மையத்திற்குச் சென்றேன். அங்கே யாருமே இல்லாத நிலையில் தேவையான பரிந்துரைகளை மற்றொரு முகாமிலிருந்து பெறலாம் என்று சொல்லி என்னை ஒரு பெண்மணியிடம் அனுப்பி வைத்தார்கள். நான் எனக்குத் தெரிந்த விஷயங்களை அவரிடம் சொல்லி இதற்கான நீதி கேட்டு ஒரு ரிட் மனுத் தாக்கல் செய்வதைப் பற்றிப் பேசினேன். அவர் தந்த ஓ. பி. நகலுடன் அங்கிருந்து திரும்பி வந்தேன்.

உயர் நீதிமன்றத்தின் முன்புறம் சிறுசிறு திண்டுகளிலிருந்து தட்டச்சு செய்து கொண்டிருந்தவர்கள் பலரை அணுகினேன். மலையாளத்தில் எழுதப்பட்டிருந்த ஒரு கட்டு புத்தகங்களையும் காகிதங்களையும் ஆங்கிலத்தில் மாற்றி ஒரு ரிட் மனுவின் வடிவத்திலாக்கும் என் வேண்டுகோளுக்கு அவர்களில் யாருமே செவிசாய்க்கவில்லை. மிகுந்த மனவருத்தத்துடன்

கடைசியாக ஒருவரிடம் கேட்டுப்பார்ப்போமே என்று ஒருவரை அணுகினேன். அவரும் தீவிர வேலையில்தான் ஈடுபட்டிருந்தார். எனது புத்தகங்களையும் காகிதங்களையும் பார்த்து அவருக்கு அனுதாபம் ஏற்பட்டிருக்கவேண்டும். அவசர வேலைகளுக்கிடையிலும் எனது கையிலிருந்தவற்றை வாங்கிப் புரட்டிப் பார்த்து விட்டுச் சொன்னார்: "நீங்க நில்லுங்க, மத்தியானத்துக்குப் பிறகு அடிச்சுத் தர்றேன்." எனக்கு மகிழ்ச்சியாக இருந்தது. அவர், உயர்நீதிமன்றத்தில் பணியாற்றி ஓய்வு பெற்ற ஜேம்ஸ் என்பவர்.

ஜேம்ஸ் சார் மதியத்திற்குப் பிறகு எனது ஃபைலை எடுத்தார். என்னுடன் கலந்து விவாதித்து குறிப்புகளை ஆங்கிலத்தில் எழுதி ஒரு ரிட் மனுவாகத் தயாரித்தார். பாக்கியுள்ள வேலைகளை மறுநாள் பார்த்துக்கொள்ளலாம் என்றும், காலையில் பதினொரு மணிக்கு வந்து விடும்படியும் சொல்லிவிட்டு சாயுங்காலம் ஐந்தரை மணிக்கு அவர் கடையை மூடினார். இடையே வேறு ஒன்றிரண்டு பேருக்கு தட்டச்சு செய்து கொடுத்தார். மறுநாள் காலையில் நான் பதினொரு மணிக்கு அவரது அலுவலகத்திற்குச் சென்றேன். ரிட்டின் எல்லா வேலைகளும் அதற்குள் பூர்த்தியாகியிருந்தன. அவர் பரிந்துரை செய்த ஒரு வழக்கறிஞரிடம் நான் இந்த ரிட் மனுவைக் காண்பித்தேன்.

ஜேம்ஸ் சார் அனுப்பி வைத்த ஒரு குமாஸ்தாவுடன் நான் ஓ.பி. பிரிவிற்குப் போனேன். ஒரு மணிக்குள் இலக்கமிட்டுக் கிடைத்தது. அன்று தட்டச்சு செய்ததற்கும் சிரமப்பட்டதற்கும் பெரிய அளவிலான பிரதிபலன் எதையும் ஜேம்ஸ் சார் எதிர்பார்க்கவில்லை. முத்திரைத்தாளுக்கும் மற்றவைக்குமென 500 ரூபாய்வரை எனக்குச் செலவானது, பார்ட்டி இன் பர்சனல் என்றே ரிட் மனு பதிவு செய்யப்பட்டது. ரிட் மனுவின் எதிரிகளாக யூனியன் ஆஃப் இந்தியாவும், ஸ்டேட் ஆஃப் கேரளாவும், செய்தி ஊடகங்களுமிருந்தன.

மறுநாள் என் வழக்கு விவாதத்திற்கு எடுத்துக்கொள்ளப்பட்டது. நான் நீதிமன்றத்திற்கு வந்தபோது மிகவும் பதற்றத்துடனிருந்தேன். வழக்கறிஞர்களும் நீதிபதிகளும் ஆங்கிலத்தில் பேசிக்கொண்டார்கள். எனக்கு ஆங்கிலத்தில் பேசுவதை அவ்வளவாகப் புரிந்து கொள்ள முடியாது. வழக்கின் எண்ணை அழைத்ததும் நான் தைரியத்தைத் திரட்டிக் கொண்டு நீதிபதியின் முன் நின்று சொன்னேன்:

"மேன்மை தங்கிய நீதிமன்றத்தில் எனக்கு ஒரு வேதனையைத் தெரிவிக்க வேண்டும்."

"எஸ்."

"எனக்கு ஆங்கிலம் புரியாது. மலையாளம் மட்டும்தான் தெரியும். ஆகவே, மலையாளம் தெரிந்த நீதிமன்றத்துக்கு இந்த வழக்கை மாற்றி உத்திரவிடவேண்டும்."

"மலையாளத்தில் பேச அனுமதி தரப்பட்டிருக்கிறது."

எனக்கு மிகுந்த மகிழ்ச்சி. நீதிமன்றம் எனக்கு மலையாளத்திலேயே பதில் சொன்னது.

"செய்தி ஊடகங்களும் வானொலியும் நீதிமன்றத்தின் வரையறைகளுக்குட்படாதவை. எனவே முதலில் வரும் இரண்டு கட்சிகளை மட்டும் எதிரிகளாக சேர்த்துக் கொள்வதாக இருந்தால்தான் ரிட் மனுவை ஏற்க முடியும்."

நான் ஒப்புக் கொண்டேன். மற்றுள்ள எதிரிகளை விடுவித்து ரிட் மனு உயர் நீதிமன்றக் கோப்பில் சேர்த்துக்கொள்ளப்பட்டது.

பிறகு இரண்டு விவாதங்கள் மட்டுமே இந்த மனுவின்மீது நடந்தன. இரண்டிலுமே நான் தீவிரமாக விவாதித்தேன். அரசியலமைப்பின் 15ஆம் பிரிவும் இந்தியாவும் கையெழுத்திட்ட ஸீடோ ஒப்பந்தமும் (Cedaw) என்னுடைய விவாதத்தில் இடம் பெற்றன. இந்த இரண்டு விவாதங்களுக்காக நான் குறைந்தபட்சம் ஆறு தடவையாவது நீதிமன்றப் படிகளில் ஏறியிறங்கி இருப்பேன். மூன்றாவது விசாரணையின்போது தீர்ப்பு வெளியானது. தேவையான ஆதாரங்களை சமர்ப்பிக்கத் தவறியதால் ரிட் மனுவில் குறிப்பிட்டிருந்த பத்து வரையிலான விஷயங்களில் விண்ணப்பப் படிவத்தின் விஷயத்தில் மட்டுமே தீர்ப்புச் சொல்லப்பட்டது. விண்ணப்பப் படிவங்களில் பாலின வேறுபாடு கூடாதென்றும் படிவங்கள் புதிதாக அச்சடிக்கும்போது இந்த வேறுபாடுகள் களையப்பட வேண்டுமென்றும் மத்திய மாநில அரசுகளுக்கு உயர் நீதிமன்றம் பரிந்துரைச் செய்தது.

இந்தச் செய்தியை 'இந்தியன் எக்ஸ்பிரசும்' 'ஆகாஷ்வாணி'யும் வெளியிட்டன. இந்த மனுவில் நான் குறிப்பிட்டிருந்த எல்லா விவரங்களையும் வைத்து விரிவாக மனோஜ் கே. புதியவிளை 'மலையாள'த்தில் ஒரு கட்டுரை எழுதினார். ரிட்

மனுவின் மீதான தீர்ப்பு வரும்போது நான் வயநாட்டிற்கு மாற்றப்பட்டிருந்தேன். தீர்ப்பைப் பற்றிய செய்தி 'மலையாள மனோரமா' ஞாயிறு பதிப்பில் வெளியாகும்போது நான் கோழிக்கோடு, மகளிர் காவல் நிலையத்தில் ஸ்பெஷல் டியூட்டியிலிருந்தேன். இந்த ஆண்டின் எஸ்.எஸ்.எல்.சி. புத்தகத்தில் என் மனுவின் மீதான தீர்ப்பு நடைமுறைக்கு வந்திருக்கிறது. எஸ்.எஸ்.எல்.சி. புத்தகத்தில் அம்மாவின் பெயரைச் சேர்க்க இந்த வருடம் முதல் மாணவ மாணவியருக்கு வாய்ப்புக் கிடைத்திருக்கிறது.

19. பெண்களுக்கு எங்குதான் இடமில்லை?

திருவனந்தபுரத்திலிருந்து திரும்பி வந்து கல்பற்றாவில் வேலைபார்க்கும்போதுதான் ஒரு தேர்தல் பணியின்போது ஏற்பட்டத் தகராறில் சிக்கிய தலைமைக்காவலர் பாலன் இறந்து போன சம்பவம் நடந்தது. கல்பற்றாவிலிருந்து தேர்தல் சிறப்புப் பணிக்காக பத்தேரி காவல் சரகத்திற்குட்பட்டப் பகுதிக்கு என்னை ரோந்துப் பணியில் நியமித்திருந்தார்கள். மதியம் இரண்டு மணி இருக்கும், பாலன் சாருக்கு உடல்நிலை சரியில்லாமல் எம்.இ.எஸ். மருத்துவமனையில் அனுமதிக்கப்பட்டிருப்பதாக ஒரு தகவல் வந்தது. நான் இதை அவ்வளவு பெரிதாக எடுத்துக் கொள்ளவில்லை. ஏதாவது உடல் அசௌகரியமாக இருக்கலாம் என்று தான் நினைத்திருந்தேன். ஜீப்பில், எல்லோருடனும் சேர்ந்து அணிந்திருந்த சீருடையுடன் மருத்துவமனைக்குச் சென்றிருந்தேன். மிகவும் இயல்பாக நோயாளி அனுமதிக்கப்பட்டிருக்கும் அறைக்குள் சென்றதும் பதறிப்போய்விட்டேன். மருத்துவமனையின் பச்சை நிறத்துணியால் முகத்திலிருந்து கால்வரையிலும் மூடிய உயிரிழந்து போன ஒரு உடல் மேஜையின்மீது கிடத்தப்பட்டிருந்தது. பாலன் சார் இறந்து போன விஷயத்தை நான் அப்போதுதான் அறிகிறேன். பத்தேரி சரகஆய்வாளர் திவாகரன் சார் மற்றும் மூன்று பெண் காவலர்களுடன்தான் நான் இங்கே வந்திருந்தேன். சடலத்தைப் பார்த்த பிறகு மிகுந்த மனவேதனையுடன் மற்றவர்களோடு நானும் ஜீப்பிலேறினேன். உடனே ஆய்வாளர் சார் என்னிடம் கேட்டார். “வினயா, உன்னால் இங்கே பாதுகாப்பிற்கு நிற்க முடியுமா?” நான் ஜீப்பிலிருந்து இறங்கி சடலமிருந்த அந்த அறையின் முன் பாதுகாப்புக்காக நின்றுகொண்டேன். ஒரு சக காவலரின் சடலத்திற்குக் காவல் நிற்கும் மனத்துணிவு என்னிடமிருப்பதாக ஆய்வாளர் தெரிந்து வைத்திருப்பதில் எனக்குப் பெருமையாகவே இருந்தது. இதற்கு முன்பும் பொறுப்பு மிகுந்த பல பணிகளில் என்னை நியமித்த, விரல்விட்டு எண்ணிவிட

முடிந்த அதிகாரிகளில் இவரும் ஒருவர். நான் சாயுங்காலம் வரைக்கும் காவல் நின்றேன். மற்றொரு ஆண்காவலரும் என்னுடனிருந்தார். நான்கு மணிக்கு பாலன் சாரின் மனைவியும் மகனும் அம்மாவும் மற்ற உறவினர்களுமாக கதறியழுதபடியே வந்தார்கள். பிணப் பரிசோதனை செய்யாமல் உடலை ஒப்படைக்க முடியாதென்பதால் அவர்களை வீட்டிற்குக் கூட்டிச் செல்வதற்காக ஐந்துமணிக்கு நானும் அவர்களுடன் ஜீப்பில் புறப்பட்டு விட்டேன். பாலன் சார் இறந்துவிட்ட விவரம் அக்கம்பக்கங்களில் குடியிருப்பவர்கள் யாருக்கும் தெரியாது என்று ஓட்டுனர் சொல்லியிருந்தார். அவர்களை வீட்டில் கொண்டு வந்து சேர்த்தபிறகு நான் அக்கம்பக்கங்களில் சில வீடுகளுக்குப்போய்ப் பார்த்தேன். எந்த ஒரு வீட்டிலும் ஆள் நடமாட்டமில்லை. தேர்தல் என்பதால் அக்கம்பக்கத்திலுள்ளவர்கள் அனைவரும் ஓட்டுப் போடுவதற்குச் சென்றிருந்தார்கள். அடுத்து என்ன செய்வதென்று தெரியாமல் நான் திரும்பவும் வீட்டுக்குச் சென்றபோது அங்கே நான்கைந்து ஆட்கள் வந்திருந்தார்கள். அதில் ஒருவரிடம் அவரது மனைவியை அழைத்துக்கொண்டு வரும்படி சொன்னேன். அரைமணி நேரத்திற்குள் ஐந்து பெண்கள் அங்கே வந்து விட்டார்கள். ஆட்களைத் தேடி நான் வாழைத்தோட்டத்தினூடே ஓடியதால் என் சீருடை முழுவதிலும் சகதி புரண்டிருந்தது. வீட்டில் தேவையான அளவுக்கு ஆட்கள் வந்து சேர்ந்து விட்டதால் மனைவியையும் மற்ற உறவினர்களையும் கவனித்துக்கொள்ளும்படி மற்றப் பெண்களிடம் சொல்லிவிட்டு ஆறுமணிக்கெல்லாம் திரும்பி மருத்துவமனைக்குச் சென்று விட்டேன். சடலம் பரிசோதனை செய்யப்படுவதற்காக எட்டுமணிக்கு பிண ஊர்தியில் கோழிக்கோடு மருத்துவமனைக்குக் கொண்டு போகப்பட்டது. இதற்குள் மருத்துவமனை முழுவதும் மக்கள் கூட்டத்தால் நிரம்பி விட்டது. சடலத்தைக் கொண்டுபோன பிறகு அதே சீருடையில் நான் வீட்டிற்குச் சென்றேன்.

மறுநாள், பணிக்காக நான் கல்பற்றா நிலையத்திற்கு வந்தபோது சக்கரியா எனும் காவலர், மற்ற சில காவலர்களுடன் சேர்ந்து சடலம் பொதுமக்களின் பார்வைக்கு வைக்கப்பட வேண்டிய இடத்தைப் பற்றியும் அதற்கான ஏற்பாடுகளைப் பற்றியும் பேசிக் கொண்டிருந்தார். நானும் அவர்களுடன் கலந்து கொண்டேன்.

உடல் மகளிர் செல்லின் முன்புறம் பொதுமக்களின் பார்வைக்கு வைப்பதாக முடிவு செய்யப்பட்டது.

உடலை வைப்பதற்கான மேஜையைத் தயார் செய்துவிட்டு இரண்டு காவலர்கள் போய் சடலத்தைப் போர்த்துவதற்கான வெள்ளைத்துணியும் சோகத்தைக் குறிப்பிடும் கறுப்புத்துணியும் வாங்கி வந்தார்கள். நானும் மற்றொருவருமாக குத்துவிளக்கு, திரி, எண்ணெய், ஊதுவத்தி, தேங்காய், தீப்பெட்டி போன்றவைகளைத் தயாராக வைத்திருந்தோம். கறுப்புத்துணியை சிறு சிறு துண்டுகளாக வெட்டி எல்லோருக்கும் கொடுத்தோம். இறந்துபோன பாலகிருஷ்ணன் சார் எதிர்முகாமிலுள்ள ஆளென்பதற்காக அதிகாரபூர்வமான இறுதிச் சடங்குகளில் எந்தக் குறைபாடுகளுமிருக்கக் கூடாதென்பதில் நான் உறுதியாக இருந்தேன். அமைப்புச் செயலாளார் ராதாகிருஷ்ணன் சாரிடமும் அலவிக்குட்டி சாரிடமும் நான் இதைச் சொன்னேன். முடிந்தவரை அதிக எண்ணிக்கையிலான காவல்துறை வாகனங்கள் இறுதி ஊர்வலத்தைப் பின் தொடர அனுப்பி வைக்கும்படி நான் கேட்டுக் கொண்டதையே அவர்களும் முடிவு செய்திருந்தார்கள். இரண்டு பெரிய வாகனங்களும் ஐந்து ஜீப்புகளும் பாலன் சாரின் இறுதி ஊர்வலத்திற்கு வந்து சேர்ந்தன.

தொடர்ந்து மழை பெய்து கொண்டிருந்ததால் மெயின் ரோட்டிலிருந்து பாலன் சாரின் வீடு வரையிலான பஞ்சாயத்து ரோடு சேறும் சகதியுமாகக் கிடந்தது. ஆகவே அந்த இடத்திலிருந்து வீட்டிற்கு நடந்துதான் போக முடியும். ஊர்தியிலிருந்து சவப்பெட்டியைத் தூக்கி வீடுவரை சுமந்து சென்றவர்களில் நானுமிருந்தேன். ஒரு பெண், சவப்பெட்டியை சுமந்துச் செல்வதுபற்றி யாருமே என்னிடம் எதையுமே கேட்கவில்லை.

இப்படியான இறுதிச் சடங்குகளில் பெண்கள் சவப்பெட்டியைச் சுமந்துச் செல்வதற்கு அனுமதிக்கப்படுவதில்லை என்பது பொதுவான விலக்கு. இதன் பிறகு இறந்துபோன ரவி எனும் காவலரின் சவப்பெட்டியையும் சாரா எனும் மகளிர் உதவி ஆய்வாளரின் சவப்பெட்டியையும் நான் சுமந்ததுண்டு. இறுதிச் சடங்கு நடந்த சுடுகாட்டிற்கும் இடுகாட்டிற்கும் மற்றவர்களைப்போலவே நானும் சென்றேன். யாரும் என்னிடம் எதுவும் கேட்கவோ என்னைத் தடுக்கவோ முன்வரவில்லை என்பது எனக்கு இதிலிருந்து கிடைத்த நல்ல ஒரு தூண்டுதலாக இருந்தது.

காலகாலங்களாகத் தொடர்ந்து வரும் ஒருவிலக்கு மீறப்படாததால், கேள்வி கேட்கப்படாததால் மட்டுமே நிலைபெற்று வருகிறதென்பதை நான் உணர்ந்து கொண்டேன். எந்த வார்த்தையாடல்களுக்கும் உட்படாததால் இன்றுவரை நிலவி வரும் இவ்வகை கீழ் வழக்கங்களை செயலூக்கம் மூலம் மீள் கட்டுமானம் செய்துவிட முடியுமென்பதையும் நான் புரிந்து கொண்டேன். தேவைகளை மட்டுமே கவனத்தில் எடுத்துக்கொள்ளும் மனோபாவமுள்ள யாரும் இதுபோன்ற செயல்களில் பங்குபெற முடியும். தாங்கள் விலகி நிற்க வேண்டியவர்கள் எனும் தவறான மனோபாவத்துடன் நின்று விடாமல் சமூக வேர்களுடன் தங்களையும் பிணைத்துக் கொள்ளவும் தீர்வுகளில் தங்களது பங்களிப்பை சமூகத்திற்கு செலுத்துவதற்கும் பெண்கள் முன்வர வேண்டும்.

பெண்கள் எப்படி ஊர்க்காரர்களாக முடியும்?

பணிநீக்கம் செய்யப்படுவதற்கு முன் கிடைத்த தற்காலப் பணிவிலக்க காலத்தில் ஒருநாள் நான் என் சொந்த ஊரான மாடக்கரையில் ஒரு கடையிலமர்ந்து வெற்றிலை மென்றுகொண்டிருந்தேன். பெஞ்சில் அமர்ந்திருந்த நான் காலியாக இருந்த இடத்தில் எட்டித் துப்பினேன். இது வழக்கத்திற்கு மாறான ஒரு காட்சி. சிறிது நேரம் கழிந்ததும் ஒரு பையன் வந்து ஆச்சரியத்துடன் கேட்டான்.

“வினயாக்கா, என்ன இந்த நேரத்துலெ?”

“தம்பியென்ன, இந்த நேரத்துலெ இங்கே?” எந்தவித பாவவேறுபாடையும் காட்டிக் கொள்ளாமல் நான் திருப்பிக் கேட்டேன்.

“சே.. சும்மாதான்.” சிறு அவமரியாதை உணர்வுடன் சொன்னான்.

“நானும் அப்படியேதான்.” நான் சிரித்தேன்.

அவன் போய்விட்டான். அதுவரை என்னை உறுத்துப் பார்த்துக்கொண்டு நின்றிருந்தவர்கள் இதைக் கேட்ட பிறகு இந்தப் பக்கம் திரும்பிப் பார்க்கவே இல்லை.

கொஞ்ச நேரத்திற்குப் பிறகு இந்தப் பையன் உட்பட பத்து பையன்கள் நான் அமர்ந்திருந்த கடையின் பின்புறமிருந்த சுவரில் ஏதோ ஒரு சுவரொட்டியை ஒட்டினார்கள். நான் “அது என்ன நோட்டீஸ்” என்று கேட்டேன்.

“இந்த வருஷம் தேர்தல் நடத்துவதா நம்ம ஊர்லே உள்ள எங்க கிளப் சிறுக்கன்மாரான நாங்க முடிவு செய்திருக்கோம் வினயாக்கா, அந்த நோட்டீஸ் தான்.”

“இந்த ஊர்லே சிறுக்கன்மாரான நீங்க மட்டுந்தான் இருக்கிறீங்களா அதெப்பிடி? நாங்க சில சிறுக்கிகளும் இருக்கிறோமே?” நான் திருப்பிக் கேட்டேன். உடனே பதில் வந்தது,

“அதெப்பிடி பெண்கள் ஊர்க்காரர்களாக முடியும்?”

இந்தப் பையனின் கேள்வி மிகவும் முக்கியத்துவம் வாய்ந்த ஒன்று என்பதாக எனக்குத் தோன்றியது. ஊர்க்காரர்கள் என்று தங்களைச் சொல்லிக் கொள்ளும் அளவிற்கு இவர்களது நாக்கு ஆரோக்கியத்துடன் சுழலுவதற்கானக் காரணமே வீட்டில் உட்கார்ந்து பெண்கள் தீவனம் செய்து கொடுப்பதால் மட்டும்தான். இவர்கள் சந்தர்ப்பம் வாய்க்கும்போதெல்லாம் ஊர்க்காரர்களாக மாறி பல்வேறு விஷயங்களைப் பற்றி விவாதிப்பதற்கும் செயல்படுவதற்கும் முடிகிறது. பெண்கள் 35 சதவிகித இட ஒதுக்கீட்டிற்காக கையேந்திக் கொண்டிருக்கிறார்கள். இதற்கானக் காரணம் ஊர் அமைப்பிற்குள்கூட பெண்கள் வந்து சேர முடியாமலிருப்பதுதான்.

உள்ளூர் அமைப்புகள், வாசிப்புச்சாலைகள், ஊர்நிர்வாகம் போன்ற அடிப்படையான சமூகக் குழுக்களில் பங்கு வகிக்கும் உரிமைகள் கை கூடும் பட்சத்தில் பெண்கள் இந்த 35 சதவிகித இடஒதுக்கீடு கேட்டு யாசித்து நிற்க வேண்டியத் தேவையிருக்காது. ஒவ்வொரு கிராமங்களிலும் இதுபோன்ற அமைப்புகள் உருவாவதும் கூட்டம் நடத்துவதும் இரவு ஏழுமணி முதல் ஒன்பதுமணிவரைக்குமிடைப்பட்ட நேரங்களில்தான். இந்நேரங்களில் பெண்கள் வீடுகளுக்குள் அடைபட வேண்டியதிருப்பதால் இந்த இடம் பெண்களைப் பொறுத்தவரை எப்போதும் காலியாகவே இருக்கிறது.

இந்தச் சுவரொட்டியில் குறிப்பிடப்பட்டிருக்கும் தேர்தலில் பெண்கள் பங்கு வகிப்பதற்காக முன்பு நானிருந்த சங்கத்தின் உறுப்பினர்களில் பலரை சந்தித்ததுடன் வீட்டில் வைத்து ஒரு கூட்டமும் நடத்தினேன். உறுப்பினர்கள் யாருமே இதில் கலந்து கொள்ளவில்லை என்பதுதான் இந்தக் கூட்டத்தின் ஒரு விசேஷ அம்சம். ஆனால் பதினைந்து வரையிலான மற்றப் பெண்கள் கலந்து கொண்டார்கள். தேர்தல் அன்று ஆறு பெண்கள்

மட்டுமே என்னுடன் வந்தார்கள். ஆண்களின் ஒரு படையே எங்களைத் தோற்கடிப்பதற்காகத் திரண்டு வந்திருந்தது.

தேர்தலில் பெண்களுக்கும் ஒரு இடம் தரப்படவேண்டுமென்று நான் வாதம் செய்தேன். "கிளப்பை நாங்கள் ஆண்களே நிர்வகிப்போம்." என்னிடம் டியூசன் படித்த, சிறுவயதிலேயே அப்பாவால் புறக்கணிக்கப்பட்டு அம்மாவால் வளர்த்தப்பட்ட ஒரு பையன் வீறாப்புடன் பேசினான். ஆண்தான் நிர்வகிக்க வேண்டுமென்று சிறுவயதாக இருக்கும்போது அவனது அம்மா நினைத்திருந்தால் இதைச் சொல்வதற்கு இவன் இருந்திருக்கவே மாட்டான். தேர்தலில் நாங்கள் தோற்றோம். நான்கோ ஐந்தோ ஆண்கள் எங்களுக்கு ஓட்டுப் போட்டார்கள். தேர்தலில் தோற்றுவிட்டாலும் ஒரு பெண்ணுரிமைப் பாடலுடன் பிரிவோம் என்று சொல்லி சாரா டீச்சரின் 'சோர்விலிருந்து விழித்தெழு சோதரியே' எனும் பாடலின் நான்கு வரிகளைப் பாடிக்காட்டினேன். பெண்கள் இதைப் பாட ஆரம்பித்ததும் ஆண்கள் கூச்சலிட்டார்கள். பெண்களுக்கு வெட்கமாகப் போய்விட்டது. இனிமேல் இவளுடன் நாங்கள் வரவே மாட்டோம் என்று மற்றவர்களிடம் சொல்லியிருக்கிறார்கள்.

கூட்டத்திற்கு வந்தவர்களிடமும் மற்ற பல பெண்களிடமும் தேர்தலைத் தள்ளி வைத்துவிட்டதாக தொலைபேசி மூலம் கிளப்பின் உறுப்பினர்கள் பொய்யானத் தகவலைக் கிளப்பிவிட்டதாக பலர் என்னிடம் தெரிவித்தார்கள். தவறான இந்தத் தகவல்களால்தான் நிறைய பேர்கள் வராமலிருந்து விட்டார்கள் என்பதையும் நான் புரிந்து கொண்டேன். வெற்றுச் சவடால்களுடன் தங்களை பெரிய ஆட்களாகக் காட்டிக் கொள்வதைத் தவிர ஊருக்காக எதையும் செய்வதற்கான திராணி அந்தப் பையன்களுக்குக் கிடையாது என்பது எனக்கு நன்றாகவே தெரியும்.

இதற்கு முன் நான் துவங்கிய பெண்களும் ஆண்களுமான சுமார் முப்பதுபேர்கள் கொண்ட மாத்ருபூமி வாசகர் வட்டத்தைச் செயல்படாமல் செய்து கலைத்து விட்டதும் இந்தப் பையன்கள்தான். ஊருக்காக எதையுமே செய்ய முடியாமலிருந்தாலும் எந்த முற்போக்குச் செயல்பாடுகளையும் இல்லாமல் செய்ய இவர்களால் முடியும் என்பதையும் நான் புரிந்து கொண்டேன்.

20. திருப்புமுனையாக அமைந்த கண்ணூர் விளையாட்டரங்கம்

என் வாழ்க்கையின் மிக முக்கியமான கட்டம்தான் கண்ணூரில் நடக்கும் கேரள காவல்துறையின் இந்த விளையாட்டுப் போட்டி என்பதை அதில் பங்கெடுக்கும்போது நான் நினைக்கவே இல்லை. காவல் துறையில் விளையாட்டுப் போட்டிகளுக்கு மிகுந்த முக்கியத்துவமிருந்தாலும் வேறு பல காரணங்களால் பின்னடைவுமிருந்தது. விளையாட்டுப் போட்டிகளில் நான் இரண்டு தடவை மட்டுமே கலந்து கொண்டிருந்தேன். இதில் முதலாவது: நான் பணியில் சேர்ந்த மறு வருடமும் அடுத்தது: 2002 மார்ச் மாதம் கண்ணூரில் நடந்த போட்டியும்தான். பெண்காவலர்கள் எல்லா இடங்களிலும் நேரிடக்கூடிய உதாசீனம், கேள்வி கேட்க யாருமே இல்லாத நிலையில் விளையாட்டிலும் இருந்து வந்தது.

வயநாட்டிலிருந்து துவங்கிய சுவாரசியமின்மைகள்

2001இல் மாவட்ட விளையாட்டுப் போட்டியின் துவக்கத்திலேயே சில சுவாரஸ்யமின்மைகளை நான் அனுபவிக்க நேர்ந்தது. அரசியல் கட்சிகள் அவர்களது பானர்களைப் பிடிக்க பெண்களைப் பயன்படுத்துவதுபோல் பெண் காவலர்களும் சேலையணிந்து ப்ளக் கார்டு பிடிக்க வேண்டுமென்று பொறுப்பாளர்களிடமிருந்து வந்த உத்தரவுதான் அதில் முதல் விஷயம். இந்த முடிவு எங்களுக்குத் தகவலாகக் கிடைத்த அன்றே மற்ற பெண்காவலர்களுடன் நான் இது பற்றிப் பேசினேன். சேலையணிந்து கொள்வதால் எந்தக் கெடுதியும் நிகழ்ந்து விடப்போவதில்லை என்றும் இதை விளையாட்டு வீராங்கனையின் ஈடுபாட்டோடு பொருத்திப் பார்க்க வினயாவால் இயலாததற்கு நாங்கள் பொறுப்பாக முடியாது என்றும் அதிலொரு பிரிவினர் வாதித்தார்கள்.

எனது வாதப் பிரதிவாதங்கள் எடுபடவில்லை. அவர்கள் சேலையணிந்து பதாகை ஏந்துவதற்கான ஒத்திகையில் ஈடுபட்டார்கள். சேலையுடுத்தவோ கொடிபிடிக்கவோ நான் தயாராக இல்லை என்பதால் எனக்கு விளையாட்டு உடையில் ஜோதி ஏந்துவதற்கான வாய்ப்புத் தரப்பட்டது.

பெண்காவலர்களின் போட்டிகள் பொதுவாக காட்சிப் போட்டிகளாகவே கணக்கிலெடுக்கப்படும். ஆயுதக் காவல்படை, மானந்தவாடி கிளை, கல்பற்றா கிளை ஆகிய மூன்று பிரிவுகளினிடையே போட்டி நடைபெறும். விளையாட்டுப் போட்டிகளின் முதல் நாள் காவல்துறை சங்கங்களின் தலைவர்களுடன் நான், விளையாட்டு போட்டிப் பொறுப்பாளராகிய கல்பற்றா டி.ஒய்.எஸ்.பியை சந்தித்தேன். பெண்காவலர்களை அவர்கள் பணியாற்றும் காவல்நிலையங்களின் அடிப்படையில் கிளைப் பிரிவாக போட்டியிடச்செய்ய வேண்டுமென்றும் அவர்களது போட்டிகளை காட்சிப் போட்டிகளாக தரம் தாழ்த்தக்கூடாதென்றும் நான் டி.ஒய்.எஸ்.பியிடம் கேட்டிருந்தேன். எனது கோரிக்கையை அவர் ஏற்றுக்கொண்டதுடன் கிளைப் பிரிவு அடிப்படையில் பெண் காவலர்களைப் போட்டியிடவும் அனுமதித்தார்.

விளையாட்டுப் போட்டிகளின் இறுதி நாள் விழா அணிவகுப்பில் பங்கு வகிப்பதற்காக நானும் என் பிரிவு கொடியின் கீழ் மற்ற காவலர்களுடன் நின்றிருந்தேன். என்னைத் தங்களது கூட்டத்தில் சேர்த்துக் கொள்ள சில காவலர்கள் தயாராக இல்லை. இதைப் பற்றி எழுந்த முணுமுணுப்பை ஆய்வாளர் கவனித்தார். என்னை அணிவகுப்பில் கண்டதும் ஆய்வாளர் திரும்பி நின்று விட்டார். அவர்தான் அணிவகுப்பை நடத்திச் செல்பவர். “சே...! இந்த யூனிஃபார்ம் சரியில்லை, வினயா அணிவகுப்பில் நிற்க வேண்டாம்” என்று சொல்லிவிட்டு திரும்பவும் “வேண்டாம் வேண்டாம், வினயா நிற்கவேண்டாம்” என்றார். அணிவகுப்பில் கலந்து கொள்வதற்கான அனுமதியை நான் ஏற்கனவே டி.ஒய்.எஸ். பியிடம் பெற்றிருப்பதாகச் சொன்னேன்.

“பரவாயில்லை, நான் டி.ஒய்.எஸ்.பியிடம் சொல்லிக்கிறேன். வினயா இப்போது விலகி நிற்கணும்” என்று முடிவாகச் சொல்லி விட்டார். எனக்கு விலகி விடுவதைத் தவிர வேறெந்த வழியுமில்லை. சங்கத் தலைவர்களைக் கொண்ட பிரிவாக இருந்தும்கூட எனக்காக பேசுவதற்கு யாருமே முன்வரவில்லை.

பலரது முன்னிலையில் அவமானப்பட்டு அணிவகுப்பில் கலந்து கொள்ள முடியாமல் நான் திரும்பினேன்.

மாவட்ட அளவிலான போட்டிகளில் ஷாட்புட், டிஸ்கஸ் த்ரோ போன்றவற்றில் பரிசு வாங்கியிருந்ததால் மாநில அளவிலான போட்டிகளுக்கு நான் தேர்வு பெற்றிருந்தேன். இப்போது எனக்கு இதில் ஆர்வமிருக்கவில்லை. என் மகளுக்கு தேர்வு நடந்து கொண்டிருந்த காலம் அது. அவளை நான் நன்றாகப் படிக்க வைக்க வேண்டுமென்று நினைத்திருந்தேன். நான் திருவனந்தபுரத்திற்கு மாற்றலானபோது அவளை இங்கிலீஸ் மீடியத்திலிருந்து மலையாள மீடியத்திற்கும் திருவனந்தபுரத்திலிருந்து திரும்பிய பிறகு திரும்பவும் இங்கிலீஸ் மீடியத்திற்கும் மாற்றியிருந்தேன். ஆகவே நல்ல கவனம் செலுத்தினால் மட்டுமே அவளை தேர்வில் வெற்றிபெறச் செய்து நான்காம் வகுப்பிற்கு அனுப்ப முடியுமென்ற நிலையிருந்தது.

மாநில அளவிலான போட்டிக்குச் செல்வதற்கு முன் ஆண் காவலர்களுக்கு வினியோகிப்பது போன்ற விளையாட்டுச் சீருடைகள் எங்களுக்கும் தரப்படவேண்டுமென்று கேட்டுக் கொண்டதற்கேற்ப அணியின் மேலாளர் எங்களுக்கும் சீருடை தயார் செய்து வைத்திருந்தார். வயநாட்டிலிருந்து புறப்படும்போதே என்னைத் தவிர மற்றவர்களிடம் சேலை எடுத்திருக்கிறீர்களா என்று உதவி ஆய்வாளர் கேட்டார். அணி வகுப்பின்போது பிளக் கார்டு பிடிக்கும் பெண்காவலர்கள், வெள்ளைச் சேலையும் வெள்ளை ஜாக்கெட்டும் அணிந்திருக்க வேண்டுமெனும் வயர்லெஸ் தகவல் தலைமை அலுவலகத்திலிருந்து இரண்டு நாட்களுக்கு முன்பே எல்லாக் காவல்நிலையங்களுக்கும் கிடைத்திருந்தது. “ஏன் நம்ம மட்டும் சேலையுடுத்தணும்?” என்ற விவாதம் அவர்களுக்கிடையில் எழுந்தது. என்னிடம் சேலையுடுத்தச் சொல்லாததும் அவர்களுக்கு ரசிக்கவில்லை.

சேலையுடுத்துவதை விளையாட்டின்மீதான ஈடுபாடாகத்தான் கருத வேண்டுமென்று சொன்னவர்கள்தான் சேலையுடுத்த வேண்டுமென்ற இந்த உத்தரவை இட்டபோது எதிர்த்துப் பேசத் துவங்கினார்கள். சேலையணிந்து பிளக் கார்டு பிடிப்பது என்பதை தற்கொலைக்கு நிகரான ஒரு நடவடிக்கையாகக் கருதித்தான் நாங்கள் கண்ணூர் விளையாட்டரங்கத்திற்குள் சென்றோம். சேலை கொண்டு வந்திருந்தவர்கள் கொண்டு

வரவில்லையென்று சொல்லி விடுவோம் என்று பேருந்தினுள் வைத்தே முடிவு செய்து விட்டார்கள்,

மத்தியான நேரம் வயநாட்டிலிருந்து புறப்பட்ட நாங்கள் சாயுங்காலம் கண்ணூரை வந்தடைந்தோம். ஐந்துமணிக்கு, அணிவகுப்புப் பயிற்சிக்காக வந்த அதே உடுப்புகளுடன் தனித் தனி மாவட்டப் பிரிவுகளாக அரங்கத்தினுள் அணிவகுத்து நின்றிருந்தோம். மாவட்ட வாரியாக ஆண்காவலர்களுக்கு விசேஷ உத்தரவுகள் பிறப்பிக்கப்பட்டிருந்தன. ஒவ்வொரு மாவட்டத்திலிருந்தும் பதிமூன்று 'த்ரீஸ்' இருக்க வேண்டுமென்பது உத்தரவு. எங்கள் அணியின் மேலாளர் வயநாட்டிலிருந்து வரும்போது எங்களையும் ஒரு திரீஸாக சேர்த்து கணக்கு வைத்திருந்தார். நாங்கள் நான்கு பெண்காவலர்கள் வயநாட்டிலிருந்து வந்திருந்தோம். ஒருவரைப் பிளக்கார்டு பிடிக்கவும் மற்ற மூன்று பேரை ஒரு த்ரீயாகவும் முடிவு செய்திருந்தார் மேலாளர். ஆனால் என்னைத் தவிர மற்ற மூன்று பெண் காவலர்களை வயநாடு மாவட்டத்திற்கும் வேறு ஏதேதோ மாவட்டங்களுக்கும் பிளக்கார்டு பிடிக்க அழைத்துச் செல்வதாக எங்களது உதவி ஆய்வாளர் ஏற்கனவே அறிவித்திருந்தார். இந்த விவரம் அணியின் மேலாளருக்குத் தெரியாது. எங்களையும் ஒரு த்ரீயாக கணக்கிலெடுத்த மேலாளரின் நடவடிக்கையில் எனக்குப் பெருமிதம் தோன்றியது.

மைதானத்திற்குள் வந்த பிறகுதான் பெண்காவலர்களை கொடி பிடிப்பதற்காக அழைத்திருந்த விவரத்தை ஒலி பெருக்கி அறிவிப்பு மூலம் அணியின் மேலாளர் அறிகிறார். ஒரு பெண்காவலரை வயநாடு மாவட்டத்திற்கும் மற்ற இரண்டுபேரை கே.ஏ.பி.(I)க்கும் கே.ஏ.பி.(VI) க்குமென ஒரு காவலர் வந்து சொன்னார். நான் வயநாடு மாவட்டத்திற்காக கொடி பிடிப்பேன் என்று முதலிலேயே எலிஸபெத் சொல்லியிருந்ததால் சௌமினியும் ஜெயாவும் வெளியே போகும் நிர்ப்பந்தம் உருவானது. கொடி பிடிக்க நாங்கள் போக மாட்டோம் என்று அணியின் மேலாளரிடம் அவர்கள் உறுதியாகச் சொல்லி விட்டார்கள். அவர் நல்ல அதிகாரி என்பதால் அவர்களை நிர்ப்பந்தம் செய்யவில்லை, அறிவிப்புகளும் அணிகள் சரிப்படுத்தும் வேலைகளும் ஜரூராக நடந்து கொண்டிருக்கும்போது மற்றொரு புறம் இந்தப் பிரச்சனைகளும் நடந்து கொண்டிருந்தன. 'நீங்கள் அணியிலிருந்து விலகி தற்சமயம் யார் கண்ணிலும் படாமல்

நின்று கொள்ளுங்கள்' என்று மேலாளர் சொன்னார். மைதானத்தின் ஒரு ஓரமாகச் சென்ற அவர்கள் இருவரும் உடனே திரும்பி வந்து விட்டார்கள். அந்த இடத்திலும் கொடிபிடிப்பதற்காக பெண்காவலர்களைத் தேடுகிறார்கள் என்றும் எப்படியோ அங்கிருந்து தப்பித்து வந்து விட்டதாகவும் சொன்னார்கள். அவர்கள் எங்களது அணியிலேயே நின்றிருந்தார்கள். மேலாளருக்கு மிகவும் சிக்கலாகி விட்டது. "உங்களைக் கண்டாலே அடையாளம் தெரிஞ்சுடும். இப்போ இங்கே யாராவது வருவாங்க." அவர் பதற்றத்துடன் சொன்னார். திடீரென்று தேடுதல் நின்றது. அதிகமாக வந்த இரண்டு பெண்காவலர்களை வைத்து பிரச்சனைக்கு தீர்வு கண்டார்கள்.

அணிவகுப்பிற்கு முன் ஒத்திகை விளையாட்டுப் போட்டிக்கான பொறுப்பு வகித்த மார்ஷல், ஒவ்வொரு அணியாக வந்து சோதனை செய்துகொண்டிருந்தார். என்னையும், என் பின்னால் நின்றிருந்த பெண்காவலர்களையும் கண்டபோது மிகுந்த ஏளனத்துடன் கேட்டார்.

"பெண் போலீஸ் எதுக்கு அணிவகுப்பில்?" கேள்வி, அணியின் மேலாளரிடம்தான் என்றாலும் பதிலை நான் சொன்னேன்.

"சார், நாங்களும் அத்லெட்ஸ்தான்."

"பெண் போலீசுக்கு அணிவகுப்பு கிடையாதே?"

"அது ஏன்?"

"உங்களாலெ ஸ்லீவ்லெஸ் பனியன் போட்டுக்க முடியுமா?"

பல நிறங்களிலான கையில்லாத பனியனும் வெள்ளை கால்சராயும்தான் விளையாட்டுக்கான சீருடையாகத் தரப்பட்டிருந்தது. மாவட்ட அடிப்படையில் பனியனின் நிறம் மட்டும் வேறுபட்டிருக்கும். வயநாடு அணியின் மேலாளர் எங்களுக்காக தயார் செய்து வைத்திருப்பதுவும் கையில்லாத பனியன்தான்.

"போட்டுக்குறோம். பிறகு பிரேசியர் வெளியே தெரிஞ்சுதுனுச் சொல்லிப் பிரச்சனை பண்ணாம இருந்தாபோதும்." நான் சொன்னேன்.

மார்ஷல் பிறகு இதைப்பற்றி எதுவுமே பேசவில்லை. அடுத்த அணியை சோதனை செய்வதற்காக அவர் போய் விட்டார். எங்களை அணிவகுப்பில் கலந்து கொள்ளச் செய்ய

வேண்டுமென்று நாங்கள் மூன்று பேரும் அணி மேலாளரிடமும் கேப்டனிடமும் சொன்னோம். ஏனோ அதன் பிறகு யாருமே எங்களைத் தவிர்த்து விடுவதற்கு முயற்சி செய்யவில்லை. இரண்டுச் சுற்று ஒத்திகை அணிவகுப்புக்குப் பிறகு மறுநாள் அனைவரும் சீருடையுடன் ஆஜராக வேண்டுமென்று அறிவிப்புச் செய்துவிட்டு அணிகளை மைதானத்திலிருந்து பிரித்து விட்டார்கள்.

வயநாடு மாவட்டத்திற்கென அனுமதிக்கப்பட்ட நிறத்தில் துணி வாங்கி அன்றே அரைக்கை பனியன் தயார் செய்து விடுவதென்று முடிவு செய்தோம். மறுநாள் மூன்று மணிக்குத் தைத்துக் கிடைத்து விடும்படியாக ஏதாவது செல்வாக்கைப் பயன்படுத்தி விடலாம் என்றும் முடிவு செய்தோம். அன்றிரவும் மறுநாள் காலை பதினொரு மணிவரைக்கும் நாங்கள் பனியனுக்கு துணி தேடியலைந்தோம். அப்படியான துணி கிடைக்காது என்று தெரிந்தபிறகு நடைபாதைக் கடையிலிருந்து ஒரே நீல நிறத்தில் பனியன் வாங்கினோம். மூன்று மணிக்கு அணிவகுப்பில் கலந்து கொள்வதற்காக நீல நிறத்தில் கையில்லாத பனியனும் அணிந்து மேலே சீருடையாக அரைக்கை பனியனும் வெள்ளை நிறத்தில் கால்சராயுமணிந்து தயாராக வந்தோம். உயரத்தின் அடிப்படையில் அணியை முறைப்படுத்தியபோது நாங்கள் நடுவில் நின்றிருந்தோம். எங்களை யாருமே தடுக்கவில்லை. கேரள காவல்துறை வரலாற்றில் முதன் முதலாக 2002 மார்ச் 22ஆம் தேதி நடந்த இந்த விளையாட்டுப் போட்டியில் பெண்காவலர்களும் அனுமதிக்கப்பட்டார்கள்.

அணிவகுப்பு முடிந்ததுமே பெண்களுக்கான நூறு மீட்டர் ஓட்டப்பந்தயம் நடந்தது. பதாகை ஏந்தி நின்றிருந்த எலிசபெத்தும் ஓட்டப்பந்தயத்தில் கலந்து கொள்ளவேண்டும். நடந்து நடந்து தளர்ந்துபோன எலிசபெத் இங்கே சேலை மாற்றிக்கொள்ள வசதியில்லை என்பதால் எங்கோ ஒரு விடுதியில் போய் மாற்றிவிட்டு விளையாட்டுக்கான சீருடையில் வந்து சேர்ந்தாள். இதற்குள் உடனே மைதானத்திற்கு வந்து சேரும்படி நான்கைந்து தடவை எலிசபெத்தின் செஸ்ட் எண்ணைக் குறிப்பிட்டு அறிவிப்புச் செய்யப்பட்டது. ஒரு வழியாக இங்கே வந்து சேருவதற்குள் அவள் சேர்த்து வைத்திருந்த எல்லாத் தைரியங்களையும் இழந்து போயிருந்தாள். ஓட்டப் பந்தயத்தில் அவளுக்கு மூன்றாமிடம்தான் கிடைத்தது. இருந்தாலும் விளையாட்டின் அறிவிப்புப் பலகையில் அன்று

காலையில் முதல் இடத்திற்கு வந்த ஒரு ஆண்காவலரின் ஐந்து புள்ளிகளுடன் எலிசபெத்தின் ஒரு புள்ளியையும் சேர்த்து ஆறு என்பதாக குறிப்பிடப்பட்டபோது எங்களுக்கு மகிழ்ச்சியாக இருந்தது. பிறகு தொடர்ந்து நடந்த போட்டிகளில் குறைபட்டுக்கொள்ள இயலாத வகையில் விளையாடிய ஆண், பெண் காவலர்கள் அறிவிப்புப் பலகையில் புள்ளிகளின் எண்ணிக்கையை அதிகரித்திருந்தார்கள்.

மறுநாளும் எங்களது விளையாட்டுகள் அதே நிலையில் தொடர்ந்தது. சாதாரணமாக போட்டிகளின்போது ஆயுதப்படை பிரிவினர்தான் எல்லாவற்றிலும் உயர்ந்த விருதைக் கைப்பற்றி வந்தார்கள். படைப்பிரிவுகளை மூன்றாம் இடத்திற்குக் கொண்டு வந்து இப்போது கண்ணூர் மாவட்டமும் வயநாடு மாவட்டமும் வரிசைப்படி ஒன்று மற்றும் இரண்டாமிடத்திற்கு வந்தன. அன்று சாயுங்காலம் ஐந்துமணிவரை இப்படியாகத் தொடர்ந்து கொண்டிருந்த புள்ளிகளின் எண்ணிக்கையைத் திடீரென்று திருத்தி மீண்டும் அறிவித்தார்கள். இப்படியான மறுவெளியீடு, ஒவ்வொரு மாவட்டத்திலுமுள்ள பெண்காவலர்களின் புள்ளிகளைக் கணக்கில் எடுத்துக் கொள்ளாமல், அறிவிக்கப்பட்டது.

பெண்காவலர்கள் எடுத்தப் புள்ளிகளைத் தகவல் பலகையிலிருந்து நீக்கிய நடவடிக்கை அவர்களிடையே பரவலாக எதிர்ப்புகளை உருவாக்கியது. விளையாட்டில் கலந்து கொள்ளவென்று பல நாட்களுக்கு முன்பே வீட்டை விட்டுப் புறப்பட்டவர்களின் பங்கை குறைத்து மதிப்பிட்டபோது இதில் கலந்து கொள்ளத் தோன்றிய அந்த நிமிடங்களை சபித்தும் விதியைப் பழித்தும் அவர்கள் தங்களுக்குள் வேதனைப்பட்டுக்கொண்டார்கள். இந்த எதிர்ப்பை உயரதிகாரிகளிடம் தெரிவிப்பதென்று நானும் ஜெயாவும் முடிவு செய்தோம். போட்டிப் பொறுப்பாளராகிய காசர்கோடு மாவட்டக் கண்காணிப்பாளரைப் பார்த்து விவரங்களைச் சொன்னோம். நாங்கள் சொல்வதைக் கேட்க விருப்பமில்லாமல் ஏதாவது புகார்களிருந்தால் எழுதித்தரும்படி அவர் சொன்னார்.

உடனே மைதானத்தில் மதிப்பெண் போடுவதற்காக நின்றிருந்த நடுவர்களிடமிருந்து பேனாவும் காகிதமும் வாங்கி அந்த இடத்தில் வைத்தே நான் புகார் மனு எழுதினேன். அதில் பெண்காவலர்களின் புள்ளிகளைக் கணக்கில் எடுத்துக்கொள்ளாமல் நீக்கிய இந்த

நடவடிக்கை, இந்திய அரசியலமைப்பின் 14 மற்றும் 15ஆம் விதிகளுக்கு எதிரானதென்றும் பெண்ணாகப் பிறந்துவிட்ட காரணத்திற்காக என்னுடையதும் நானுட்பட்ட பிற பெண்காவலர்களுடையதுமான வெற்றிப்புள்ளிகளை நீக்கம் செய்யப்பட்டிருக்கக்கூடாதென்றும் அப்படி நீக்கம் செய்ததில் எங்களுக்கு மிகுந்த வருத்தமேற்பட்டிருப்பதாகவும் இது சம்பந்தமாக மேலும் நடவடிக்கை எடுக்கப்பட வேண்டுமென்றும் நான் கோரிக்கை விடுத்தேன். புகார் மனு நாளை பரிசீலிக்கப்படுமென்று எனக்கு உத்தரவாதம் தரப்பட்டது.

மறுநாள் காலையில் ஏழுமணிக்குள் நான்கு போட்டிகள் நடந்து முடிந்தன. தகவல் பலகையில் புதிய புள்ளிகள் சேர்ந்தன. பெண்காவலர்களது புள்ளிகள் இல்லாமலேயே! மீண்டும் நான் கண்காணிப்பாளர் ஐயாவை சந்தித்து புள்ளிகள் சேர்க்கப்படாததற்கானக் காரணத்தைக் கேட்டேன். எனது கேள்வி கண்காணிப்பாளருக்கு சுத்தமாகப் பிடிக்கவில்லை. அவர் முகத்தைக் கோணலாக்கியபடி பரிகாச பாவத்துடன் அங்கிருந்த மற்ற விளையாட்டு வீரர்களின், அலுவலர்களின் முன்வைத்து “பெண்களுக்கும் ஏதாவது பரிசு வாங்கித் தருவோம், இப்போ இங்கிருந்து போனாப் போதும்” என்று மிகச் சாதாரணமாகச் சொல்லிவிட்டார். இதைச் சொல்லும்போது உயரதிகாரி ஒருவர் கீழ்மட்ட அலுவலரிடம் காண்பிக்கும் உதாசீனபாவத்திற்கும் மேலாக ஒரு ஆண், பெண்ணொருத்தியிடம் காண்பிக்கும் அதிகார பாவத்தைதான் அவரிடம் உணர முடிந்தது.

இந்த வரைமுறையற்ற உதாசீன பாவத்தை என்னால் சகித்துக் கொள்ள முடியவில்லை. மனதிற்குள் வெறுப்பும் உடலில் மிகுந்த பதற்றமும் உருவாக நான் அப்படியே மைதானத்தில் படுத்துவிட்டேன். என்னை அங்கிருந்து மாற்றாமல் இனி போட்டியைத் தொடர்ந்து நடத்த இயலாது என்பது எல்லோருக்கும் தெரிந்த விஷயம். அரைமணி நேரத்திற்குள் இரண்டு பெண்காவலர்கள் ஆய்வாளருடன் சீருடையில் வந்து என்னைக் கைது செய்து கண்ணூர் நகரக் காவல்நிலையத்திற்குக் கொண்டு சென்றார்கள். காலையில் எட்டு மணிக்குள் என்னை மகளிர் செல்லுக்குள் அடைத்தார்கள்.

காவல்நிலையத்திற்கு என்னைக் கொண்டுபோகும்போது இரண்டு பெண் காவலர்களை என் பக்கத்திலேயே காவலுக்கு நிறுத்த வேண்டுமென்றும் எக்காரணம் கொண்டும் செய்தி

ஊடகங்களை நெருங்க விடக்கூடாதென்றும் ஆய்வாளருக்கு வயர்லெஸ் செட்டில் யாரோ உத்திரவிட்டுக்கொண்டிருந்ததை என்னால் கேட்க முடிந்தது. கண்ணூர் நகரக் காவல்நிலையத்தின் மேல்தளத்தில் செயல்பட்டு வரும் மகளிர்பிரிவில் ஒரு உதவி ஆய்வாளரும் ஒரு தலைமைக் காவலரும் ஒரு காவலரும் எனக்குக் காவலாக இருந்தார்கள். இதனிடையே ஒரு பெண்காவலர் உள்ளே வந்து 'ஆமா, இனி உன்னாலே கிரவுண்டுலேயும் போய் வேலை பார்க்க வேண்டியதிருக்கு. என்ன எழவுடா இது' என்று என்னைத் திட்டிவிட்டு உடுப்பை மாற்றினாள். ஒரே பாட்சிலுள்ள காவலரின் சாபமொழிகள் என்னை ரொம்பவும் வேதனைப்பட வைத்தன. அவளும் பெருமைப்பட்டுக்கொள்வதற்கான ஒரு காரியத்திற்காகத்தான் நான் கைது செய்யப்பட்டிருக்கிறேன் என்பதை சிந்திப்பதற்கான திறனெதுவும் அவளிடமில்லை. என்னையறியாமலேயே நான் வாய்விட்டுக் கதறியழுது விட்டேன்.

ஒரு மணிக்கெல்லாம் எனக்கு ஜாமீன் கிடைத்து விட்டது. எனது சக காவலர்களான ஜெயாவும் எலிசபெத்தும்தான் ஜாமீன்தாரர்கள். என்னைப் பார்ப்பதற்கு அவர்களையும் கூட அனுமதிக்கவில்லை. ஒரு மணிக்கு நான் ஜாமீன் காகிதத்தில் கையெழுத்திட்டேன். ஜாமீன் கிடைத்தபிறகும் என்னை வெளியே விடுவதற்கு ஆய்வாளர் தயாராக இல்லை. "நான் போகலாமா சார்?" என்று கேட்டு முன்னால் நகர்ந்ததும் வீடியோகாரனைக் கூப்பிட்டு காமிராவை இயக்கச் சொல்லிவிட்டு "இனி நான் சொல்றபடி நடக்கலேன்னா ஜாமீன் கிடைக்காத செக்ஷன்லே உள்ளே தூக்கிப் போட்டுருவேன்" என்றார். நான் அப்படியே நடுநடுங்கிப் போய் விட்டேன். கொஞ்ச நேரம் காமிராவை ஆஃப் செய்து என்மீது ஏதாவது தாக்குதல் நடத்திவிட்டு எனது எதிர்வினையை மட்டும் பதிவு செய்து விட்டால் போதுமல்லவா? நான் அப்போது மகளிர் பிரிவிலிருந்து இறங்கி ஜாமீனில் கையொப்பமிடுவதற்காக காவல் நிலையத்திற்கு வந்திருந்தேன். "மேலே போ." ஒரு குற்றவாளியிடம் சொல்லும் அதே அலறல் மொழி. யாரையெல்லாமோ இப்படிச் சொல்வதை இதுவரை பயமில்லாமல், எந்த உணர்வுமில்லாமல் கேட்டு வந்த நான் இதை நேரடியாக அனுபவிக்க நேர்ந்தபோது என்னையும் அறியாமல் படியேறி மேலே சென்றேன். மனத்திடமில்லாத ஒரு குற்றவாளியின் மனோநிலையை நானும் அனுபவித்துணர்ந்தேன்.

ஜாமீன் கிடைத்ததும் சங்கத் தலைவர்களான சசியும் சக்கரியாவும் தங்களுடன் என்னை அனுப்பச் சொல்லிக் கேட்டார்கள். அப்படியெல்லாம் அனுப்ப முடியாது; இவள் மலைப்பாதையிலிருந்து குதித்து விட்டால் எங்களால் பதில் சொல்ல முடியாது என்றார் ஆய்வாளர். மோகன்தாசுக்கு தகவல் அனுப்பியிருப்பதாகவும் கணவனுடன் மட்டும்தான் இவளை அனுப்ப முடியுமென்றும் அவர் முடிவாகச் சொல்லிவிட்டார். சங்கத் தலைவர்கள் மீண்டும் பல நியாயங்களைப் பேசிப் பார்த்தார்கள். ஆய்வாளர் ஒப்புக் கொள்ளவில்லை.

மகளிர் செல்லில் திரும்பவும் அடைக்கப்பட்ட எனக்கு டாய்லெட்டுக்குப் போக வேண்டும் போலிருந்தது. உள்ளே போனதும் “வினயா, உள்ளே பூட்டிராதே வினயா” என்று உதவி ஆய்வாளரின் பரிதாபமான வேண்டுகோளை என்னால் புறக்கணிக்க முடியவில்லை. சாதாரணமாக கைதிகள் லாக்கெப்பில் ஏறியதும் பாரா காவலர்கள் வாசலிலேயே நின்று கொள்வார்கள். கதவை வெறுமனே சாத்திக் கொள்வதற்கு மட்டுமே கைதிகளை அனுமதிப்பார்கள். நானும் ஒரு கைதி தானே? காவல்நிலையத்தில் என்னிடம் மிகுந்த மரியாதையுடன் நடந்து கொண்ட, பெண் பாரா காவலர்களான ரமணியும் சுஜனாமேடமும் சில நாட்களுக்குள் தடம் புரண்டு விட்டார்கள். எனக்கெதிரான வாய்மொழி விசாரணைகளின்போது பொய்யான சாட்சியங்களை மிகநுட்பமாக அவர்கள் விசாரணை அதிகாரிகளின் முன்னிலையில் வெளிப்படுத்தினார்கள்.

அன்று சாயுங்காலம் காவல்துறை ஜீப்பில் தாஸேட்டனை வயநாட்டிலிருந்து மாவட்ட கண்காணிப்பாளரின் விசேஷ உத்தரவின்படி மானந்தவாடி ஆய்வாளருடன் கண்ணூருக்கு அனுப்பி வைத்தார்கள். இரவு ஏழு மணிக்கு ஆய்வாளருடன் தாஸேட்டன் கண்ணூர் காவல்நிலையத்திற்கு வந்து சேர்ந்தார். தாஸேட்டனுடன் நான் வெளியே வந்தேன். வெளியே பெருங்கூட்டமாக நின்றிருந்த செய்தி ஊடகத்தினரின் புகைப்படக் கருவிகளிலிருந்து இடைவிடாமல் வந்து கொண்டிருந்த ஒளிக்கீற்றுகள் என் கண்களை மங்க வைத்தன. ஆய்வாளருடன் காவல்துறை ஜீப்பில் திரும்பிச் செல்லும்படி கேட்டிருந்தாலும் நான் அதற்குத் தயாராக இல்லை. அன்று காவல்துறை விடுதியிலேயே தங்குவதென்று நாங்கள் முடிவு செய்தோம்.

தாஸேட்டனிடம் எல்லாவற்றையும் சொல்லி வாய்விட்டு அழவேண்டும் போலிருந்தது. ஆனால் பெண்காவலர்கள் மட்டுமே தங்கியிருந்த அந்த விடுதியில் தாஸேட்டனை தங்க வைப்பதற்கு அங்கிருந்த பெண்காவலர்கள் அனுமதிக்க மறுத்தார்கள். விடுதியில் ஒரு அறை காலியாகவே கிடந்தது. அதில் எங்களை அனுமதிப்பதில் அவர்களுக்கு விருப்பமில்லை. இரவு பத்துமணிக்கு தாஸேட்டன் கண்ணூர் ஆயுதப் படைமுகாம் பாரக்சுக்குச் சென்றார். இதைவிட ஆய்வாளருடன் ஜீப்பில் வயநாட்டிற்கே போயிருந்திருக்கலாமோ என்று தோன்றியது. ஒழுக்க விதிகளின் அர்த்தமற்ற முள் வேலிகள் இவர்களுக்கு எந்த வகையில் திருப்தியைத் தருகின்றன என்பதை என்னால் விளங்கிக் கொள்ளவே முடியவில்லை.

மறுநாள் வீட்டிற்கு வந்து சேர்ந்தபோது ஒரு காவலர் இறந்துபோன செய்தியைக் கேள்விப்பட்டு நானும் தாஸேட்டனும் சென்றோம். எல்லாவற்றையும் மறந்து மரணமடைந்தவரின் அந்திமச் சடங்குகளில் நானும் கலந்து கொண்டேன். அப்போது, என்னைத் தற்காலப் பணி நீக்கம் செய்திருக்கும் விவரத்தை ஒரு காவலர் வந்து வருத்தத்துடன் தெரிவித்தார். இரவு வீட்டிற்கு வந்தபோது இடைவிடாத தொலைபேசி அழைப்புகள். 2002 மார்ச் 26 ஆம் தேதி நான் தற்காலப் பணி நீக்க உத்தரவைப் பெற்றுக்கொண்டேன். செய்தி ஊடகங்களும் காட்சி ஊடகங்களும் மாற்றி மாற்றி என்னிடம் நேர்முகங்காணல்கள் நடத்தினர். இரண்டு வாரத்திற்குள் எல்லாப் பரபரப்புகளும் ஓய்ந்து விட்டன. ஒரேயொரு தொலைபேசி அழைப்பிற்காகவாவது நான் காது கூர்ந்து கொண்டிருந்தேன். பெரும் தனிமைத் துயரத்தை அப்போது நான் அனுபவிக்கத் துவங்கியிருந்தேன்.

மூன்றாவது வழக்கும் டி. ஐ. ஜியின் தர்பாரும்

பணி விலக்க உத்தரவைக் கைப்பற்றிய இரண்டு மாதத்திற்குள் இந் நடவடிக்கைக்கு எதிராக நான் உயர் நீதிமன்றத்தில் ஒரு ஓ.பி. ஃபைல் செய்தேன். முதலில் மேல் விசாரணைக்கான அதிகாரியிடம் முறையிடும்படி தீர்ப்பு வந்தது. அதன்படி குறிப்பிட்ட நாட்களுக்குள் டி.ஐ.ஜியிடம் மேல் விசாரணைக் கோரினேன். கீழ்மட்ட விசாரணைகள் முடிவடையாமல் மேல் விசாரணை செய்ய இயலாதென்று குறிப்பிட்டு டி.ஐ.ஜி. எனது விசாரணை மனுவை திருப்பியனுப்பினார்.

தற்காலப் பணி நீக்கம் செய்து ஆறுமாதங்களான பிறகும் விசாரணை முடிவுக்கு வராததாலும் நிச்சயமற்ற இந்த நிலை தொடர்ந்துகொண்டிருப்பதாலும் வயநாட்டில் ஆயுதப்படை முகாமில் நடந்த டி.ஐ.ஜியின் கூட்டத்தில் கலந்து கொண்டு பணியில் திருப்பியமர்த்தும்படி கேட்டு ஒரு விண்ணப்ப மனு அளிப்பதென்று தீர்மானித்தேன். தாஸேட்டனும் இதில் கலந்து கொள்வதற்காக வந்தார்.

பிற்பகல் மூன்றுமணிக்கு சபை கூடுவதாக முடிவு செய்யப்பட்டிருந்தது. அனைவரும் இரண்டு மணிக்கே ஆஜராகியிருந்தார்கள். மற்றக் காவலர்களுடன் நானும் அமர்ந்திருந்தேன். என்னைத் தவிர மற்றவர்கள் சீருடையில் இருந்தார்கள். கிட்டத்தட்ட இருநூறு காவலர்கள் அந்த அரங்கிலிருந்தார்கள். நான் அங்கே நுழைந்தபோது அதிகாரிகளினிடையே முணுமுணுப்புகள் எழுவதைக் கவனித்தேன். நான் அமர்ந்து சுமார் அரைமணி நேரம் கூட ஆகியிருக்காது. அதற்குள் ஏ.சி. (அசிஸ்டென்ட் கமான்டர்) வந்து சொன்னார்:

“வினயா வெளியே வா...” ஏனோ தெரியாது, நான் இந்த அழைப்பை எதிர்பார்த்திருந்தேன்.

“நான் இங்கே இருக்கக்கூடாது என்பதைச் சொல்லத்தான் கூப்பிடுகிறார்” என்று சக ஊழியரிடம் சொல்லிவிட்டுத்தான் வெளியே வந்தேன்.

“வினயா, நீ கூட்டத்தில் இருக்கவேண்டாம். அதோ அங்கே போய் இருந்துக்க.” முகாமிலிருந்த வயர்லெஸ் செட்டிற்கு முன்புறமிருந்த நாற்காலியைச் சுட்டிக் காட்டிய ஏ.சி. தன் தரப்பை நியாயப்படுத்துவதுபோல் “எஸ்.பி தான் சொல்லச் சொன்னார்” என்றார். உடனே அந்த இடத்தில் போய் அமர்ந்து டி.ஐ.ஜியைச் சந்திப்பதற்காக ஒரு விண்ணப்பம் எழுதி ஏ.சியிடம் கொடுத்தேன், மூன்று மணிக்குத் துவங்கிய சபை ஐந்து மணிக்கு முடிந்தது. டி.ஐ.ஜியைப் போய்ப்பார்க்கலாம் என்று ஏ.சி. அனுமதியளித்தார். நான் மிகப்பெரிய அவமானத்துடனும் சிறு நம்பிக்கையுடனும் ஃபைலும் திருப்பியெடுப்பதற்கான விண்ணப்பமுமாக டி.ஐ.ஜியின் முன் வந்தேன். எல்லா காவலர்களும் அரங்கிலிருந்து அப்போது வெளியேறியிருக்கவில்லை. நான் டி.ஐ.ஜியின் முன் வந்ததுமே அவர் மிகச் சாதாரணமாகக் கேட்டார்;

"கையிலே என்னது?"

"ரெப்ரசென்டேஷன் லெட்டர்."

"எதுக்கு?"

"சார், ஆறு மாதம் கழிஞ்சுட்டுதே சார், திருப்பியெடுக்கறதுக்கான விண்ணப்பம்."

"திருப்பியெடுக்கவா?" மிகுந்த ஏளன பாவத்துடன் என்னைப் பார்த்துச் சிரித்து விட்டு "உங்களை பிரிச்சு விடுறது எப்படியிங்கறதெ பற்றி நாங்க யோசிச்சுட்டிருக்கோம்."

"சார். இந்த ரெப்ரசென்டேஷன்..." நான் ஒரு வகையான தாழ்மையுடன் விண்ணப்பப் படிவத்தை டி.ஐ.ஜியிடம் நீட்டினேன்,

"அதைப் பற்றிதான் நான் பேசிட்டிருக்கேன்."

"சார் இந்த ரெப்ரசென்டேஷனையாவது வாங்கிக்கணும்." நான் திரும்பவும் மன்றாடினேன்.

"எதுக்கு?"

எனக்கு தாங்கிக்கொள்ள முடியாத வருத்தமும் மரத்துப்போன ஏதோ ஒரு மன உணர்வும் ஏற்பட்டது. எல்லாத் தைரியங்களையும் திரட்டியெடுத்துச் சொன்னேன்:

"சார், நான் ரொம்ப நொந்து போயிருக்கேன் சார். உங்க பக்கத்திலேயே நின்னு அதை ஏன் இன்னும் அதிகப்படுத்திக்கணும்?" நான் விறைப்புடன் நின்றுவிட்டுத் திரும்பினேன்.

"சரி, குடுங்க."

விண்ணப்பத்தை டி.ஐ.ஜியிடம் கொடுத்து விட்டு அவமானத்துடன் திரும்பினேன். கணவரின் எதிரில் இவ்வளவு தூரம் பரிகசிப்பிற்குள்ளான எனக்குள் மிகுந்த வேதனை உருவானது. என் நிலையைக் கண்டு தாஸேட்டனும் தளர்ந்துபோய் விட்டார். நாங்கள் அங்கிருந்து பைக்கில் திரும்பினோம். நான் நேராக மரியாவிடம் சென்றேன். மரியாவைத் தனியாக அழைத்து அலுவலகத்திலிருந்து வெளியே கூட்டிவந்து அவளது தோளில் தலை சாய்த்து வாய்விட்டு அழுதேன். தோளில் தட்டி ஆசுவாசப்படுத்திய மரியா, அழுது

முடித்தபிறகுதான் விவரங்களைக் கேட்டாள். அவளும் ரொம்ப வருத்தப்பட்டாள். டி. ஐ. ஜி. சொன்னதையெல்லாம் அவளிடம் சொன்னேன். “எப்படியிருந்தாலும் பிரிச்சு விட்டுருவாங்கனு தோணுது, என்ன வேணும்னாலும் நடக்கலாம். நாம, ராஜசேகரன் நாயரைக் கூப்பிடுவோம்.” மரியா சொன்னாள். எனக்கு பல்வேறு கட்டங்களில் பல உதவிகளைச் செய்த ஒரு ஆள் ராஜசேகரன்நாயர். அவரைத் தொடர்பு கொண்டோம். முதலில் மரியாவும் பிறகு நானும் அவரிடம் பேசினோம். உயர் நீதிமன்றத்தில் சீக்கிரமாக வழக்குப் பதிவு செய்ய வேண்டுமென்றும் திரும்பச் சேருவதற்கான உத்தரவைப் பெற வேண்டுமென்றும் அவர் சொன்னார்.

உயர் நீதிமன்றத்தில் வழக்கு நடத்துவதற்கான செலவுகளைத் தாங்கக் கூடிய பொருளாதார நிலையில் நான் இல்லை. பல காரணங்களினால் ஏற்பட்ட பணச்சிக்கல் குடும்பத்தை மிக அதிகமாகப் பாதித்திருந்தது. என்ன செய்வதென்று தெரியாமல் நானும் மரியாவும் அவளது அலுவலகத்திலேயே அமர்ந்திருந்தோம். வழக்கை நடத்துவதற்கு ‘கிரைம்’ வாரப் பத்திரிகையின் முதன்மை ஆசிரியர் நந்தகுமார் தயாராக இருப்பதாகவும் உடனே அவரைப் போய்ப்பார்க்க வேண்டுமென்றும் மரியாவின் அலுவலகத்திற்குத் தொலைபேசியில் தெரிவித்தார் ராஜசேகரன் நாயர்.

மறுநாளே நான் சம்பந்தப்பட்ட எல்லா தஸ்தாவேஜுகளுடன் நந்தகுமார் சாரைப் போய்ப் பார்த்தேன். உடனே எரணாகுளத்திற்குப்போய் வழக்கறிஞர் ராம்குமாரைப் பார்க்க வேண்டுமென்றும் விவரங்களை எல்லாம் அவரிடம் சொல்லியிருப்பதாகவும் நந்தகுமார் சார் சொன்னார். அன்றைய தினமே திரும்பி வந்து விடுவதாகச் சொல்லி விட்டுத்தான் வீட்டிலிருந்துக் கிளம்பியிருந்தேன். எனவே வழக்கறிஞரைத் தொலைபேசி மூலம் தொடர்பு கொண்டபோது நாளை காலை பத்துமணிக்கெல்லாம் வந்து விடும்படி சொன்னார். வீட்டுக்குத் தொலைபேசியில் விவரத்தைத் தெரிவித்தேன். மறுநாள் காலை ஆறுமணிக்கு வழக்கறிஞர் பத்ரகுமாரியின் வீட்டுக்குப் போய்ச் சேர்ந்தேன்.

பத்துமணிக்கு வழக்கு சம்பந்தமான குறிப்புகளுடன் நான் வழக்கறிஞர் ராம்குமாரின் அலுவலகத்திற்குப் போய்ச் சேர்ந்தேன். நான் சொல்ல நினைத்திருந்த விஷயங்களைப் பொறுமையாக அவர் கேட்பார் என்ற என் விருப்பம்

தவறாகப்போய் விட்டது. மனுவை மேல் விசாரணைக்கு எடுத்துக்கொள்ள மறுத்த டி.ஐ.ஜியின் கடிதமும் பத்ரா பதிவு செய்து தந்திருந்த நீதிமன்றத் தீர்ப்பின் பிரதியையும் மட்டுமே அவர் பார்த்தார். அரைமணி நேரத்திற்குள் ஓ.பி. தயாரானது. எனக்கு ஆச்சரியமாக இருந்தது. அதன் பிரதியை எனக்கு வாசிக்கத் தந்தார். நான் சாயுங்காலமே அங்கிருந்து திரும்பி விட்டேன்.

ஒரு ஆறுமாதம் கழிந்த பிறகுதான் இந்த வழக்கின் தீர்ப்பு வெளியானது. இதனிடையே இரண்டோ மூன்றோ தடவை வழக்குத் தொடர்பாக நான் உயர் நீதிமன்றத்திற்குப் போக வேண்டியதுமிருந்தது. மாறிவிட்ட சூழ்நிலையில் தற்காலப் பணி நீக்கம் தொடர்வதை எந்த வகையிலும் நியாயப்படுத்த முடியாதென்றும் ஒரு மாதத்திற்குள் மனுதாரருக்கு சாதகமான முடிவுக்கு வரவேண்டுமென்றும் அதில் குறிப்பிடப்பட்டிருந்தது. இந்தத் தீர்ப்பின் அடிப்படையில் 2003 ஏப்ரல் 23 ஆம் தேதி என்னைப் பணிக்குத் திருப்பியெடுத்துக் கொள்ளும் உத்தரவு பிறப்பிக்கப்பட்டது.

மானந்தவாடி காவல் நிலையத்தில் தற்காலிகப் பணி

ஏப்ரல் 24 இல் கண்காணிப்பாளரின் திருப்பியெடுக்கும் உத்தரவுடன் வயநாடு மாவட்டக் கண்காணிப்பாளரின் முன் அவுட்சைடு யூனிஃபார்மில் ஆஜரானேன். தற்காலப் பணி விலக்கம் செய்யப்படும்போது டக் இன் யூனிஃபாம் அணிந்து கொண்டிருந்தேன்.

டக் இன் செய்து அம்பலவயல் காவல்நிலையத்தில் பணியாற்றிக் கொண்டிருந்தபோது பெண் காவலர்கள் அணியவேண்டிய சீருடைப் பற்றி இலக்கமிட்டு நிரப்பிய நிபந்தனைகளுடனான ஒரு சுற்றறிக்கை காவல்துறை தலைமை அலுவலகத்திலிருந்து டி.ஜி.பியின் கையெழுத்துடன் வெளியானது. இந்த உத்தரவுடன் இரண்டு பெண்காவலர்களின் இரண்டு விதமான புகைப் படங்களும் ஒட்டப்பட்டிருந்தன. குறிப்பிட்ட அந்த உத்தரவில் பெண்காவலர்கள் தொப்பி, இடுப்புப் பட்டை, காலணி ஆகியவற்றை உள்ளூர் ஆண் காவலர்களைப்போலவே அணிந்து கொள்ளலாமென்றும் சட்டையை கால்சராயின் மீது வெளியே சரியாக தொங்கவிட்டு இடுப்புப் பட்டை அணிந்திருக்க வேண்டும் என்றும் உத்தரவிடப்பட்டிருந்தது. மேலும், தலைமுடியை உயர்த்திக் கட்டிவைக்கவோ

ஆண்காவலர்களைப்போல் ஒட்ட வெட்டிக்கொள்ளவோ செய்யலாமென்றும் சிறு கம்மலும் நெற்றிப்பொட்டும் அனுமதிக்கப்பட்டிருப்பதாகவும் கழுத்தில் சிறு தங்க ஆபரணம் போட்டுக்கொள்ளலாமென்றும் அந்த உத்தரவில் குறிப்பிடப்பட்டிருந்தது.

இந்தச் சுற்றறிக்கையிலிருந்த நிபந்தனைகள் ரொம்ப விசித்திரமானவையாக எனக்குத் தோன்றின. அரசியலமைப்புச் சட்டத்தின் 15 ஆம் விதிக்கு நேர் முரணாக இருந்தன இந்த நிபந்தனைகள். பாலின வேறுபாடுகளின் காரணமாக எந்த ஒரு வித்தியாசமான அணுகுமுறைகளும் கூடாது என்றும் பெண்கள் மற்றும் குழந்தைகளின் நன்மைக்காக விசேஷ விதிகளை உருவாக்கிக் கொள்ளுவதற்கு மாநிலங்களுக்கு அதிகாரமிருப்பதாகவும் 15 ஆம் பிரிவு குறிப்பிடுகிறது. இந்த இரண்டு உட்பிரிவுகளின் கீழும் இந்தச் சுற்றறிக்கையின் நிபந்தனைகள் பொருந்திப்போகவில்லை. பெண்ணென்பதால் டக் இன் செய்யக் கூடாது என்பது பாலின வேறுபாட்டின்படியான வகைப்படுத்தல் மட்டும்தான். இப்படி டக் இன் செய்யாமலிருப்பது பெண்காவலரை உடனே அடையாளப் படுத்திக்கொள்வதற்கு மட்டும்தான் உதவும். இப்படியான அடையாளங்கள் சமூகரீதியிலான அவர்களது பாதுகாப்பிற்குப் பதிலாக அநீதியை விளைவிப்பதற்கு மட்டும்தான் உதவும். ஆகவே இந்தச் சுற்றறிக்கையின் நிபந்தனைகளை என்னால் ஏற்றுக்கொள்ள இயலவில்லை. உயரதிகாரியின் உத்தரவைக் கடைப்பிடிக்காத காரணத்திற்காக எனக்கு மெமோ கிடைத்தது,

மெமோவுக்கு நான் பதிலளிப்பதற்கு முன் காவல்துறை சங்கத்தின் நானுட்பட்ட எக்ஸ்கியூட்டிங் கமிட்டியின் கூட்டத்தில் விவரத்தைத் தெரிவித்தேன். இந்தச் சுற்றறிக்கை அரசியலமைப்புச் சட்டத்திற்கெதிரானது என்பதால் சங்கத் தலைவர்கள் இதை கேள்விகேட்க வேண்டுமென்றும் கேட்டுக்கொண்டேன். ஆனால் இந்தக் குழுவினுள்ளும் நான் தனிமைப்பட்டேன். காவல்துறைக்குள் ஒழுக்கவிதிகளென்பது உயரதிகாரிகளுக்குக் கீழ்ப்படிதல்தான் என்றும் இதில் நியாய அநியாயங்கள் பார்க்கப்பட வேண்டியதில்லையென்றும் அவர்கள் எனக்கு அறிவுறுத்தினார்கள். சட்ட விதிகளுக்கு முரணான இதுபோன்ற உத்தரவுகளை கேள்விக்குட்படுத்தாமலிருப்பது பின்னால் பல கேடுகளை

விளைவிக்குமெனும் எனது வாதத்தை அவர்கள் காதில் விழுந்ததாகக் கூட காட்டிக் கொள்ளவில்லை.

மெமோவுக்கு நான் விரிவான பதில் அளித்திருந்தேன். தவறிழைத்ததாக என்மீது சுமத்தப்பட்டக் குற்றச்சாட்டை நான் மறுக்கவில்லை. மாறாக, அரசியல் சட்டத்திற்கு முரணான உத்தரவென்பதால்தான் கீழ்ப்படியவில்லை என்றும் தற்போதைய தெளிவுபடுத்தப்பட்ட அனைத்துச் சட்டங்களும் கட்டுப்படுத்த இயலாத ஒரு இலாகா அல்ல காவல்துறை என்றும் நான் அந்த பதிலில் தெளிவுபடுத்தியிருந்தேன். கூடவே டி.ஜி.பியின் சுற்றறிக்கை அரசியலமைப்பு விதிக்கு முரணானது என்பதை அறிவிப்பதற்காக உயர் நீதிமன்றத்தில் ஒரு மனுத் தாக்கல் செய்திருந்தேன். அதற்குள் கண்ணூர் விளையாட்டுப் போட்டி தொடர்பாக மீண்டும் நான் தற்காலப் பணி விலக்கம் செய்யப்பட்டேன்.

இந்தப் பணி நீக்க காலகட்டத்தில்தான் சீருடை சம்பந்தமாக நான் தொடுத்த வழக்கு ப்ரிமெச்சூர் என்று தீர்ப்பு வந்தது. அரசியலமைப்புச் சட்டத்திற்கு எதிரான உத்தரவுகளுக்குக் கீழ்ப்படியாமலிருக்கும் உரிமை தனி மனிதனுக்கு உண்டென்றும் அதில் குறிப்பிட்டு, பல்வேறு நாடுகளில் நீதிமன்றத் தீர்ப்புகளின் முக்கியமான பகுதிகளையும் குறிப்பிட்டிருந்தது. ஆனால் இதிலிருக்கும் அரசியலமைப்பு விதிகளைப் பற்றிய விஷயத்தை தற்போது நீதிமன்றம் பரிசீலிக்கப் போவதில்லையென்றும் மனுதாரருக்கு ஏதாவதொரு வடிவத்தில் காவல்துறை தண்டனை விதிக்குமென்றால் அவர் திரும்பவும் நீதிமன்றத்தை அணுகலாமென்றும் விரிவாக எடுத்துச் சொல்லி அந்தத் தீர்ப்பு வெளியானது.

தீர்ப்பு வெளியான சில நாட்களுக்குள்ளாகவே ஆண் காவலர்கள் அணிவது போன்ற சீருடையை அணிந்து கொண்டது மிக மோசமான குற்றம் என்றும், அப்பட்டமான ஒழுங்குமீறல் என்றும் விவரித்து அதற்கானத் தண்டனையாக என்னுடைய மிச்சமிருக்கும் பணிக்காலத்தின் மூன்று வருட ஊதிய உயர்வை நிறுத்தி வைப்பதாகவும் இத்துடன் இந்த நடவடிக்கையை முடித்துக்கொள்வதான உத்தரவுடன் ஒரு காவலர் வீட்டிற்கு வந்தார். மன அழுத்தத்தை இன்னும் கொஞ்சம் அதிகமாக்குவதற்கு இது போதுமானதாக இருந்தது. திரும்பவும் நான் உயர் நீதிமன்றத்தை அணுகினேன். இந்த வழக்கு இப்போது உயர் நீதிமன்றத்தின் பரிசீலனையிலிருக்கிறது.

சீருடை சம்பந்தமான வழக்கு உயர் நீதிமன்றத்தின் பரிசீலனையிலிருப்பதால் டி.ஜி.பியின் உத்தரவின்படியான சீருடையை அணிந்து நான் ஆஜராக வேண்டிய நிர்ப்பந்தமிருந்தது. கண்காணிப்பாளரைப்போய் பார்த்ததும் அவர் "ஏதாவது சொல்ல வேண்டியதிருக்கிறதா?" என்று கேட்டார். மானந்தவாடியைத் தவிர வேறு ஏதாவது காவல் நிலையத்திற்கு அனுமதிக்கும்படி கேட்டுக்கொண்டேன், "அதை செக்ஷன்லே சொன்னால் போதும்" என்று பதில் சொன்னார்.

எனது தற்காலப் பணி விலக்கக் காலகட்டத்தில் மரியாதைக்குரிய சந்தியா ஐ.பி.எஸ்.சின் விசேஷ பரிந்துரைகளின்படி பெண்காவலர்களை காவல் நிலையத்தின் ஒரு பகுதியாகவும் அவர்களுக்கென சில பணிகளை மட்டுமே ஒதுக்காமல் எல்லா பணிகளையும் சரிவிகிதத்தில் பகிர்ந்தளிக்கவும் ஆரம்பித்திருந்தார்கள். எல்லாக் காவல் நிலையங்களிலும் பெண்காவலர்களை அனுமதிப்பதற்குப் பதிலாக ஆறு காவல் நிலையங்களில் மட்டுமென அவர்கள் வரையறை செய்யப்பட்டனர். இந்த ஆறு இடங்களில் மானந்தவாடிதான் எனக்கு மிகவும் சிரமமாகத் தோன்றியது. ஆகவேதான் நான் மானந்தவாடியை வேண்டாம் என்று சொன்னேன்.

கண்காணிப்பாளரைப் பார்த்து நியமன உத்தரவு பெறுவதற்காக மாவட்டக் காவல்துறை அலுவலகத்தில் நான் காத்து நின்றிருந்தேன். சுமார் ஒரு மணி நேரத்திற்குப் பிறகு மானந்தவாடியில் என்னை நியமித்திருப்பதான உத்தரவு கையில் கிடைத்தது.

25 ஆம் தேதி காலையில், கோயிலுக்குப் போய்விட்டு, அப்பாவின் அறிவுரைப்படி ராகு காலத்திற்கு முன் வீட்டிலிருந்துப் புறப்பட்டேன். பத்துமணிக்கு மானந்தவாடி காவல் நிலையத்தில் பெட்டி பிரமாணங்களுடன் வந்திறங்கி மிகுந்த மகிழ்ச்சியுடன் வேலையில் சேர்ந்தேன். அந்தக் காவல் நிலையத்தில் அன்று கண்காணிப்பாளரின் ஆய்வு நடந்தது. நிறைய காவலர்கள் அப்போது அங்கிருந்தார்கள். அனைவருக்கும் லட்டும் தேனீரும் வழங்கினேன். சில காவலர்கள் என்னைப் பாராட்டினார்கள், பெரும்பாலானோர் ரகசியமாகப் பாராட்டினார்கள். "அதிக சந்தோஷமெல்லாம் இப்ப வேண்டாம், மே 31 கழியட்டும்" என்பதான சில வார்த்தைகளும் காதில் விழுந்தன. மே 31 ஆம் தேதிதான் டி.ஜி.பி. கே.ஜே.ஜோஸஃப் சார் ஓய்வு பெறுகிறார். அதற்குள்

ஏதாவதொரு சம்பவம் நடக்கக்கூடுமென்ற காவலர்களின் எச்சரிக்கை என்னுள் அப்போது பயத்தை ஏற்படுத்திவிட்டது.

2002 ஏப்ரல் 1 ஆம் தேதி டி.ஜி.பியாக கே.ஜே.ஜோஸஃப் சார் பதவியேற்பதற்கு முதல்நாள் நடத்திய பத்திரிகையாளர் கூட்டத்தில் காவலர்களை ‘ஆண்மை’யுள்ளவர்களாக்குவது என்றும் சில காவலர்களுக்கு வளையல் அணிவிக்கும் காலம் கடந்து விட்டதென்றும் மற்றும் சில வார்த்தைப் பிரயோகங்கள் நடத்தியதாக பத்திரிகைகளில் செய்தி வெளியாகியிருந்தது. அப்போது அம்பலவயல் காவல்நிலையத்தில் பணியாற்றிக்கொண்டிருந்த நான், டி.ஜி.பியின் இந்த அறிவிப்புகள் பெண்களையும் பெண் காவலர்களையும் தரம் தாழ்த்துவதாகவும் அரசியலமைப்புச் சட்டத்தின் 15 ஆம் பிரிவின்கீழ் இது முரண்பட்ட, பாலின வேறுபாட்டைக் குறிப்பிட்டு பெண்ணுரிமைகளை குறைத்து மதிப்பிடுகிறது என்றும், இந்த அறிக்கையைத் திரும்பப் பெறவேண்டுமென்றும், மறுக்கும் பட்சத்தில் மான நஷ்ட வழக்குத் தொடர்வதாகவும் குறிப்பிட்டு வழக்கறிஞர் மரியா மூலம் ஒரு வக்கீல் நோட்டீஸ் அனுப்பியிருந்தேன். இந்த வக்கீல் நோட்டீசுக்கு டி.ஜி.பி. பதில் அறிக்கைத் தாக்கல் செய்திருந்தார். ஆனால் தனது பத்திரிகை அறிக்கையை அவர் திரும்பப் பெறவில்லை. தற்காலப் பணி விலக்கிலிருக்கும் போது பத்தேரி செஷன்ஸ் நீதிமன்றத்தில் டி.ஜி.பிக்கெதிராக நான் வழக்குப் பதிவு செய்தேன். சிவில் வழக்குப் பதிவு செய்வதற்கு அனுமதி பெற தேவையில்லை என்ற சட்டபூர்வமான தகவல் மற்ற சில வழக்கறிஞர்களிடமிருந்து கிடைத்திருந்ததால் அனுமதி பெறாமலேயே நான் வழக்குத் தொடர்ந்தேன்.

மானந்தவாடி காவல்நிலையத்தில் பணிக்கு ஆஜரான அன்று சில காவலர்கள் குறிப்பிட்ட அந்த எச்சரிக்கை சரியாகவே இருந்தது என்பதை பிறகுதான் நான் புரிந்து கொண்டேன். மே மாதம் 17ஆம் தேதி என்னை பிரித்து விடாமலிருப்பதற்கானக் காரணமிருந்தால் 15 நாட்களுக்குள் தெளிவுப்படுத்த வேண்டும் என்று குறிப்பிட்டு விளக்கம் கேட்டு நோட்டீஸ் எனக்கு வழங்கப்பட்டது.

நான் வயர்லெஸ் பணியில் ஈடுபட்டுக்கொண்டிருந்தபோது சரக ஆய்வாளர் அலுவலகத்திலிருந்து எழுத்தர் வந்து மிக இயல்பாக “இந்தா உங்களுக்கொரு காரணம் காட்டும் நோட்டீஸ் இருக்கிறது, சீக்கிரமாகக் கையெழுத்திட்டு கொடுங்க” என்றார்.

"என்னா பிரிச்சு விடுறதுக்கான நோட்டீசா?" என் வாயிலிருந்து இப்படியாக வந்து விழுந்து விட்டது. "ஆமா, அதுவேதான்." நான் நோட்டீசைக் கையொப்பமிட்டு வாங்கினேன், ஏனோ தெரியவில்லை. எனக்கு அப்போது விசேஷமான எந்த உணர்வுகளுமே தோன்றவில்லை. பலர் பல்வேறு சந்தர்ப்பங்களில் தொட்டுக் காட்டிய ஒரு விஷயமென்பதாலோ என்னமோ எதிர்பார்த்த ஒன்று நடந்திருக்கிறது என்ற மன உணர்வுதான் தோன்றியது.

நோட்டீசைக் கைப்பற்றியதும் நான் உதவி ஆய்வாளரிடம் சென்று நோட்டீசைக் காண்பித்தேன். இதற்கானப் பரிகாரமார்க்கங்களைத் தேடுவதற்காக உதவி ஆய்வாளர் எனக்கு ஒரு நாள் அனுமதி விடுப்பு அளித்தார். நான் நோட்டீசுடன் நேராக ஸ்டாம்ப் கார்டு டியூட்டியிலிருந்த என் நண்பன் ஜோஸைப் பார்க்கச்சென்றேன். எனது எல்லா மனக்கஷ்டங்களின்போதும் எனக்கு ஆறுதலாக இருப்பவன் ஜோஸ். கார்டு அறையில் ஜோஸ் தனியாக இருக்கும் போது இந்த ஷோகாஸ் நோட்டீசை அவனது கையில் கொடுத்து விட்டு அவனது கையைப் பற்றிக் கொண்டு அந்த அறையிலிருந்து ஏங்கியேங்கி அழுதேன். அவனுக்கு மிகுந்த வேதனையாகிவிட்டது. "வினயா அழாதே, வினயா அழக்கூடாது" என்றெல்லாம் சொல்லி அவன் என்னை ஆறுதல்படுத்திக் கொண்டிருந்தான். எது வந்தாலும் எதிர்கொள்வது என்ற என் மனோபாவம் வெறுமொரு நடிப்பு மட்டும்தான் என்பதை நான் புரிந்து கொண்ட நேரமிது.

பிந்தைய ஒவ்வொரு நாட்களும் மனத்துயரங்களை மட்டுமே சுமந்து வந்து கொண்டிருந்தன. எல்லாப் பத்திரிகைகளும் என்னைப் பிரித்து விடப் போகும் செய்தியை வெளியிட்டன. இதற்காக நிறைய பேரிடம் பதில் சொல்ல வேண்டியதுமிருந்தது. நான் சொன்னதும் சொல்லாததும் சொல்ல நினைக்காததுமான பல விஷயங்கள் என் பெயரில் நேர்முகங்காணல்களாக வெளிவந்தன. இந்த ஒவ்வொரு வெட்டியெடுக்கப்பட்ட பத்திரிகைத் துண்டுகளையும் புதிய புதிய ஒழுங்கு நடவடிக்கைகளின் அடிப்படையில் காரணம் தெரிவிப்பதற்காக நான் கையொப்பமிட்டு வாங்கிக்கொண்டிருந்தேன். தினசரிகளும் மாத இதழ்களும் பிரதிகளின் விற்பனை உயர்வை மட்டுமே கருத்தில் கொண்டு என்னைப் பற்றிய செய்திகளை

முக்கியத்துவப்படுத்தின. எனக்கு இதன் காரணமாக செய்தி ஊடகங்கள் மீது மிகுந்த எதிர்ப்புத் தோன்றியது.

2002 இல் நடந்த விளையாட்டுப்போட்டி தொடர்பாக வழக்கறிஞர் பத்ர குமாரி மூலம் பதிவு செய்த வழக்கில் நான் முன்வைத்த அனைத்து கோரிக்கைகளையும் அங்கீகரித்திருப்பதாக நீதிமன்றத் தீர்ப்பு வெளியானதால் இந்தத் தீர்ப்பை அமுல்படுத்த வேண்டிய நிர்ப்பந்தம் மேலதிகாரிகளுக்கிருந்தது. 2003 மார்ச் மாதத்தில் நடந்த விளையாட்டுப் போட்டியில் வெள்ளைச் சேலைக்கும் ரவிக்கைக்கும் பதிலாக பெண்காவலர்களுக்கு வெள்ளைக் கால்சராயும் சட்டையும் அனுமதிக்கப்பட்டதும் விளையாட்டுகளின்போது வெற்றியாளர்களைத் தீர்மானம் செய்வதற்கு பெண்காவலர்களின் புள்ளிகளைக் கணக்கில் கொண்டதும் வரலாற்று முக்கியத்துவம் வாய்ந்த ஒரு சாதனையாகவே இருந்தது. இதைப் பற்றிய விசாரணைகளில் ஈடுபடவோ அவ்வப்போது இதைப் பற்றிய தகவல்களைப் பதிவு செய்யவோ நான் எதற்காகத் தற்காலப் பணி விலக்கம் செய்யப்பட்டேன் என்பதையோ மக்களுக்குத் தெரிவிக்க அன்று எந்த ஊடகங்களுமே தயாராக இல்லை. ஊடகங்களின் மிகப்பெரிய தார்மிக வீழ்ச்சியாக நான் இதை உணர்ந்தேன்.

21. பணிநீக்கமெனும் மரணதண்டனை

2003 ஜூன் 13 ஆம் தேதி எனக்கு பாரா பணியிருந்தது. இரண்டு மணிமுதல் நான்கு மணிவரை பாரா வெயிட்டிங் நேரமிருந்தது. இந்த ஓய்வு நேரத்தில் நான் ஜோசுடன் எனது மோட்டார் சைக்கிளில் மானந்தவாடி நான்காம் மைல் வள்ளியூர்க் காவு வழியாக வெறுமனே சுற்றிக்கொண்டிருந்தேன். ஆற்றங் கரையோரம் அமர்ந்துப் பேசினோம். பிரித்து விடுவதை எப்படி எதிர்கொள்வது என்று ஜோஸ் எனக்குத் தைரியமூட்டினான். நிச்சயமாகப் பிரித்து விட்டு விடுவார்கள் என்ற எண்ணத்திலேயே எப்போதுமிருக்க வேண்டுமென்றும் அப்படியான ஒரு உத்தரவைப் பெற்றுக்கொள்ளவும் மனதைத் தயார்ப்படுத்த வேண்டுமென்றுச் சொன்னான். கொஞ்ச நேரம் அப்படியே பேசிக்கொண்டிருந்தபோது மனதிற்குக் கொஞ்சம் ஆறுதல் ஏற்பட்டது.

'இனி நான் மனதைக் குழப்பிக்கொள்ள மாட்டேன். அந்த ஆடரை வாங்க நான் மனோரீதியாக, உண்மையாகவே தயாராக இருக்கிறேன்" என்றெல்லாம் ஜோசிடம் திடமானக் குரலில் சொல்லிவிட்டு இரண்டு மணிக்கு பணியில் ஆஜரானேன்.

நான் காவல் நிலையத்திற்கு வரும்போது அங்கே நிறைய காவலர்கள் நின்றிருந்தார்கள். ஆயுதப்படை முகாமிலிருந்து இரண்டு வாகனங்கள் நிறைய காவலர்கள் வந்து சேர்ந்திருந்தார்கள். மாராடு படுகொலைகள் சம்பந்தமாக இறந்தவர்களது சாம்பலை திருநெல்லிக்குக் கொண்டுபோகும் பி.ஜே.பியின் நடவடிக்கை சம்பந்தமாக ஏற்படுத்தப்பட்டிருந்த பாதுகாப்பு ஏற்பாடுதான் இது. நான் உடனே காவல்நிலையத்திற்குள் சென்று சீருடையை அணிந்து கொண்டேன். டி.ஒய்.எஸ்.பி வருவதால் பணியிலிருக்கும் பாராவின் பக்கத்தில் பணிப் பொறுப்பை எடுக்கப்போகும் பாராவும் நிற்கவேண்டுமென்று உத்திரவிடப்பட்டிருந்தது.

நான் மிகுந்த மகிழ்ச்சியோடு அங்கே நின்றிருந்த் காவலர்களுடனும் துணை உதவி ஆய்வாளருடனும் தமாஷாகப்

பேசிக்கொண்டிருந்தேன். இந்த நேரத்தில் துணை உதவி ஆய்வாளரின் அறைக்குள் காவலர்கள் சேர்ந்து போவதையும் அங்கே ஏதோ ரகசியப் பேச்சுகள் நடப்பதையும் நான் கவனித்துக்கொண்டிருந்தேன். ஆனால் நான் தமாஷாகப் பேசிக்கொண்டிருப்பதை எந்த பாவ வேறுபாடும் இல்லாமல் எல்லோரும் ரசித்துக் கொண்டுதானிருந்தார்கள், நான்கு மணிக்கு நான் வத்சலாவிடமிருந்து பாராவைப் பொறுப்பேற்று வாங்குவதற்காக பவுச்சை (இடுப்பில் கட்டிவைக்கும் சிறு பை துப்பாக்கியின் ரவுண்ட் லாக்கப் சாவி, செஸ்ட் சாவி போன்றவை அடங்கியது.) உருவி வாங்கி இடுப்பில் கட்டினேன். துப்பாக்கியையும் பெற்றுக்கொண்டேன். பாரா புத்தகத்தில் கையெழுத்திட வரும்போது துணை உதவி ஆய்வாளர் என்னை அழைத்தார். நான் அவரது அறைக்குள் சென்றபோது அறை முழுவதும் நிறைந்து நின்றிருந்த காவலர்கள் தங்களுக்குள் எதுவோ சத்தமில்லாமல் பேசிக்கொண்டிருந்தார்கள். எனக்கு எதுவுமே புரியவில்லை. என்னிடமிருந்து பாரா பொறுப்பை வாங்கும்படி துணை உதவி ஆய்வாளர் குஞ்சு முகம்மது என்ற காவலரிடம் சொன்னார். "இந்தா வினயா. இந்த பாவத்தையும் நான்தான் செய்யவேண்டியதிருக்கிறது" என்று சொல்லி பணிநீக்க உத்தரவை என்னிடம் கையெழுத்துப் போடுவதற்காகத் தந்தார். சில மணி நேரங்களுக்கு முன்பே வந்து சேர்ந்திருந்த அந்த பணி நீக்க உத்தரவு என்னைத் தவிர மற்ற அனைவருக்கும் ஏற்கனவே தெரிந்திருக்கிறது. இருந்தும்கூட ஒரு கோமாளியைப்போல் எனது வேடிக்கைப் பேச்சுகளைக் கேட்டு ரசித்திருக்கிறார்களே என்பதை உணர்ந்தபோது மிகுந்த வேதனை தோன்றியது. உத்திரவில் கையெழுத்திட்டுக் கொடுத்துவிட்டு தொப்பியைக் கழற்றி மேசையின்மீது வைத்தேன். பிறகு பவுச்சையும் பெல்ட்டையும் உருவி வைத்தேன். மிகுந்த மனத்திடத்துடன் உடை மாற்றும் அறைக்குள் சென்று சீருடையை மாற்றி சாதாரண உடைகளை அணிந்து கொண்டேன். எனது பொருட்களை எல்லாம் தோள் பையிலெடுத்து வைத்தேன். மிச்சமிருந்ததை மோட்டார் சைக்கிளின் பக்கவாட்டுப் பெட்டியில் நிரப்பினேன். எல்லாம் முடிந்தது. வினோத் எனும் காவலர் நான் மறந்து வைத்த ஒரு புத்தகத்துடன் வந்தான். அவனது முகத்தில் வேதனை படர்ந்திருப்பதை என்னால் உணர்ந்து கொள்ள முடிந்தது. ரெஜினா, வண்டியில் பொருட்களை வைப்பதற்கு உதவி செய்தாள். அவளுடன் ஒன்றாகப் பயிற்சியில் சேர்ந்து காவலரான எனது பணி நீக்கம் அவளை பெரிய அளவில் பாதித்திருப்பதுபோல் ஒன்றும் தெரியவில்லை. அந்த நேரத்தில் அவள் என் தொலைபேசி

எண்ணைக் கேட்டதுவும் எனக்கு ரசிக்கவில்லை. ஆனால், பொருட்களை ஒழுங்குபடுத்துவதற்கு அவள் உதவி செய்தது சிறு ஆறுதலாகவுமிருந்தது.

நான் வண்டியை ஸ்டார்ட் செய்யும்போது சங்கத்தின் தலைவரான கிரீசன் சார் பக்கத்தில் வந்து "பைக்கிலேயா போறீங்க?" என்று கேட்டுவிட்டு "சே... சே... பைக்கிலெ போகவேண்டாம்" என்றார். அவரது இந்த உபதேசமும் எனக்குக் கொஞ்சமும் பிடிக்கவில்லை. ஏதோ ஒரு காட்சிப் பொருளைபோல் எல்லோரும் என்னையே வேடிக்கைப் பார்த்துக்கொண்டு நின்றிருந்தார்கள். "எதுவாக இருந்தாலும் என்னோட இன்குவஸ்டை சார் நடத்திவேண்டியது வராது." நான் சற்றுக் கோபத்துடனேயே சொன்னேன். அப்போது டி.ஒய்.எஸ்.பி. வந்தார். எல்லோரும் டி.ஒய்.எஸ்.பியின் பின்னால் போனார்கள். நான் மோட்டார் சைக்கிளை ஸ்டார்ட் செய்து விட்டேன்.

நேராக நான் ஸ்டாம்ப் கார்டில்போய் ஜோசைப் பார்த்தேன். அவன் இல்லை. அங்கேயே கொஞ்ச நேரம் அமர்ந்திருந்தேன். மேஜையின் மீதிருந்த சிகரெட்டை எடுத்துப் பற்ற வைத்தேன். சிகரெட் தீருவதற்குள் அவன் வந்து விடுவான் என்று எதிர்பார்த்தேன். வரவில்லை. வண்டியை ஓட்டுவதற்கான மனோநிலையிருப்பதாக என்னை நானே திடப்படுத்திக் கொண்டு ஜோசுக்கு ஒரு குறிப்பை எழுதி மேஜையின்மீது வைத்து விட்டு மோட்டார் சைக்கிள் பயணத்தைத் தொடர்ந்தேன்.

வண்டியை மிக வேகமாக ஓட்டவேண்டும் போல் தோன்றியது. எங்கே? எதற்கு? யாரிடம் போய்ச் சொல்வதற்கு? எதிர்காலம்? அப்படியாக பற்பல எண்ணங்கள் மனதைக் கவ்விக்கொண்டிருந்தன. ஏதாவது அசம்பாவிதங்கள் நிகழ்ந்து போய்விடுமோ என்ற சிந்தனை மனதில் ஒரு நிமிடம் வந்து கவிந்த போது வேகத்தைக் குறைத்துக் கொண்டேன். ஜனசஞ்சாரமில்லாத இடத்திற்கு வந்து சேர்ந்ததும் பாட்டுப் பாடியவாறே வளைத்து வளைத்து ரசித்தவாறே வண்டியோட்டினேன். இதன்மூலம் பெரிய அளவிலான எந்த மன அழுத்தமும் எனக்கில்லை என்று என்னைத் தெளிவுபடுத்த முயற்சி செய்து கொண்டிருந்தேன். தொலைபேசி மூலம் வழியில் வைத்தே ராஜசேகரன் சாரிடமும் நந்த குமார் சாரிடமும் முரளியண்ணனிடமும் ஆசிரியரான லூயிஸ் சாரிடமும் விவரத்தைச் சொன்னேன். மரியா ஊரில் இல்லை. ஆறுமணிக்குள்

வீட்டுக்கு வந்து சேர்ந்து விட்டேன். கொஞ்ச நேரம் படுத்தேன். பயங்கரமான மன அழுத்தம் உருவாகியிருந்தது. குழந்தைகளைப் பார்த்ததும் வாய்விட்டு அழத் தோன்றியது. குழந்தைகளுக்கும் வருத்தமாகிவிடக் கூடாதே? அம்மாவும் அப்பாவும் வனஜாக்காவும் தாஸேட்டனும் மனவேதனைப்பட்டுவிடக் கூடாது. நான் அழுது விடாமலிருக்க பெரும் முயற்சி செய்தேன்.

தற்காலப் பணி விலக்கம் முடிந்து முதலில் நான் திரும்ப வேலையில் சேர்ந்த பிறகுதான் அப்பாவின் உடல்நிலை சற்றுத்தேறியது. தற்காலப் பணி விலக்கம் செய்யப்பட்டது முதல் அப்பா எனது வீட்டில் சாய்வு நாற்காலியில் சாயுங்காலம்வரை தொலைக்காட்சி பார்த்தபடியே அமர்ந்திருப்பார். ஏதாவது மகிழ்ச்சியான ஒரு தொலைபேசி தகவல் வரும் என்று சதாகாலமும் எதிர்பார்த்திருந்தார். சாதாரணமாக எப்போதுமே மாடக்கரையில் போய் அமர்ந்திருக்கும் அப்பா ஆட்களின் கேள்விகளுக்கு பதில் சொல்ல முடியாமல் மாடக்கரைப் பக்கம் போவதையே நிறுத்திக்கொண்டார். பிறகு என்னைப் பணிக்கு திரும்ப அழைத்தபிறகு மிக அதிகமாக மகிழ்ச்சியடைந்தவர் அப்பா தான். உற்சாகத்துடன் மாடக்கரைக்குப் போகவும் துவங்கியிருந்தார். ஆரோக்கியமும் சீரடைந்தது போலிருந்தது. பணிநீக்கம் செய்யப்பட்ட இந்தத் தகவலை அப்பாவால் எப்படித் தாங்கிக் கொள்ள முடியும் என்பதைப் பற்றி ஒரு சில வாரங்களுக்கு முன்பே நான் யோசித்ததுண்டு. விளக்கம் கேட்டு நோட்டீஸ் வந்த மறுநாளே, “ஒரு வேளை என்னை வேலையிலிருந்து நீக்கி விடுவார்கள். யாரும் வருத்தப்படக்கூடாது. இரண்டு வருடம் கழிந்தபிறகு நான் திரும்பவும் வேலையில் சேர்ந்து விடுவேன். இது தற்காலிகமான ஒரு சிரமம்தான்” என்றெல்லாம் ஒரு முன்னறிவிப்பு கொடுத்திருந்தேன். இதை நான் சொன்ன அன்று முதல் அப்பா மாடக்கரைக்குப் போவதை நிறுத்திவிட்டார். அதிகமான நேரமும் வீட்டில் படுத்தேதான் கிடந்தார். பணி நீக்க உத்தரவு வந்தது முதல் சில நாட்கள் அம்மா அழுதுகொண்டிருந்தார். வனஜாக்காவைத் தவிர மற்ற சகோதரிகள்கூட நேரடியாகவும் மறைமுகமாகவும் என்னைக் குற்றம் சொன்னார்கள். பலரிடமிருந்தும் பல வகைகளில் அவமானத்திற்குள்ளான தாஸேட்டனும் மனவேதனையைத் தாங்கிக்கொள்ள முடியாமல் என்னைக் குற்றம் சொல்லத் துவங்கினார். நான் முழுமையாகத் தனிமைப்பட்டேன்.

22. இழப்பின் ஆழம்

சிறுவயது முதலே மனதில் உறைந்துபோன கருத்தியல்கள் அனுபவங்களின் உலையில் கிடந்துப் பழுத்துப்போன நிலையில் உதறிவிட முடியாத உன்னதங்களாக மாறியிருந்ததால் அதன் போராட்டக்களமாக என் வாழ்க்கை அமைந்து விட்டது. இது பதிலடிகளையும் தோல்விகளையும் பல நாட்களாகத் தொடரும் மன அழுத்தங்களையும்தான் பரிசாகத் தந்திருக்கிறது. ஒரு சாதாரணப் பெண் எனும் நிலையிலிருந்து இன்றைய வினயாவாக என்னை மாற்றியெடுத்ததுவும் தீவிரமான இந்த அனுபவங்கள்தான்.

தொடர்ந்து அனுபவித்து வந்தத் தண்டனைகள், இடமாற்றங்கள், தற்காலப்பணி விலக்கு, நிரந்தரப் பணிநீக்கம், பதினொரு வருட பணிக் காலத்திற்குள் அனுபவித்த தீவிரமான மன முறிவுகள் எல்லாம் எனது இந்த சிறு வாழ்க்கையில் தாங்க முடிந்ததற்கும் எத்தனையோ மடங்கு அதிகமாக இருந்தது.

ஆனால் ஆறுதலின் ஏதாவது ஒரு வேரைப் பற்றிப் பிடித்து அதன் சிறு அளவிலான நிழலிலாவது எப்போதும் நான் என்னைப் பிணைத்துக் கொண்டிருந்தேன். எனது அனுபவங்களில் மிகவும் பரிதாபகரமான ஒரு இரவு அன்றுதான். பணி நீக்க உத்தரவைப் பெறுவதற்கு ஒரு வாரத்திற்கு முந்திய அன்றிரவு நானும் தாஸேட்டனும் தனியாக இருக்கும்போது தாஸேட்டன் சொன்னதை மொழியின் யதார்த்தப் பொருளில் சொல்வதாக இருந்தால் என்னை அப்படியே தகர்த்துப்போட்டு விட்டது.

தாஸேட்டனின் மேலதிகாரியான டி.ஒய்.எஸ்.பியின் பணி ஓய்வு நாளன்று அது சம்பந்தமான ஒன்றுகூடல் முடிந்து இரவு எட்டுமணிக்கு தாஸேட்டன் வீட்டிற்கு வந்தார். மிகவும் தளர்ந்த நிலையில் ஏதோ ஒரு முடிவுக்கு வந்து விட்டவர்போன்ற முகபாவத்துடனிருந்தார் தாஸேட்டன்.

அன்று காலையில் நான் தாஸேட்டனின் மூத்த சகோதரியின் வீட்டிற்குப் போயிருந்தபோது வரவிருக்கும் பணி நீக்கத்திற்கான காரணம் எனது நடவடிக்கைதான் என்று சகோதரியின் மகனான ஒரு காவலர் தனக்கான இடத்திலிருந்து விலகி என்னைக் குற்றப்படுத்திப் பேசினார். தாஸேட்டன் வந்ததும் நான் இந்த விஷயத்தைப்பற்றி சொன்னேன். நான் சொன்னதைக் காதில் விழுந்ததாகவே தாஸேட்டன் காட்டிக் கொள்ளவில்லை, மட்டுமல்ல, என்னைப் பார்த்து உரத்தக் குரலில் சொன்னார்:

"நான் ஒரு விஷயம் சொல்வேன், நீ கவனமாகக் கேட்கணும்." தாஸேட்டன் சொல்லப் போவதை ஆர்வத்துடன் கேட்கத் தயாரானேன்.

"இன்னைக்கு எஸ்.பியோட பிரிவு உபச்சார விழா முழுவதுமே உன்னைப் பற்றிய விவாதம்தான் நடந்தது."

"என்ன விஷயம்?"

"நமக்கு இப்போ இரண்டே இரண்டு வழிகள்தான் மிச்சமிருக்கு."

"சொல்லுங்க."

"ஒண்ணு. நீ டி.ஜி.பி பேர்ல ஃபைல் செய்த கேஸை வாபஸ் வாங்கிட்டு என்னைப் பிரிச்சு விட்டுடக்கூடாதுன்னு மன்னிப்புக் கேட்கணும். இதை நீ செய்யலேன்னா, வினயாவுக்குப் பிறகு இந்த அத்தனைக் கோபத்தையும் என்மேலே பிரயோகிப்பதற்கான வாய்ப்புகள் அதிகம்னு டி.ஒய்.எஸ்.பியும் பி.ஆர். செக்ஷன் மத்தாயியும் மற்றவங்களும் சொல்றாங்க. அப்படி ஏதாவது நடந்தா நம்ம என்ன பண்றது?"

எனக்கு சொல்வதற்கு எந்தப் பதிலும் இல்லை. நான் பேசாமல் தாஸேட்டனையே பார்த்தபடி இருந்தேன். தாஸேட்டன் தொடர்ந்து சொன்னார்:

"எனக்கு இருக்கிற மற்றொரு வழியும், நான் முடிவு செய்திருக்கிறதும் இதுதான்."

"எது?" எனக்கு ஆச்சரியம்தான் மேலிட்டது.

"நீ எதையுமே விடவேண்டாம். உன்னோட கொள்கைகளையோ கருத்துக்களையோ எதையும் விட வேண்டாம். எதையுமே நீ வாபஸ் வாங்கவும் தேவையில்லை. நான் தற்கொலை

செய்துக்கிறேன்." சொல்லி முடிப்பதற்குள் தாஸேட்டனுக்கு அழுகை முட்டிக்கொண்டு வந்துவிட்டது. தலையை அழுத்திப் பிடித்துவிட்டுப் பிறகு கைகளை மலர்த்தியபடியே சொன்னார்: "வேற எந்த வழியுமே எனக்குத் தெரியலை வினயா."

நான் ஆகத்தகர்ந்து போனேன்.

தாஸேட்டனின் வாயிலிருந்து வந்த வார்த்தைகளை என்னால் தாங்கிக் கொள்ளவே முடியவில்லை. தாஸேட்டனை ஒரு நிமிடம்கூட தனியாக விடுவதற்கு எனக்குப் பயமாகி விட்டது, தொலைபேசியில் யாரையாவது அழைப்பதற்கும்கூட முடியவில்லை. பக்கத்திலுள்ள அறைக்குள் நுழைந்து கதவைத் தாழிட்டு விட்டால் என்ன செய்ய முடியும்? நான் எழுந்து தாஸேட்டனைக் கட்டிப்பிடித்தபடி சொன்னேன்:

"தாஸேட்டா... நீங்க சொல்றதுபோல நான் எதுவேணும்னாலும் செய்யிறேன். கேசை வாபஸ் வாங்குறேன். நாளைக்கே டி. ஜி. பி. யைப் போய்ப் பார்க்கிறேன். எனக்கு என் தாஸேட்டனை விட பிரியமான எதுவுமே இந்த பூமியிலே இல்லை. குழந்தைகளும்கூட."

நான் என்பது வெறுமொரு உள்ளீடற்ற ஒரு தனித்துவம் மட்டுமே என்பதை நான் புரிந்து கொண்டேன். விழுமியங்களோ கருதுகோள்களோ எதுவுமே தான் அன்பு செலுத்தும் ஒரு தனிநபரை விட பெரிதல்ல என்பதை நான் தொட்டுணர்ந்தேன். சுகத்தையும் சோகத்தையும் பகிர்ந்து கொள்ளும் தாஸேட்டனுக்காக எல்லாவற்றையும் தூக்கியெறிந்து விடவே நான் விரும்பினேன். எனது எல்லாத் தைரியங்களும் தாஸேட்டன்தான் என்பதையும் நான் அனுபவத்தில் உணர்ந்தேன். தாஸேட்டனின் கோபமும் பரிவும் வருத்தமும்தான் என் வீரியம். தாஸேட்டனின் இந்தக் கையறு நிலைமை என் அதைரியத்தை வெளிச்சம் போட்டுக் காட்டியது.

நான் பதற்றத்திற்குள்ளாகிவிட்டேன். தாஸேட்டனைப் பேசவிட வேண்டுமென்று முடிவு செய்தேன். தாஸேட்டனையும் அழைத்துக்கொண்டு தொலைபேசி வைத்திருந்த படுக்கையறைக்குச் சென்று கட்டிலில் படுக்க வைத்து விட்டு முதலில் மரியாவைத் தொடர்பு கொண்டேன். மரியா தொடர்பில் கிடைக்கவில்லை. பிறகு ராஜசேகரன்நாயரை அழைத்து நான் வழக்கை வாபஸ் பெறப்போவதாகவும் இல்லையென்றால் எனது தாஸேட்டன் தற்கொலை செய்து

விடுவேன் என்கிறார் என்றும் அதே பதற்றத்துடன் சொன்னேன். "வினயா.... உங்களுக்கு எது சரியாகப்படுதோ அதை அப்படியே செய்துடுங்க. நீங்க போராட்டத்துடனேயே வாழணும்னு நான் ஒருபோதுமே விரும்பலெ. தனியொருப் பெண்ணா நின்னு செய்ய முடியறதுக்கு பல மடங்கு அதிகமாக செய்து முடிச்ச ஒரு பெண் நீங்க. எந்தவொரு மனசஞ்சலமுமில்லாம உங்களுக்கு உசிதமாத் தெரியுறதை நீங்க செய்யலாம். டி.ஐ.ஜியைப் போய்ப் பாக்குறதா இருந்தா நாளைக்கே புறப்படுங்க" என்றார்.

அப்போது மானந்தவாடி காவல்நிலையத்திலிருந்து தொலைபேசி அழைப்பு வந்தது. சங்கத் தலைவரான கிரீசன் சார்தான் அழைத்தார். "ஷோகாஸ் நோட்டீசுக்கெதிரா எதுக்கு கோர்ட்டுக்குப் போனீங்க? கோர்ட் அதை தள்ளுபடி செய்துட்டுது. இப்போ செய்தியிலே சொல்லிட்டாங்க. இனி எந்த வழியுமில்லே. பிரிச்சுவிட்டுரத்தான் செய்வாங்க. இனி எதுவுமே செய்யுறதுக்கு இல்லே" என்றார். பிரித்துவிடுவதற்கான முழு உரிமை, நியமனப் பொறுப்பாளர்களுக்கு மட்டும்தான் என்றும் பெண்காவலர்களின் நியமனப் பொறுப்பு அரசாங்கத்திடம்தான் என்றும் குறிப்பிட்டு நான் உயர் நீதிமன்றத்தில் தாக்கல் செய்த வழக்கு தேவையான ஆதாரங்களை சமர்ப்பிக்கத் தவறியதாகக் குறிப்பிட்டு தள்ளுபடி செய்யப்பட்டிருக்கிறது. டி.ஜி.பியை நேரில் சந்தித்து மன்னிப்புக் கேட்டுவிடலாம் என்ற எனது எண்ணமும் தகர்ந்து போய்விட்டது. வழக்கை வாபஸ் பெற்றாலும் பெறாமலிருந்தாலும் பணிநீக்கம் செய்யப்படுவது உறுதி. நான் மீண்டும் ராஜசேகரன் நாயரைத் தொடர்பு கொண்டேன்.

வழக்கை வாபஸ் வாங்கினாலும், டி.ஜி.பியை நேரில் போய்ப் பார்த்தாலும் பிரித்து விடப்போவதில் மாற்றமிருக்காது என்ற தற்போதைய நிலைமையை அவரிடம் சொன்னேன். விளக்கம் கேட்கும் நோட்டீசுக்கெதிரான நீதிமன்றத்தில் செய்த மனு தள்ளுபடியாகி விட்டது. தங்களது தரப்பை மேலும் நியாயப்படுத்துவதுபோல் இந்தத் தீர்ப்பும் அவர்களுக்கு சாதகமாகவே அமைந்திருக்கிறது. "சார், நீங்க தாஸேட்டன்கிட்டே கொஞ்சம் பேசுங்க" என்று நான் ராஜசேகரன் சாரிடம் கேட்டுக்கொண்டேன். ஒலி வாங்கியை மோகன்தாசிடம் கொடுங்கள் என்றார். நான் தாஸேட்டன் படுத்திருக்கும் இடத்தில் கொண்டு போய்க்கொடுத்தேன். சுமார்

அரைமணிநேரம் பேசியிருப்பார்கள். தாஸேட்டனின் துயரம் சிறிதளவு மட்டுப்பட்டு அழுகை நின்றது.

ராஜசேகரன் சாருடன் பேசிவிட்டு ஒலிவாங்கியை வைக்கவும் மற்றொரு அழைப்பு வந்தது. துபாய் வானொலிக்காக ஏசியா நெட்டிலிருந்து அனில் என்பவர் அழைத்தார். அவர் ஏற்கனவே சொல்லியிருந்தபடி தொலைபேசிப் பேட்டிக்காக அழைப்பு விடுத்தார். இப்போது பேட்டிக்கான சூழல்கள் இல்லையென்றும் எனது தாஸேட்டன் மிகவும் மனமுடைந்து போயிருப்பதாகவும் தற்கொலைக்கான மனோபாவம்கூட அவரிடம் ஏற்பட்டுவிட்டதாகவும் சொல்லி அவரிடம் கொஞ்சம் பேசுங்கள் என்று கேட்டுக்கொண்டேன். தனிப்பட்ட வகையிலான எந்த ஒரு அறிமுகமில்லாத அனில்கூட இந்நேரத்தில் எனக்கொரு பிடிமானமாகத் தெரிந்தார். அவரும் தாஸேட்டனுடன் கொஞ்ச நேரம் பேசினார். பிறகு நான் தாஸேட்டனின் நண்பரும் சங்கத்தின் முன்னாள் பொறுப்பாளராகவுமிருந்த பாலச்சந்திரன் சாரைத் தொடர்பு கொண்டு இந்த விவரத்தைச் சொன்னேன். பாலச்சந்திரன் சாரும் சிறிது நேரம் தாஸேட்டனோடு பேசினார். சில மணி நேரத்திற்குள் தாஸேட்டன் சமநிலையைத் திரும்பப் பெற்றார். என் மனம் ஓரளவு அமைதியானது.

வாய்விட்டு அழுவதற்கும் அருகதையில்லாத என் மனம் நீறியது. தற்கொலையைப் பற்றி கூட சிந்திப்பதற்கு நான் அருகதையற்றுப்போனவளாக இருந்தேன். அன்பு செலுத்துபவர்களை எல்லாம் இவ்வளவு வேதனைப்படுத்த நான் எப்படி கற்றுக் கொண்டேன் என்பதைப் பற்றி சிந்தித்தேன். நான் தவறாக நடந்துகொண்டேன் என்ற முடிவுக்கு வந்து விடலாம் என்று மனதைப் பக்குவப்படுத்திப் பார்த்தேன். இம்முயற்சியிலும் என்னால் வெற்றி பெற முடியவில்லை. நான் சரியானவற்றைதான் செய்திருக்கிறேன். ஆனால் இந்த ஒவ்வொரு சரிகளும் எனக்கு தவறானவற்றைதான் பரிசாகத் தந்திருந்தன. ஆனால் இந்த சரிகள் எனக்கு ஒரு போதையாக மாறியிருக்கின்றன என்பதை நான் சோகத்துடன் புரிந்துகொண்டேன். இனியும் இந்த சரிகளை நோக்கிய எனது தேடுதலை நான் தொடர்ந்துகொண்டேதான் இருப்பேன்.

இந்த அளவுக்கு அனர்த்தங்களாகிய பிறகும் கூட, தனித்துவமான சிந்தனைகளை நான் பேணிக்கொண்டிருக்கும் காரணத்தைப் பற்றிய கேள்விகளுக்கு எனக்கு பதில் தெரியவில்லை. என்னுடைய வாழ்க்கையில் நான் சிந்திப்பவை முழுவதுமே

எனது சுயதிருப்திக்கானவை மட்டும்தான். ஒருவேளை இதில் சமூக அக்கறைகளும் பெண்ணுரிமைகளும் உட்பட்டிருக்கலாம். ஆனால் அனைத்தையும்விட சுயதிருப்திதான் எனது அகவேட்கையாக இருந்திருக்கிறது என்ற முடிவுக்குத் தான் நான் வந்தடைந்தேன். வேதனை மிகுந்த ஒவ்வொரு அனுபவங்களும் எனக்கு சுயதிருப்தியைத் தந்து கொண்டிருப்பதை உணரும்போது விசித்திரமாகத் தோன்றுகிறது. சுயத்தை வதைப்பது மூலம் மனத்திருப்தியை அடைவதுபோல் உணர்கிறேன். எது எப்படியிருந்தாலும் தாஸேட்டனின் மன அவஸ்தை என்னைத் தளரச் செய்துவிடத்தான் செய்தது.